ലൂക്കോസ് ചെറിയാൻ

അക്ഷര നഗരമായ കോട്ടയം ജില്ലയിൽ ഏറ്റുമാനൂരിനടുത്തുള്ള പേരൂർ, എന്ന ചെറിയ ഗ്രാമത്തിൽ മണ്ഡപത്തിൽ തോമസ് ചെറിയാന്റെയും അന്നമ്മ ചെറിയാന്റെയും മകനായി ജനനം. കുമരംപുത്തൂർ കല്ലടി ഹൈസ്കൂൾ മണ്ണാർക്കാട്, എം.ഇ.എസ്. കല്ലടി കോളേജ് എന്നിവിടങ്ങളിൽ വിദ്യാഭ്യാസം.

ദീർഘകാലം ദുബായിൽ ഒരു സ്വകാര്യകമ്പനിയിൽ മാർക്കറ്റിങ് മാനേജരായി ജോലി ചെയ്തു. നിരവധി വിദേശരാജ്യങ്ങൾ സന്ദർശിച്ചിട്ടുണ്ട്.

ജീവിതത്തിൽ എന്നും വായനയെയും എഴുത്തിനെയും, മലയാളഭാഷയെയും ഒപ്പം അക്ഷരങ്ങളെയും ഏറെ ഇഷ്ടം. ആദ്യ നോവൽ 'നിഴലുകൾ', Sibf ൽ പ്രകാശനം ചെയ്തു. ഓൺ ലൈനിൽ കഥകൾ എഴുതാറുണ്ട്. വിവിധ സാഹിത്യ കൂട്ടായ്മകളിൽ സജീവം.

ഭാര്യ : ജോമോൾ ലൂക്കോസ്
മക്കൾ : റീനു ലൂക്കോസ്
റിയ ലൂക്കോസ്
ആസ്റ്റിൻ ലൂക്കോസ്
മരുമകൻ : സെൻ മാത്യു വർഗീസ്

E- mail : lukosecherian@gmail.com

Malayalam Language
Ithalukal
(Kathakal)
by
Lukose Cherian
♦
Published in October 2022
by Kairali Books Private Limited
Thalikkavu Road, Kannur.
Ph : 0497-2761200
E-Mail : kairalibooksknr@gmail.com
♦
Cover Design
Prasanth Mangad

Price ₹ : 250.00
51/22-23/Sl.No.1356/300/NS 18.6
ISBN 978-93-94472-08-2

ഇതളുകൾ

ലൂക്കോസ് ചെറിയാൻ

കൈരളി ബുക്സ്

ഉള്ളടക്കം

അകാലത്തിൽ പൊലിഞ്ഞ
മാതാപിതാക്കൾക്കായി...

കഥകളിലേക്ക് കടക്കും മുൻപ്

അക്ഷരലോകത്തിന്റെ വിശാലതയിലേക്കും, വായനയുടെ അനന്ത തലങ്ങളിലേക്കും, ആരൊക്കെയോ കൈ പിടിച്ചുയർത്തി എഴുത്തിന്റെ അവിസ്മരണീയമായ ധന്യമുഹൂർത്തത്തിലേക്ക് നടന്നടുത്തത് ഒരു നിയോഗം പോലെ ഇന്നും തുടരുന്നു. എല്ലാവരോടും ഒരു പാട് സ്നേഹം ഒരുപാട് ഇഷ്ടം.

സ്വകാര്യ ദു:ഖങ്ങളുടെ കൊടുമുടിയിൽ നിൽക്കുമ്പോഴും, ഉറഞ്ഞു കൂടിയ വിഷാദഭാവങ്ങളെ തട്ടി തെറുപ്പിച്ചു, പുതിയ വെളിച്ചം നൽകിയതും പുസ്തകങ്ങളാണ്.

ജീവിത നെരിപ്പൊടിനുള്ളിൽ കനലുകൾ എരിയുമ്പോഴും, മുന്നിൽ വന്നു കൂടുന്ന ഓരോ പുസ്തകങ്ങളെയും സ്നേഹത്തോടെ കാണുകയും, അശാന്തിയുടെ ലോകത്തു നിന്നും വായനയുടെ അതിരുകിളില്ലാത്ത ലോകത്തേക്ക് ചിറകടിച്ചുയരാൻ എന്നും കൊതിച്ചിരുന്നു.

ഒരു സാഹിത്യ സൃഷ്ടിയെ സംബന്ധിച്ചിടത്തോളം രചയിതാവും അനുവാചകനും തമ്മിലും, ഒപ്പം അനുവാചകനും ആസ്വാദകനും തമ്മിലുള്ള വലിയ ഒരു ഹൃദയ സംവാദമാണ് ഇവിടെ പങ്കുവെക്കപ്പെടുന്നത്. മറ്റൊരു അർത്ഥത്തിൽ പറഞ്ഞാൽ സർഗ്ഗാത്മകത.

ഈ കഥകൾ വായിക്കുമ്പോൾ വർത്തമാനകാലത്തിലെ ചില പരിചിത മുഖങ്ങൾ ഇതിലെ കഥാപാത്രങ്ങളുമായി സാമ്യമുണ്ടെന്ന് തോന്നാം.

'ഇതളുകൾ' മറിക്കുമ്പോൾ, 'സൈലന്റ് ഇന്റിമെസ്സി' യായി ഒപ്പം കൂടുന്നവർ, പിന്നീടാണവരുടെ ചെയ്തികൾ ലോകം തിരിച്ചറിയുന്നത്. കാര്യകാരണ സഹിതം.

ജീവിതത്തിൽ 'ബൈസ്റ്റാൻഡേഴ്സ്' ആയി നിൽക്കേണ്ടി വന്ന രണ്ടു ചെറുപ്പക്കാരികളുടെ കഥ.

പ്രവാസ ജീവിതത്തിലെ പച്ചയായ യാഥാർഥ്യങ്ങളെ വളരെയേറെ വിഷമത്തോടെ അഭിമുഖീകരിക്കേണ്ടി വന്ന കുടുംബിനി... 'അപ്രതീക്ഷിതം.'

കൂടാതെ വീശി അടിക്കുന്ന 'നാലു മണിക്കാറ്റിന്റെ' കുളിർമ്മയിൽ, നഗരത്തിൽ നിന്നും ഗ്രാമത്തിലേക്ക് ജീവിതം തിരിച്ചു പിടിച്ച യുവാവും

യുവതിയും ഒപ്പം അപരിചിതരായ രണ്ട് അമ്മമാരും.

യഥാർത്ഥ ജീവിതത്തിലെ നേർക്കാഴ്ചകളിൽ എല്ലായിടത്തും ഇത്തരം കഥാപാത്രങ്ങളെ നാം കണ്ടുമുട്ടാറുണ്ട്.

ആ ഒരു തിരിച്ചറിവാണ് കഥയുടെ നിലനിൽപ്പും, വായനക്കാരുടെ മനസ്സിൽ കയറി പറ്റുന്നതും.

അക്ഷരങ്ങളെ ഹൃദയത്തോട് ചേർത്തുപിടിക്കുന്ന സുമനസ്സുകളായ ഓരോരുത്തരെയും കഥകളുടെ വായനാ ലോകത്തേക്ക് സ്നേഹപൂർവ്വം ക്ഷണിക്കുന്നു.

മനോഹരമായ കവർ ഡിസൈൻ ചെയ്ത പ്രശാന്ത് മാങ്ങാടിനും ഈ പുസ്തകം മനോഹരമായി പ്രിന്റ് ചെയ്തുതരാൻ തയ്യാറായ കൈരളി ബുക്സിന്റെ സാരഥി ഒ. അശോക് കുമാറിനും പ്രത്യേകം നന്ദി...

ലൂക്കോസ് ചെറിയാൻ

പി വി എസ് എന്ന തൂലികാനാമം

തിരക്കൊഴിഞ്ഞ ജീവിത സ്മരണകൾക്ക് ജീവൻ വയ്ക്കുന്നു. ഇരുട്ടിന്റെ കറുത്ത തൂവലുകൾ കൊഴിഞ്ഞുകൊണ്ടേയിരുന്നു.

മരങ്ങളുടെ വളഞ്ഞ കൊമ്പിൽ ഇലകളുടെ മറവിൽ തൂങ്ങി കിടന്നിരുന്ന വവ്വാലുകൾ ജീവൻ വച്ച് ചിറകടിച്ചു ചുറ്റുപാടുകളും ശബ്ദായമനമാക്കുന്നു.

ഇരുട്ടിൽ മുറിവേറ്റ കാറ്റിന്റെ കരച്ചിൽ പിന്നെയും എവിടെയെല്ലാമോ അലയടിച്ചു കൊണ്ടിരുന്നു തണുത്ത കാറ്റും ചെറിയ മഴയും, മരവിച്ച മനസ്സിന്റെ ഉള്ളിലെ കഥകളുടെ അണയാത്തദീപം, തനിക്കല്ലേ അറിയൂ.

അയാൾ സ്വയം നെടുവീർപ്പിട്ടു.

രാവിന്റെ മൂകതയിലേക്ക്, ശ്വാസവലിവിന്റെ താളഗതികൾ ആരോഹണ അവരോഹണ രൂപത്തിൽ. വീണ്ടും ഇരുട്ട് മുഖം കുത്തി പരക്കുന്നു ചുറ്റിനും, ഇരുട്ടിൽ ചിറകടിക്കുന്ന വവ്വാലുകളുടെ ശബ്ദം പെരുമ്പറ പോലെ അയാളുടെ നെഞ്ചിലേക്ക് അടിച്ചു കയറുന്നു.

ത്രിസന്ധ്യയിൽ ഓടി വരുന്ന വാഹനങ്ങളുടെ പ്രകാശത്തിൽ എല്ലാവരും തുറിച്ചു നോക്കുന്നു, എല്ലാവർക്കും പരിചിതനായ അറിയപ്പെടുന്ന എഴുത്തുകാരൻ, വെളുത്ത മുണ്ടും ജുബ്ബയും വെട്ടിത്തിളങ്ങുന്നു. ഒരുപാട് കാലത്തെ കൂട്ടലിനും കിഴിക്കലിനും ശേഷമാണ് ഇങ്ങനെ ഒരുതീരുമാനം എടുത്തത്.

മനസ്സിൽ കരുതിയത് നേടാതെ ഇനിപുറകോട്ടില്ല തീർച്ച, ചെറിയ കുടുംബം. ഭാര്യ മകൻ എല്ലാം പിന്നെ. ഒന്നോ രണ്ടോ ദിവസം അവരെ പിരിഞ്ഞിരുന്നാലും കുഴപ്പമൊന്നും ഇല്ല, ഇത് ആദ്യമായിട്ടൊന്നും അല്ലല്ലോ. എങ്കിലും ഈയാത്ര രണ്ടും കല്പിച്ചാണ്, ഒടുവിലത്തെ ഒരു ശ്രമം. നിരന്തരം ശ്രമിച്ചു കൊണ്ടിരുന്നാലേ എന്തെങ്കിലുമൊക്കെ നേടാൻ കഴിയൂ, ആരോ പറഞ്ഞ മഹത്തായ ഒരു കാര്യം.

ആദ്യമെല്ലാം അയച്ച കഥകൾ അതേ സ്പീഡിൽ തിരിച്ചു വന്നത് ഇപ്പോഴും ഓർക്കുന്നു. പിന്നെപ്പിന്നെ എപ്പോഴോ ഒന്ന് ക്ലിക്ക്ആയി, പിന്നാലെ ഓരോന്നും നിരന്തരം വെളിച്ചം കണ്ടു.

ശകാരങ്ങൾ കേട്ടു മടുത്ത നാളുകൾ.. എത്രയോ മനോഹരമായ കഥകൾ എഴുതി മാസികകൾക്ക് അയച്ചു കൊടുത്തു, മിക്കവയും പ്രസിദ്ധീകരിച്ചു വന്നു, ഇടക്ക് വരാത്തതും ഉണ്ട്, എങ്കിലും നാലാളെ കാണിക്കാനും സാക്ഷ്യപ്പെടുത്തുവാനും നിരവധി മാസികകൾ കൈവശം ഉണ്ട്.

25 വർഷമായി ഇത് തുടങ്ങിയിട്ട് ഇപ്പോഴും തുടരുന്നു, പക്ഷെ പ്രശ്നം അവിടെ അല്ല, സ്വന്തം പഞ്ചായത്തിലുള്ള ഒരു ചെറുപ്പക്കാരൻ, അവൻ എഴുത്തു തുടങ്ങിയിട്ട് അധികകാലം ആയിട്ടില്ല, വളരെ കുറച്ചു കാലം മാത്രം. അവന്റെ കഥകളും പ്രധാന മാസികകളിലെല്ലാം പ്രസിദ്ധീകരിച്ചു വരുന്നുണ്ട്.

അവന് കഴിഞ്ഞ മാസം ഒരു അവാർഡ് കിട്ടി, തരക്കേടില്ലാത്ത ഒരു തുകയും, പ്രശംസാ പത്രവും, ട്രോഫിയും, പൊന്നാടയും, മറ്റെന്തെല്ലാമോ അതെല്ലാം.

വിവരം കാട്ടുതീ പോലെ എല്ലായിടത്തും പറന്നെത്തി, ഒരേ പഞ്ചായത്ത് അല്ലേ... വിവരം മറ്റുള്ളവർക്കൊപ്പം ഭാര്യയുടെയും മകന്റെയും ചെവിയിലും എത്തി. പിന്നെ വിഷയ ദാരിദ്ര്യം അനുഭവിച്ചുകൊണ്ടിരുന്ന ചെറിയ കുടുംബം ശബ്ദമുഖരിതമായി.

'പത്തിരുപത്തഞ്ചു വർഷമായില്ലേ നിങ്ങളീ എഴുത്തു തുടങ്ങിയിട്ട്, ഇതുവരെ ഒരവാർഡ് എവിടുന്നെങ്കിലും കിട്ടിയോ ?'

ഭാര്യ ഓരോന്നും എണ്ണി എണ്ണി ചോദിക്കുന്നതിനോടൊപ്പം, ഏക മകനും കൂടി അതേറ്റു പിടിച്ചു.

ആലോചിച്ചപ്പോൾ അതിൽ കാര്യമില്ലാതില്ല.

അലമാരിയിൽ അടുക്കി വച്ചിരുന്ന പഴയതും പുതിയതുമായ മാഗസിനുകൾ ഓരോന്നായി എടുത്ത് കാണിച്ചു. പലപ്പോഴും അതിലെ ഓരോ സുന്ദര കഥാപാത്രങ്ങളും തന്നെ നോക്കി ചിരിക്കും പോലെ !

കഥാപാത്രങ്ങൾക്കറിയില്ലല്ലോ കഥാകാരന്റെ ആത്മരോദനം...

എപ്പോഴും ഇതിനെപ്പറ്റി സംസാരിക്കുകയും അല്പം അതിരു കടക്കുകയും ചെയ്തു. അങ്ങിനെ തർക്കം മൂത്ത ഒരുദിവസം വീട്ടിൽ ആരും ഇല്ലാതിരുന്ന സമയം നോക്കി ഒരു സന്ധ്യക്ക് കഥകൾ അടങ്ങിയ മുഴുവൻ മാസികകളും ഒരു ബാഗിലാക്കി അയാൾ വീടു വിട്ടിറങ്ങി.

എഴുത്തു നിർത്തുന്ന പ്രശ്നമേ ഇല്ല, ഉറച്ച തീരുമാനത്തിന് പല കുറി അടിവരയിട്ടു, അപ്പോഴും ഒരേ ഒരു ചോദ്യം ബാക്കി നിൽക്കുന്നു. ഇത്രയും കാലം നേടാൻ കഴിയാഞ്ഞത് ഇനി എങ്ങിനെ ? നേരെ പോയിട്ട് നടന്നില്ലെങ്കിൽ അൽപ്പം വളഞ്ഞ വഴി ആകാം, എന്ന് ഏതോ മഹാൻ എപ്പോഴോ പറഞ്ഞത് ഓർക്കുന്നു.

ഏതുവഴി ആയാലും കുഴപ്പമില്ല... നേടാനുള്ളത് നേടിയിട്ടേ അടങ്ങു...

ആരാധകരുടെ നിരവധി കത്തുകൾ വരാറുണ്ട്, ആദ്യമെല്ലാം ഭാര്യയും മകനുമൊത്ത് വായിക്കും, ചിലപ്പോൾ അവരിലാരെങ്കിലും വായിച്ചു കേൾപ്പിക്കും, ചിലതിനെല്ലാം മറുപടിയും അയക്കും പിന്നെപ്പിന്നെ അങ്ങനെ കത്തുകളൊന്നും വരാറില്ല.

എങ്കിലും അടുത്ത കാലത്ത് അയാളെ ഏറെ പ്രോത്സാഹിപ്പിച്ച ചുരുക്കം ചില ആരാധകർ വല്ലാത്തൊരു ഊർജമായി. ഏതു പുതിയ കഥയും വായിച്ച് ആദ്യ അഭിപ്രായം അറിയിക്കുന്ന ഒരാളായിരുന്നു രഘുനന്ദൻ.

ഒരിക്കൽ എഴുത്തുകാരനോടുള്ള ആരാധന മൂത്ത് പി വി എസ് ന്റെ വീട്ടിൽ വരുകയും ഒപ്പം താമസിക്കുകയും ചെയ്തു, അവർ തമ്മിലുള്ള അടുപ്പം ഒന്നുകൂടി ദൃഢമാക്കി. യുവാക്കളുടെ ക്ലബ്ബുകളിലും മറ്റും എഴുത്തുകാരന്റെ കഥകൾ വായിക്കുകയും ചർച്ച ചെയ്യുകയും പതിവായിരുന്നു, അത് അയാൾക്ക് തെല്ലൊരാശ്വാസം നൽകിയിരുന്നു.

എങ്കിലും പലരാത്രികളിലും ഉറങ്ങാതെ തന്റെ എഴുത്തിനെ കുറിച്ചു മാത്രം ചിന്തിച്ചു കൊണ്ടിരുന്നു.

പതിവില്ലാതെ ഒരു രാത്രിയിൽ ഉണർന്ന ഭാര്യ, രാത്രിയിലെ അരണ്ട വെളിച്ചത്തിൽ കണ്ട കാഴ്ച അവളിൽ പരിഭ്രാന്തി ഉളവാക്കി, ഇരുട്ടത്തു കസേരയിൽ ഇരുന്നു ചിന്തിക്കുന്ന തന്റെ ഭർത്താവിനെയാണ് കണ്ടത് അവരിൽ ഭയവും സംശയവും ബലപ്പെട്ടു. എന്തെങ്കിലും മാനസിക പ്രശ്നം ?

ഭാര്യയുടെ ചിന്തകൾ കാടു കയറി, അവൾ ഇരുട്ടിൽ ഇത്തിരി വെട്ടത്തിന്റ മറവിൽ അയാളെ സസൂക്ഷ്മം വീക്ഷിച്ചുകൊണ്ടിരുന്നു. ഇത് ഇടയ്ക്കിടെ ആവർത്തിച്ചു കൊണ്ടിരുന്നു..

സ്വന്തം ഭർത്താവിനെ അവരൊരു സംശയ രോഗിയെ പോലെ കണ്ടു, ചിലപ്പോഴെല്ലാം അവർ ഭർത്താവിനെ ഒരു മാനസിക ആരോഗ്യ വിദഗ്ധനെ കൊണ്ട് ചികിത്സ നടത്തിയാലോ എന്നുവരെ കടന്നു ചിന്തിച്ചു.

പി വി എസ് പി വി സുകുമാരൻ എന്നാണ് മുഴുവൻ പേര്, പി വി എസ് എന്ന് തൂലികാ നാമം ! അതിൽ അയാൾ ഏറെ അഭിമാനം കൊണ്ടിരുന്നു, വളരെ അധികം സന്തോഷിച്ചിരുന്നു.

മറ്റു പല എഴുത്തുകാരെയും പോലെ തന്റെ തൂലികാനാമവും ഗ്രാമവും പട്ടണവും കഴിഞ്ഞു നാനാ ദിക്കിലുമുള്ള മുഴുവൻ വായനക്കാരും അറിയണമെന്ന് ആത്മാർഥമായി ആഗ്രഹിച്ച വ്യക്തി.

മൂടികെട്ടിയ അന്തരീക്ഷം, ഏതു നിമിഷവും പെയ്യാൻ തയ്യാറായി നിൽക്കുന്ന മേഘ ശകലങ്ങൾ

'രഘു നന്ദനല്ലേ ?'

അങ്ങേ തലക്കൽ രഘു,

'അതേ പി വി എസ് സാറെ ഞാൻ തന്നെ.'

പിന്നെ രണ്ടുപേരും ഒന്നും സംസാരിക്കുന്നില്ല.

'എന്താ സാറെ ?'

അൽപ സമയത്തെ നിശ്ശബ്ദതക്കു ശേഷം.

രഘു, ഞാൻ അങ്ങോട്ട് വരുകയാണ്.

'എന്തെങ്കിലും വിശേഷിച്ച് ?'

'എല്ലാം വന്നിട്ട് പറയാം. വളരെ സന്തോഷം സാറെ. വഴി അറിയാമല്ലോ ?

കവലയിൽ നിന്നും താഴേക്കുള്ള വഴിയിൽ ഇടത്തോട്ട് തിരിയുമ്പോൾ മൂന്നാമത്തെ വീട്.'

'ശരി രഘു.'

ചെറിയ ഒരോർമ്മയുണ്ട്, കുറച്ചുകാലം മുൻപ് ഒരിക്കൽ പോയതാണ്, ഒരു കഥാ പഠനത്തിന്റെ തിരി തെളിയിക്കാൻ.

അധികം വൈകാതെ തന്നെ പി വി എസ് രഘു നന്ദന്റെ വീട്ടിലെത്തി...

തന്റെ പ്രിയപ്പെട്ട എഴുത്തുകാരൻ തന്നെ അന്വേഷിച്ച് ഇതാ തന്റെ വീട്ടിൽ അന്തി ഉറങ്ങാൻ പോകുന്നു! ഇതിൽപ്പരം സന്തോഷം എന്തുണ്ട്?

എന്താണ് സാർ പതിവില്ലാതെ ഈ രാത്രിയിൽ ?

പറയാം, എല്ലാം പറയാം, രാവിലെ പറയാം.

സാറിനായി പ്രത്യേകം മുറി തയ്യാറായി... എങ്കിലും രഘു നന്ദന്റെ സംശയം ബാക്കി... വീണ്ടും ഒന്നുകൂടി ചോദിച്ചാലോ ?

വേണ്ട രാവിലെ പറയാമെന്നല്ലേ പറഞ്ഞത്... തത്ക്കാലം മനസ്സിന്റെ വിങ്ങലിനു അവധി.

അടുക്കളയിൽ ഭാര്യയുടെ ഉരുണ്ട കണ്ണുകൾ ഫിലമെന്റ് പോയ ബൾബ് പോലെ.

ഒന്നും ശ്രദ്ധിക്കാതെ പഴയതും പുതിയതുമായ നിരവധി കഥാപാത്രങ്ങളിലൂടെ അവർ നടന്നടുത്തു. മേശപ്പുറത്തു പ്രീമിയം വിസ്കി, ഐസ്, സോഡാ, എന്നിവ നിമിഷ നേരംകൊണ്ട് റെഡി, ഡിന്നർ ഗംഭീരം ആയില്ലെങ്കിലും, ഉള്ളത് രുചികരമായി തോന്നി, വിശപ്പിന് രുചി ബാധകമല്ലല്ലോ.

ചർച്ചകളിൽ നിരവധി പഴയതും പുതിയതുമായ പല കഥാപാത്രങ്ങളും കഥകളും അവരുടെ മുന്നിലൂടെ കടന്നുപോയി.

രഘു നന്ദന്റെ ഭാര്യ മിന്നാമിനുങ്ങു പോലെ ഇടക്കെല്ലാം അവരുടെ മുൻപിലൂടെ വരുകയും പോവുകയും ചെയ്തുകൊണ്ടിരുന്നു.

രാത്രി ഏറെ വൈകി അവർ ഉറങ്ങാൻ കിടന്നു, വൈകി കിടന്നെങ്കിലും അതിരാവിലെ തന്നെ സാർ എഴുന്നേറ്റ് കുളിച്ചു റെഡിയായി. അപ്പോഴും രഘു നന്ദന്റെ തലേ ദിവസത്തെ ചോദ്യം ഇപ്പോഴും അവശേഷിക്കുന്നു.

സാറെന്തിനാണാവോ വന്നത് ?

ഇരുന്നിട്ട് യാതൊരു സമാധാനവും കിട്ടുന്നില്ല, അറിഞ്ഞേ പറ്റൂ, ഇന്നലെ മുതൽ മുൾമുനയിൽ നിർത്തിയ ആ ചോദ്യം, വീണ്ടും ആവർത്തിച്ചു... ഒന്നാലോചിച്ച ശേഷം സാറ് കാര്യഗൗരവത്തിന്റെ വാതിൽ മെല്ലെ തുറന്നു.

'രഘു തനിക്കറിയാമല്ലോ, ഒരുപാട് കാലമായില്ലേ ഞാൻ എഴുതുന്നു, ഒരുപാട് മനോഹരമായ കഥകൾ എഴുതിയിട്ടുണ്ട്.'

സാർ ഒന്നാലോചിച്ച ശേഷം, വീണ്ടും തുടർന്നു, 'ഇതുവരെയും അവാർഡ് ഒന്നും കിട്ടിയിട്ടില്ല.'

തനിക്ക് ഭരണതലത്തിൽ നല്ല പിടിപാട് ഉണ്ടെന്നല്ലേ നേരത്തെ എന്നോട് പറഞ്ഞത്, എന്തെങ്കിലും ഒന്ന് ചെയ്യാൻ പറ്റുമോ എന്ന് ശ്രമിച്ചു നോക്ക്, എന്നെക്കാട്ടിലും വളരെ ജൂനിയർക്കു വരെ കിട്ടുന്നു, ഏറെ കാലമായിട്ടും എനിക്ക് അങ്ങിനെ ഒന്ന്. സാറ് സംഭാഷണം പൂർത്തിയാക്കിയില്ല.

സാറ് തെല്ലൊരു ഭയത്തോടും സങ്കടത്തോടും കൂടി, രഹസ്യമായും വളരെ ഗൗരവപരമായും പറഞ്ഞു തീർത്തു.

രഘു നന്ദന്റെ മുഖത്തു സമ്മിശ്ര വികാരങ്ങൾ. എന്നാലും സാറ് ഇത്രയും.

വേണ്ട മുഴുവിപ്പിച്ചില്ല, ആദ്യം കേട്ടപ്പോൾ അശ്ചര്യം തോന്നി, പിന്നെ രഘു സ്വയം സമാധാനിച്ചു.

വീട്ടിൽ നിന്നും ഇറങ്ങാൻ നേരം രഘു പറഞ്ഞു, ഞാൻ പരമാവധി ശ്രമിക്കാം, എന്റെ അമ്മാവനോട് സംസാരിക്കാം, അമ്മാവന് നല്ല പിടിപാടാണ്, അവര് സമ്മതിച്ചാൽ എന്തും നടക്കും.

രഘുവിന് ജോലിക്ക് പോകേണ്ട സമയമായി, രണ്ടുപേരും ഒരുമിച്ചിറങ്ങി.

പി വി സാറിന് രഘുവിന്റെ വാക്കുകൾക്ക് വേണ്ടത്ര തൃപ്തി തോ

ന്നിയില്ല, ഉറപ്പു പോയിട്ട് പ്രതീക്ഷ പോലും നല്കാത്ത വാക്കുകൾ, എങ്കിലും പിരിയാൻ നേരം പരമാവധി ശ്രമിക്കാം എന്ന് തീർത്തു പറഞ്ഞു. എന്തോ വിശ്വസിക്കാൻ കഴിഞ്ഞില്ല.

ഏതാനും ആഴ്ചകൾക്ക് മുൻപ് എഴുതിയ 'പൊയ്മുഖങ്ങൾ' എന്ന കഥ രഘുവിന്റെ കഥയായിരുന്നു, കഥ എല്ലാവർക്കും ഇഷ്ടപ്പെട്ടു, കഥയെ കുറിച്ച് പല ചർച്ചകളും നടത്തി. രഘുവിന്റെ പേരും ജീവിത സന്ദർഭങ്ങളും മാറ്റി മറിച്ചെഴുതിയ കഥ പലർക്കും ഇഷ്ടമായി, ഇത്തരം പൊയ്മുഖക്കാരെ, ആര് എങ്ങിനെ വിശ്വസിക്കും !

അതുകൊണ്ട് തന്നെയാണ്, ആ കഥ അങ്ങിനെ അവസാനിപ്പിച്ചത്, ആർക്കും മനസ്സിലാകാത്ത രീതിയിൽ, ഒരുപാട് നല്ല അഭിപ്രായങ്ങൾ വന്നു, എന്നാലും പോരാ. കഥയെവാനോളം ഉയർത്തണം, ഫാൻസ് അസോസിയേഷൻ രൂപീകരിക്കണം. കവലകളിൽ ഫ്ളെക്സ് വെക്കുന്നതിലും തെറ്റില്ല. പി വി എസ് ന്റെ ചിന്തകൾ പിന്നെയും കാടു കയറുവാൻ തുടങ്ങി.

രഘു കഴിഞ്ഞാൽ പിന്നെ ഏറ്റവും പ്രിയപ്പെട്ട ആൾ ജോസഫ് ആണ്, പി വി എസ് ന്റെ എല്ലാ കഥകളും ആദ്യമേ തന്നെ വായിച്ച് അഭിപ്രായം പറയുന്ന ആൾ ! ഫോണിൽ എപ്പോഴും ഒരുപാട് സമയം സംസാരിക്കാറുണ്ട്, നേരിട്ട് ഇതുവരെ കണ്ടിട്ടില്ല.

എപ്പോഴും നിർബന്ധിക്കാറുണ്ട്, പലപ്പോഴും വീട്ടിലേക്ക് ക്ഷണിച്ചിട്ടുണ്ട്, ഒരുമിച്ചിരുന്നു കഥകളുടെ ഒരു പുതിയ ലോകം തന്നെ തീർക്കാം, ജോസഫ് പറഞ്ഞ ഓരോന്നും മനസ്സിന്റെ ഉപരിതലത്തിൽ വന്നു നിറയും പോലെ..

ജോസഫിന്റെ രണ്ടു ചേട്ടന്മാരും സാംസ്കാരിക പ്രവർത്തനങ്ങളുടെ ചുക്കാൻ പിടിക്കുന്നവരാണ്, അവരൊന്നു മനസ്സ് വച്ചാൽ നടക്കാത്തതായി ഒന്നും ഇല്ല. സൗഹൃദ സംഭാഷണങ്ങളിൽ പറഞ്ഞ വാക്കുകൾ ഇപ്പോഴും ഓർക്കുന്നു. പല സാംസ്കാരിക സംഘടനകളുടെയും ഒടുവിലത്തെ വാക്ക് അവരുടേതാണ് എന്നാലും എന്തോ ഒരു വിഷമം പോലെ, സാരമില്ല നേരിട്ട് പോയി ചോദിച്ചാലോ ?

നേരിട്ട് കാണണമെന്ന് പറഞ്ഞപ്പോൾ, ജോസഫിന്റെ സന്തോഷത്തിനു അതിരില്ലായിരുന്നു, ഒടുവിൽ അധികം വൈകാതെ തന്നെ വീട് കണ്ടുപിടിച്ചു.

സൗഹൃദ സംഭാഷണങ്ങളും കഥകളും കൊണ്ട് ഏറെ സമ്പന്നമായ നിമിഷങ്ങൾ.. അധികം വൈകാതെ തന്നെ കാര്യത്തിലേക്ക് കടന്നു.. സാറ് നേരെ ചൊവ്വേ കാര്യങ്ങൾ പറഞ്ഞു, ജോസഫ് എല്ലാം

കേട്ടിരുന്നു, ചേട്ടൻ ഇവിടെ ഉണ്ട്, ഇപ്പോൾ അൽപ്പം ഫ്രീ ആണ്, ഞാൻ സംസാരിക്കാം, സാറ് ധൈര്യമായി ഇരിക്കുക.

നേരെ മൂന്നു പേരും കൂടി മുകളിലത്തെ മുറിയിൽ കയറി വാതിൽ അടച്ചു, വിശദമായി സംസാരിച്ചു. എവിടുന്നോ ഓടി വന്ന കുളിർകാറ്റു ദേഹത്തുകൂടി അരിച്ചിറങ്ങുന്നു ഇടതടവില്ലാതെ !

സംസാരിച്ചിരുന്ന് സമയം പോയതറിഞ്ഞില്ല, കഴിഞ്ഞ ദിവസത്തെ പോലെ തന്നെ! കാറും കോളും കാറ്റും ഇടതടവില്ലാതെ, യാത്ര പറഞ്ഞിറങ്ങി, അവസാനം ദയനീയമായി ഒന്നും കൂടി നോക്കി, ജോസഫിന്റെ തിളങ്ങുന്ന കണ്ണുകൾ, സാറിന് തെല്ലൊന്നുമല്ല ആശ്വാസം തന്നത്.

പ്രകാശത്തിന്റ വാളുകൾ ഇരുട്ടിലൂടെ പാഞ്ഞു വരുന്നു! പാതി വെന്ത മോഹങ്ങൾ! ആയിരം അർത്ഥ ഭാണ്ഡങ്ങൾ പേറിയുള്ള സ്വപ്ന മടക്കയാത്ര!

ജോസഫ് നീ നീതിമാനാണ്, ബൈബിളിലെ ജോസഫിനെ കുറിച്ചു ആലോചിച്ചു, രണ്ടുപ്രാവിശ്യം ബൈബിൾ പൂർണമായി വായിച്ച് മനഃപാഠമാക്കിയ ആളാണ് പി വി എസ്.

നീതിമാനായ ജോസഫിനെ കുറിച്ചു ഒരു കഥ എഴുതിയിട്ടുണ്ട് പ്രിയപ്പെട്ട പല വായനക്കാരും അതിനെ ബെഞ്ചിലേറ്റിയിട്ടുണ്ട്... അതിലൂടെ ആത്മ നിർവൃതി നേടിയ നിമിഷങ്ങൾ ഓർക്കും തോറും കുളിരണിയുന്നു.

തലയിൽ നിന്നും ആ വലിയ ഉപ്പുചാക്ക് താഴെ ഇറക്കി വെച്ചപോലെ, എന്തൊരാശ്വാസം, കഴിഞ്ഞ ദിവസം പുറപ്പെട്ടപ്പോൾ ഉള്ള അതേ കാലാവസ്ഥ നേരിയ മഴ, ആർത്തലക്കുന്ന കാറ്റ്, മരങ്ങളുടെ കൊമ്പിൽ ഇലകളുടെ മറവിൽ തൂങ്ങി കിടക്കുന്ന വവ്വാലുകൾ കൂട്ടം കൂട്ടമായി അങ്ങോട്ടും ഇങ്ങോട്ടും.

ഇരുട്ടു പരക്കുന്നു, മാളത്തിൽ നിന്നും പലതരം ജീവികൾ ഏതു നിമിഷവും ഇറങ്ങി വരാം. രാത്രിയുടെ മറവിൽ ഇനിയുള്ള മണിക്കൂറുകൾ അവരുടേതാണ്, അനങ്ങാത്ത കൊടികൾ പോലെ ഇലകൾ മയങ്ങി...

പരാജയത്തിന്റ പട്ടികയിൽ അല്ല, വിജയത്തിന്റെ പാതയിലാണ് എങ്കിലും നിർഭാഗ്യത്തിന്റെ കണക്കിലാണോ ചേർക്കപ്പെട്ടത്, അറിയില്ല, കാത്തിരിക്കാം.

രഘുനന്ദൻ ഉറപ്പൊന്നും പറഞ്ഞില്ല ഒരു ശ്രമം നടത്താമെന്നു മാത്രം! ശ്രമിക്കും തീർച്ച, എന്നാൽ ജോസഫ് അങ്ങിനെ അല്ല, രണ്ട് ചേ

ട്ടൻമാരുണ്ട് രണ്ടു പേരും കരുത്തന്മാർ.

ബസ്സിറങ്ങി അൽപ്പം നടന്നപ്പോഴേക്കും മഴയുടെ ഏറ്റക്കുറച്ചിൽ, മോബൈൽ ശബ്ദിക്കുന്നു, സ്ക്രീനിൽ നോക്കിയപ്പോൾ ജോസഫ്, ശക്തമായ കാറ്റത്തും മിന്നലിനുമിടയിൽ ഏതോ ഒരു ദൈവദൂതനെ പോലെ അയാൾ, ധൃതിയിൽ മൊബൈൽ ചെവിയോട് അടുപ്പിച്ചു വച്ചു.

'സാറെ വീട്ടിൽ എത്തിയോ ?'

'ഇല്ല ബസ്സിറങ്ങി നടക്കുകയാണ്. ഇപ്പോഴെത്തും.'

ജോസഫിന്റെ അടുത്ത വാക്കിനായി ഫോൺ ചെവിയോട് കൂടുതൽ ചേർത്തു പിടിച്ചു.

'സാറെ ചേട്ടൻ സമ്മതിച്ചു, അടുത്ത മാസം ടൗണിൽ നടക്കുന്ന സാംസ്കാരിക പരിപാടിയിൽ അവരുടെ വലിയ ഒരവാർഡ് സാറിന് തരാമെന്നേറ്റു.

ഇവിടുത്തെ ഏറ്റവും വലിയ സാംസ്കാരിക വേദിയുടെ വലിയ പരിപാടിയാണ്, അതിൽ ഒരു വലിയഅവാർഡ് കിട്ടുക എന്നുവച്ചാൽ വളരെ നല്ല കാര്യമാണ്, പലരും കൊതിക്കുന്ന, പലരും കണ്ണിൽ മഷിയിട്ട് നോക്കിയിരിക്കുന്ന വലിയ അവാർഡ്.

സാറ് ഭാഗ്യവാൻ ആണ്. ജോസഫ് കളിയും കാര്യവും ഒരുപോലെ പറഞ്ഞു.

സാറെ ഒരു പ്രശ്നം ഉണ്ട്, ചേർത്ത് വച്ച ഫോണിനോടൊപ്പം തണുത്ത മഴവെള്ളം ഒലിച്ചിറങ്ങി.

കുറച്ചു മാസികകൾ സാറു കൈവശം കരുതണം, സാറിന്റെ കഥകൾ വായിച്ചവർ കാണുമായിരിക്കും, എന്നാലും... ഒരു ഉറപ്പിന്...

നമ്മുടെ ആൾക്കാർ സാറിനെ വാനോളം പുകഴ്ത്തും, അതിൽ സാറിന്റെ കഥകൾ വായിച്ചവർ കാണും, ഇല്ലാത്തവരും കാണും എന്തായാലും സാറിനെ വാനോളം സ്തുതിച്ചു സംസാരിച്ചോളും... ഞാൻ പറഞ്ഞോളാം.

പ്രശസ്തി പത്രവും, ഷീൽഡും പൊന്നാടയും... പിന്നെ... പിന്നെ... ഒരു ലക്ഷം രൂപയും.

പി വി എസി ന്റെ മനസ്സ് വീണ്ടും കിളിർത്തു...

ജോസഫ് തുടർന്നു...

ഒരു കണ്ടിഷൻ മാത്രം...

അക്ഷരങ്ങൾ മുറിഞ്ഞ പോലെ വാക്കുകൾ വരുന്നില്ല

പി വി എസ് ന്റെ മനസ്സിൽ ഏന്തെല്ലാമോ വേലിയേറ്റങ്ങൾ...

ജോസഫിന്റെ അടുത്ത വാക്കിനായി കാത്തിരുന്നു...

സാറിന്റെ മറുപടി പ്രസംഗത്തിൽ ആ വലിയ തുക സംഘടനയുടെ ചാരിറ്റി ഫണ്ടിലേക്ക് കൊടുക്കുന്നു എന്ന് പ്രത്യേകം പ്രഖ്യാപിക്കണം.

പിന്നെ സാറ് മീറ്റിങ് കഴിഞ്ഞു സ്റ്റേജിൽ നിന്നും പുറത്തേക്ക് ഇറങ്ങുമ്പോൾ സാംസ്കാരിക സെക്രട്ടറി സീൽ ചെയ്ത വെള്ള കവറിൽ ഒരു ചെറിയ തുക സാറിന്റെ വെള്ള ജുബ്ബയുടെ വലിയ പോക്കറ്റിൽ നിക്ഷേപിച്ചോളും...

തെന്നി മാറി വരുന്ന ഒരു ഇടിയോ മിന്നലോ വഴിമാറി തന്നിലേക്ക് വന്നിരുന്നെങ്കിൽ...

അറിയാതെ ആശിച്ചു പോയി...

നടന്നു നടന്ന് വീടെത്തി, മുഴിഞ്ഞ ജുബ്ബയും മുണ്ടും, മഴയും നനഞ്ഞു വല്ലാത്ത ഒരു കോലം, ഒരേ വേഷത്തിൽ രണ്ടു ദിവസം... യാത്രാക്ഷീണം... കണ്ണുകളിലെ നൈരാശ്യം... എപ്പോഴോ വീടെത്തി...

ഡോർ ബെല്ലടിച്ചു, വാതിൽ തുറന്ന ഭാര്യയുടെ ദയനീയ നോട്ടം. ഒന്നും സംസാരിച്ചില്ല. നേരെ അയാൾ തന്റെ എഴുത്തു മുറിയിൽ കയറി വാതിലടച്ചു...!

സൈലന്റ് ഇന്റിമെസി

അടഞ്ഞ കോൺഫറൻസ് റൂമിലെ എയർ കണ്ടിഷൻ മുറിയിലിരുന്ന സത്യമൂർത്തി സാർ വിയർക്കുന്നുണ്ടായിരുന്നു. പുതിയ പ്രോജെക്റ്റിന്റെ സംശയ നിവാരണത്തിന്റെ പേരും പറഞ്ഞ് സാറിനോടൊപ്പം കേറിക്കൂടിയതാണ് എഞ്ചിനീയർ പഞ്ചമി.

ഒറ്റയ്ക്ക് അൽപ്പം സമയം ചിലവഴിക്കണം, മൂർച്ചയുള്ള ആയുധത്തേക്കാൾ വലിയ വാക്കുകൾ പ്രയോഗിക്കണം, അതും മുഖത്ത് നോക്കി. മറ്റുള്ളവരുടെ മുൻപിൽ അതു പറ്റില്ല, ദൈവമായി ഒരുക്കിയ അവസരം സർക്കാരിന്റെ വളരെ വലിയ പുതിയ പ്രൊജക്റ്റ്.

ശുദ്ധജല പദ്ധതി...

വലിയ പ്രൊജക്റ്റ്, പൊതുജനങ്ങളുടെ നീണ്ട കാത്തിരിപ്പിനൊടുവിൽ, ഏത്രയോ കാലത്തെ പഠനത്തിനും ചർച്ചകൾക്കൊടുവിൽ രൂപം കൊണ്ട പുതിയ വലിയ പ്രൊജക്റ്റ്...

രാവിലെ പത്തു മണിക്ക് എത്താമെന്നു സമ്മതിച്ചതാണ് പക്ഷെ വൈകി, ഒരു മണിക്കൂർ താമസിച്ചാണ് സാറെത്തിയത്.

സത്യമൂർത്തി ഈ പേര് പഞ്ചമിക്കു നല്ല പരിചയം ഉണ്ടായിരുന്നു, കാലമെത്ര കഴിഞ്ഞാലും... ആളുടെ രൂപം മാറി.

പുതിയ ഒരു കുടിവെള്ള പദ്ധതി. കുടിവെള്ളം കിട്ടാതെ അലയുന്ന നിരവധി ജനങ്ങൾ, വലിയ ഒരു കെട്ടിടം വാടകക്ക് എടുത്തിട്ട് തുടങ്ങിയ പ്രാരംഭ ജോലികൾ, തുടങ്ങിയിട്ട് അധിക കാലമായില്ല.

പ്രൊജക്റ്റ് എഞ്ചിനീയർ മാരുടെ കൂട്ടത്തിൽ ഒരു യുവതിയും, ഇത്തരം പ്രോജക്ടിൽ ഏറെ പരിചയം ഉള്ളവൾ നോർത്ത് ഇന്ത്യയിലും മറ്റും ജോലി ചെയ്തു ഏറെ പരിചയം ഉള്ളവൾ.

അതിവിടെ പ്രാവർത്തികമാക്കണം വലിയ പ്രൊജക്ട് തുടങ്ങാൻ ഏതാനും മാസങ്ങൾ കൂടി മാത്രം, ഓരോ രണ്ടു ദിവസം കൂടുമ്പോഴും, പ്രൊജക്റ്റ് പുരോഗതിയുടെ വിവിധ വശങ്ങൾ വിലയിരുത്തണം ഒരു മേശക്കു ചുറ്റുമിരുന്നു തിരുത്തലും, കൂട്ടലും കിഴിക്കലും ഒന്നല്ല പല വട്ടം, എല്ലാം കഴിഞ്ഞ് ഗവണ്മെന്റ് പ്രതിനിധികൾ എത്തും അവരുടെ അംഗീകാരം കൂടി കിട്ടിയാൽ പ്രൊജക്റ്റിന്റെ അംഗീകാരമായി.

മടുപ്പിൽ നിന്നൊരു മോചനത്തിനായി, പലരും വാഷ്റൂമിലും, വരാന്തയിലും, കൂടാതെ ചൂട് ചായയുമായി മരത്തണലിലും.

കിട്ടിയ അവസരം പരമാവധി പ്രയോജനപ്പെടുത്തുക അതേ അതാണ് വേണ്ടത്. സ്വയം മനസ്സിൽ ഉരുവിട്ടു.

പുറത്ത് ശക്തമായ കാറ്റ് ആർത്തലക്കുന്നു

'സാറ് നീലിമയെ ഓർക്കുന്നുണ്ടോ ?'

ഒരിക്കലും പ്രതീക്ഷിക്കാത്ത ചോദ്യമായിരുന്നു അത്..

നേരെ മുഖത്തു നോക്കി പറഞ്ഞു

'ഇല്ല.'

'ഇല്ലെന്നോ' പഞ്ചമി വിട്ടുകൊടുക്കാൻ തയ്യാറല്ലായിരുന്നു

'ഒന്നോർത്തു നോക്കിക്കേ സാറെ...'

അവളുടെ ചുവന്ന കണ്ണുകൾ സാറിന് നേരെ... പഞ്ചമി രണ്ടും കല്പിച്ചാണ്..

ഇതുപോലൊരവസരം, ഇനി ഒരിക്കലും കിട്ടില്ല!

മറ്റു സ്റ്റാഫ് എല്ലാം നീണ്ട മീറ്റിംഗിന്റെ മുടുപ്പിൽ തന്നെ...

ഇനി ഇതുപോലൊരു അവസരം സ്വപ്നത്തിൽ മാത്രം...

കിട്ടിയ അവസരം പരമാവധി പ്രയോജനപ്പെടുത്തുക

പത്തു വർഷങ്ങൾക്കു മുൻപ് ഫുൾ കഷണ്ടി ആയിരുന്ന സത്യമൂർത്തി സാറിന്റെ തലയിൽ ഹെയർ പ്ലാന്റ്കാരുടെ ജാല വിദ്യകൾ.

അവിശ്വസനീയമായ മാറ്റങ്ങൾ, മുഖത്തെ ചുളിവുകൾ അൽപ്പം കുറഞ്ഞിരിക്കുന്നു, ഓരോ വർഷം കഴിയും തോറും പ്രായം ഏറുകയല്ലേ വേണ്ടത്, ഇയാൾക്ക് കുറഞ്ഞിരിക്കുന്നു.

നീലിമ എന്ന പേര് സാറിനെ ഇപ്പോഴും വട്ടം കറക്കുന്നുണ്ട് തീർച്ച.

സാറിന് ഒന്നും വയ്യാത്ത ഒരവസ്ഥ, കൈപ്പും മധുരവും ഓർമകളുടെ ഒരു പ്രവാഹം, ഒരു തേരോട്ടം തന്നെ... മനസ്സിൽ നിന്നും മാഞ്ഞു പോയതിനെ ഇവൾ, ഈ പീറപെണ്ണ് പൊക്കികൊണ്ട് വന്നിരിക്കുന്നു.. മൂർത്തി സാറിന്റെ തിളയ്ക്കുന്ന ചിന്തകൾ

ജീവിതം തന്നെ ഒരു പെൻഡുലത്തിൽ ആടി ഉലഞ്ഞ നാളുകൾ... ആരും അറിയില്ലെന്ന് കരുതിയാണ് തികച്ചും വിഭിന്നമായ ഒരു മേഖലയിലേക്ക് ചേക്കേറിയത്, അവിടെയും നുഴഞ്ഞു കയറ്റക്കാർ ഒരു മടിയും കൂടാതെ.

ഉരുകിത്തീരുവാൻ വിധിക്കപ്പെട്ട ഈ ജന്മത്തിൽനിന്നും ഇനിയും മോചനമില്ലേ പത്തു വർഷം മുൻപ് നടന്ന ആരും അറിയാത്ത ഒരു സംഭവം ഒരു തിരശ്ശീലയിൽ എന്നപോലെ മിന്നി മാറുന്നു. സത്യമൂർത്തി

സാർ ഏതോ ഒരു ലോകത്ത്..

അധഃകൃത സമൂഹത്തിന്റെ ഉന്നമനത്തിനായി കേന്ദ്ര ഗവണ്മെന്റിന്റെ പ്രത്യേക പ്രോജെക്ടിന്റെ ഭാഗമായ ഗോത്ര സമൂഹത്തെ ഉദ്ധരിക്കുവാൻ വന്ന മാന്യനായ എമ്പോക്കി, ഒരു വലിയ ഉദ്യോഗസ്ഥൻ, പഞ്ചമിയുടെ അനുജത്തിയുടെ മാനത്തിന് വില പറഞ്ഞവൻ.

കേസിനും മറ്റും പോകണ്ടാന്നു പറഞ്ഞ് ഒരു കെട്ട് നോട്ടുമായി മറ്റൊരാൾ വശം വില പേശാൻ വന്ന മാന്യൻ.

മനസ്സ് എപ്പോഴും ഒരു വരണ്ട വേനൽ പോലെ

ചെയ്ത തോന്ന്യവാസത്തിന് കുറച്ചുകാലം ജയിൽ ശിക്ഷ, പിന്നെ സസ്പെൻഷൻ, പിന്നെ നീണ്ട കാത്തിരിപ്പിനു ശേഷം എങ്ങനെയോ വീണ്ടും കയറിപ്പറ്റി ആദ്യത്തെ പോസ്റ്റിംഗിന്റെ ഭാഗം ഇവിടെ തന്നെ, സർക്കാരിന്റെ പ്രതിനിധി..

ഷോക്കേറ്റ മനസ്സും ശരീരവും, ഇതുവരെയും മോചിതമായിട്ടില്ല !

നീലിമയുടെ ചേച്ചിയാണ് ഞാൻ പഞ്ചമി.

ഞങ്ങൾ പോരാടി ഒരു സമൂഹം മുഴുവനായി, ഒടുവിൽ നിങ്ങളെ ജയിലിൽ അടപ്പിച്ചു, ജോലിയിൽ നിന്നും പുറത്താക്കി... പിന്നെയും നിങ്ങൾ.

പണത്തിന്റെ ഹുങ്ക്... രാഷ്ട്രീയ പിടിപാട്. എങ്ങിനെ ഒക്കെയോ വീണ്ടും കയറി കൂടി അല്ലെ....

ആരും ഇല്ലാത്ത നേരം നോക്കി ഞങ്ങളുടെ ചെറിയ വീട്ടിൽ കയറി കൂടി അവളെ നിങ്ങൾ...

എട്ടും പൊട്ടും അറിയാത്ത എന്റെ കുഞ്ഞനുജത്തിയെ...

പഞ്ചമി അന്ന് നോർത്തിൽ പഠിക്കുന്ന കാലം, പഠിത്തത്തിന്റെ പാതി വഴിയിലായിരുന്നു, നാട്ടുകാരും കോളനി വാസികളും കൂടി അരയും തലയും മുറുക്കി സത്യം തീരെ ഇല്ലാത്ത സത്യമൂർത്തിയെ തടഞ്ഞുവച്ചു പോലീസിൽ ഏൽപ്പിച്ചു.

എന്റെ അനുജത്തി ഇന്നും സമനില നഷ്ടപ്പെട്ടവളായി ജീവിക്കുന്നു, ഞങ്ങൾക്ക് നോക്കാൻ കഴിഞ്ഞില്ല, ഞങ്ങളുടെ പരിമിതികൾ, സെപ്ഷ്യൽ കെയർ. മെന്റൽ ഹോസ്പിറ്റലിലാണ് ഇപ്പോഴും.

എന്റെ അച്ഛനും അമ്മയും മറ്റുള്ളവരും നീറിനീറി കഴിഞ്ഞ എത്രയോ വർഷങ്ങൾ... അതൊന്നും നിങ്ങൾക്ക് അറിയേണ്ടല്ലോ...

ഒരു കാര്യത്തിൽ സമാധാനം, നീണ്ട കാത്തിരിപ്പിനൊടുവിൽ കിട്ടിയ പെൺകുഞ്ഞും, നിങ്ങളുടെ ഭാര്യയും നിങ്ങളെ ഇട്ടേച്ചു പോയില്ലേ? അവർക്ക് അല്പം മാനമുണ്ട് നിങ്ങളെ പോലത്തെ ഒരു ആഭാസ

നോടൊപ്പമുള്ള ജീവിതം ഉപേക്ഷിച്ചു, മുറിച്ചു മാറ്റി...

എന്നിട്ടും നിങ്ങൾ പിന്നെയും ബാക്കി, എന്തിന് ? ജീവിതം അവസാനിപ്പിച്ചു കൂടെ മിസ്റ്റർ ?

മൂർച്ചയുള്ള വാക്കുകളുടെ തീപ്പൊരിയിൽ കത്താതെ അവൾ ജ്വലിച്ചു നിന്നു.

പഞ്ചമി അവളൊരു പെണ്ണാണ്.

പത്താണിനു പകരം വയ്ക്കാവുന്ന ഒരു പെണ്ണ്.

വെന്തുരുകുന്ന ചിന്തകളും പ്രവർത്തികളും

നാളെ നടക്കാനിരിക്കുന്ന ദുരന്തം എന്തായിരുന്നാലും ശരി.

തന്റെ മുൻപിൽ വരുന്ന ഓരോ പെൺതരിയും നേർച്ച കോഴികളെ പോലെ കഴുത്തു നീട്ടി തരുമെന്ന് നീ കരുതിയോ ?

കെട്ട ചിന്തകൾ അന്ന് നിങ്ങളെ കെട്ടി ഏല്പിച്ചതെന്ത് ?

ഗതികെട്ടവന്റ ഗതികേടുകൾ പോലെ വില്ലാളി വീരൻമാരെല്ലാം വിനീതരാകുന്ന അവസ്ഥ...

സത്യമൂർത്തി സാറിന്റെ ശരീരം വെട്ടി വിറച്ചു, വിയർപ്പു തുള്ളികൾ തലയിൽ നിന്നും നെറ്റിയിലേക്കും കവിളിലേക്കും ഒലിച്ചിറങ്ങുന്നു...

കണ്ണുകൾ പുറത്തേക്ക് ഉന്തി വലിയ ഒരു ബൾബ് പോലെ ! കൈവിട്ടുപോയത് നേടി എടുക്കാൻ ശ്രമിക്കുന്ന വികലമായ ചിന്തകൾ...

ഒന്നും രണ്ടുമല്ല പലതും പറഞ്ഞു, ഇനി ഒരിക്കലും ഇതുപോലൊരു അവസരം കിട്ടില്ല, ഒന്നും രണ്ടുമല്ല വായിൽ വന്നതൊക്കെ പറഞ്ഞു, തല്ലിയാലോ എന്നുവരെ ചിന്തിച്ച നിമിഷങ്ങൾ..

മതിയാവോളം പറഞ്ഞു...

ഒടുവിൽ കൈയിലിരുന്ന ചുവന്ന മാർക്കർ പേന അയാളുടെ മുഖത്തേക്ക് വലിച്ചെറിഞ്ഞിട്ട് മീറ്റിംഗ് റൂമിന്റെ വാതിൽ വലിച്ചടച്ചു പുറത്തേക്കിറങ്ങി !

പിന്നീട് ആരും പഞ്ചമിയെ കണ്ടിട്ടില്ല, ദിവസങ്ങൾ കുറെ ആയി, താമസസ്ഥലത്ത് ആളെ വിട്ട് അന്വേഷിപ്പിച്ചു... അന്ന് രാത്രിയിൽ തന്നെ അവൾ സാധനങ്ങൾ എല്ലാം പാക്ക് ചെയ്ത് മുറി വിട്ട് ഇറങ്ങിയതാണ്.

പുതിയ പ്രോജക്റ്റിന്റെ പ്രധാന റോളാണ് പഞ്ചമി വഹിച്ചിരുന്നത്, അങ്ങനെ ഒരാൾ പെട്ടെന്ന് അപ്രത്യക്ഷമായാൽ പലതും അവതാളത്തിലാവും, ഡിസൈനും പേപ്പർ വർക്സ് മുഴുവനും പൂർത്തിയായി കൊണ്ടിരിക്കുന്നു ഏതാനും ആഴ്ചകൾക്കുള്ളിൽ വർക്ക് തുടങ്ങേണ്ടതാണ്, നിരന്തരം ബന്ധപ്പെട്ടു കൊണ്ടിരുന്ന മോബൈൽ നമ്പർ സ്വിച്ച്

ഓഫായിട്ട് കുറച്ച് ദിവസമായി...

ഇനി ഏക വഴി, ജോയിൻ ചെയ്തപ്പോൾ തന്ന അഡ്രസ്സ് നോക്കി ഒരന്വേഷണം വയനാട്ടിലേക്ക്...

ഓരോ ഹെയർ പിൻ വളവുകളും കയറും തോറും ആടി ഉലയുന്ന പഴയ ബസ്, നിരപ്പായ സ്ഥലങ്ങളിലൂടെ ഉള്ള ദീർഘകാലത്തെ ഡ്രൈവിംഗ് കുതിപ്പ്, ഈ കൊടും വളവിൽ വേണ്ടെന്ന് ഡ്രൈവർക്ക് തന്നെ തോന്നി, എങ്കിലും എപ്പോഴെല്ലാമോ വാഹനം സഡൻ ബ്രേക്ക്, വളവ്, വയനാടൻ ചുരത്തിലെ നേരിയ കോടമഞ്ഞിൽ മയക്കത്തിന്റെ ആലസ്യത്തിൽ നിന്നും പലരും പിടഞ്ഞെഴുന്നേറ്റു.

അതിരാവിലെ ആയതുകൊണ്ട് ആകാശത്തെ വെളുത്ത പഞ്ഞി കെട്ടുകൾ മലയടി വാരത്തു നിന്നും ഒഴുകി അകലും പോലെ !

രാത്രിയുടെ സുഖസുഷുപ്തിയിൽ നിന്നും വീണ്ടും അനന്തമായ ആകാശത്തേക്കൊരു യാത്ര, നീണ്ടമലകൾക്കിടയിലുള്ള ദൂരം താണ്ടാൻ കെൽപ്പുള്ള ഏതാനും അപൂർവ പക്ഷികൾ മാത്രം അന്തരീക്ഷത്തിൽ വട്ടമിട്ടു പറക്കുന്നു.

ഓരോ വളവും അതിമനോഹരം, റോഡിന്റെ ഇരു വശത്തുള്ള നീണ്ട ഗർത്തത്തിൽ തലയെടുപ്പോടെ നിൽക്കുന്ന വലിയ മരങ്ങൾ, നീണ്ട വലിയ മരങ്ങളുടെ അഗ്രഭാഗങ്ങളിൽ തൊട്ടു തൊട്ടില്ല എന്ന പോലെ, ഓരോ മരങ്ങളും ആകാശത്തേക്ക് എത്തി നോക്കികൊണ്ടിരുന്നു. രണ്ടും കല്പ്പിച്ചു രാത്രിയുടെ മൂർദ്ധന്യാവസ്ഥയിൽ കയറി പറ്റിയതാണ് ഈ സർക്കാർ ബസ്സിൽ, നേരം വെളുക്കുമ്പോഴേക്കും സ്ഥലത്ത് എത്തണം, അപരിചിതമായ സ്ഥലം, ആൾക്കാർ, ചുറ്റുപാടുകൾ, രാവിന്റെ, ഇരുളിന്റെ മറവിൽ പതിയിരിക്കുന്ന അപകടങ്ങൾ വയ്യാ വേണ്ട.

ഒരു പകൽ മുഴുവനും അന്വേഷണം നടത്തണം... പഞ്ചമിയെ എങ്ങനെയെങ്കിലും കണ്ടെത്തണം അത്ര മാത്രം! അവസാന ശ്രമം !

ചുറ്റും കോടമഞ്ഞും, മരങ്ങളും ചെടികളും ആകപ്പാടെ ഒരു പച്ചമയം, കുളിർമയുടെ ഉണർവ് ഏതോ ഒരു ലോകത്ത് എത്തിപ്പെട്ടപോലെ എങ്കിലും തൊണ്ട വരളുന്നു കുപ്പിയിലെ വെള്ളം ഒരു കവിൾ ഇറക്കി. ഈ ഒരു പകൽ ഇതിനു വേണ്ടി മാത്രം അയാൾ നീക്കി വച്ചു, കണ്ടെത്തണം വിജയിക്കാത്ത ദൗത്യങ്ങൾ പിന്നെയും ബാക്കി നിൽക്കുന്നു.

ഒരു പ്രതീക്ഷ പിന്നെയും ബാക്കി നിൽക്കുന്നു. വയനാട്ടിലേക്കുള്ള എളുപ്പവഴി പറഞ്ഞു കൊടുത്ത പാവപ്പെട്ട മനുഷ്യൻ കരിന്തണ്ടനെ തളച്ച ആൽമരവും കത്തുന്ന ദീപവും ആത്മാവും ചുറ്റിനും പേടിപ്പെടു

ത്തുന്ന എന്തോ ഒന്ന്...

ബ്രിട്ടീഷ് കാരന്റെ ക്രൂരവിനോദം, പേരിനും പെരുമയ്ക്കും വേണ്ടി അവരെന്തും ചെയ്യും, എവിടെ പോയാലും അവർക്ക് ജയിക്കണം, അതൊരു ജന്മാവകാശം പോലെ ഒരുപാട് വർഷങ്ങൾക്ക് മുൻപ് നടന്ന സംഭവം... ഇന്നും ആത്മാവിനെ തളച്ച ഒരാൽമരവും. ലക്കിടി പിന്നിട്ടു ഇനിയും ഒരുപാട് യാത്രയുണ്ട്, തന്നെയുമല്ല ബസ് ഇറങ്ങി ഒരുപാട് ഉള്ളിലേക്ക് പോകണം, ഗോത്ര സമൂഹത്തിന്റെ അടുത്തെത്തണം.

വളവുകളും തിരിവുകളും കുറെ കഴിഞ്ഞിട്ടും, വണ്ടി ഓടിയിട്ടും ഓടിയിട്ടും എത്തുന്നില്ല ക്ഷമകെട്ട നിമിഷങ്ങൾ..

മൊബൈൽ ഓഫാക്കിയിട്ട് കുറച്ചുദിവസങ്ങളായി, പ്രോജക്ടിന്റെ പ്രധാനപെട്ട പലതും ഇപ്പോളും പഞ്ചമിയുടെ കൈവശം ആണ് അവളുടെ കൂർമ്മ ബുദ്ധി പലരെയും ഞെട്ടിച്ചു.

ജനങ്ങൾക് ഏറെ പ്രയോജനം ചെയ്യുന്ന വലിയ പ്രൊജക്റ്റ്. അതാണ് എല്ലാവരും സ്വപ്നം കണ്ടത്, അതിലേക്ക് എത്തും മുൻപേ അത് കപ്പിനും ചുണ്ടിനും ഇടക്ക്....

ഏതോ ഒരു പ്രത്യേക സമുദായത്തിൽ പെട്ട ഒരു സ്ത്രീ, അവർക്ക് എന്തെല്ലാമോ ഒരു പാട് പ്രത്യേകതകൾ പലർക്കും കാണാത്തത്... എല്ലാം ഉപേക്ഷിച്ചു.. അപ്രത്യക്ഷമായി ഇനിയും ഉത്തരം കിട്ടാത്ത ചോദ്യങ്ങൾ...

ലോകം കീഴടക്കാൻ ഒരു പുഞ്ചിരി മാത്രം മതിയെന്ന് അവൾ പലപ്പോഴും പറഞ്ഞത് ഓർക്കുന്നു.

എപ്പോഴും പുഞ്ചിരിച്ചു കൊണ്ടു തന്നെ എല്ലാ ഇടപാടുകളും നടത്തികൊണ്ടിരുന്നു അതിൽ അവൾ പൂർണമായും വിജയിച്ചു, ആരെന്തു പറഞ്ഞാലും വിശ്വസിക്കില്ലായിരുന്നു, എല്ലാറ്റിനും സ്വന്തമായ ഒരു കൺ ക്ല്യൂഷൻ അത് മറ്റുള്ളവർ അംഗീകരിക്കും പലതിനെയും നർമത്തിൽ ചാലിച്ചും പുഞ്ചിരി തൂകിയും അവതരിപ്പിക്കും ആരുടെയും ഹൃദയത്തിൽ കോറി ഇടുന്ന തീ നാളങ്ങൾ പോലെ.

യാത്രക്കിടയിലും പഞ്ചമിയുടെ മൊബൈലിലേക്ക് വിളിച്ചു കൊണ്ടിരുന്നു, അതിശയം...എപ്പോഴോ അത് ശബ്ദിക്കുന്നു, പ്രതികരണം ഇല്ല. ശ്രമം തുടർന്നുകൊണ്ടിരുന്നു, പിന്നീടെല്ലാം മൊബൈൽ ഓഫായിരിക്കുന്നു.

അനൂപ് നീ പോകണം, പലപ്പോഴായി നമ്മൾ ഇന്റർവ്യൂവിനു പോയതല്ലേ, അവിടെ, ഇപ്പോൾ നിന്നെ പോലെ ഒരാളെ ആണ് അവർക്കാവശ്യം, നിന്നെ അവർ എടുക്കും തീർച്ച.... ബാക്കി എല്ലാം ഞാൻ പറ

ഞ്ഞ് തന്നോളം എനിക്കെല്ലാം ബൈഹാർട്ട് ആണ്, പിന്നെ സത്യ മൂർത്തി... അവനെ എന്തു ചെയ്യണമെന്ന് നമുക്ക് നമ്മുടെ ഗ്രൂപ്പിൽ ചർച്ചകൾ നടത്താം, മറ്റാരും അറിയാതെ മാറ്റാരുടെയും സഹായമില്ലാതെ.

ഇതവന്റെ അവസാന പ്രൊജക്റ്റ് ആയിരിക്കണം.

നമുക്ക് നമ്മുടെ നീതി (കാട്ടുനീതി) നടപ്പാക്കണം. അനൂപ് പഞ്ചമിയുടെ പ്രിയ കൂട്ടുകാരൻ ഒരുമിച്ച് പഠിച്ചവൻ, ഒരുമിച്ച് ജീവിത തോണി തുഴയാൻ തയ്യാറായവൻ, സ്വപ്നങ്ങൾ നെയ്യ്തവർ, അനീതിക്കു എതിരെ പോരാടാൻ തയ്യാറായവർ.

ഒരു പകൽ മുഴുവൻ അയാൾ വയനാടിന്റെ പല ഭാഗങ്ങളിലായി അന്വേഷണം നടത്തി, പഴയ സ്ഥലത്തുനിന്നും മാറി അടുത്തുള്ള ഏതോ താഴ്‌വാരത്തിലേക്കവർ താമസം മാറ്റിയിരുന്നു അവിടെ എത്തിപ്പെടുവാൻ ദുഷ്കരം തന്നെ. മൂടിക്കെട്ടിയ അന്തരീക്ഷം., ചിലപ്പോൾ ചില ദിവസങ്ങളിൽ ഉച്ച കഴിഞ്ഞാൽ കോടമഞ്ഞിന്റെ പ്രവാഹം അതിശക്തം പിന്നെ ദൂരക്കാഴ്ച ഇല്ലേ ഇല്ല, മടങ്ങുക മാത്രമേ വഴിയുള്ളു.

പിന്നീട് എപ്പോഴോ പുതിയതായി ജോലിയിൽ പ്രവേശിച്ച ചെറുപ്പക്കാരൻ പ്രൊജക്റ്റ് കാര്യങ്ങൾ എല്ലാം മനോഹരമാക്കി, സംശയം തീരെ ഇല്ലാതെ തന്നെ ഓരോന്നും ചെയ്തു കൊണ്ടിരുന്നു.

ഒരു ദിവസം രാവിലെ വന്ന പത്രത്തിൽ പുതുതായി ഉയർന്നു വന്ന ഒരു വലിയ തീവ്രരാഷ്ട്രീയ ഗ്രൂപ്പും അതിന്റെ സംശയാലുക്കളായ കുറെ നേതാക്കളും, അതിന്റെ മദ്ധ്യേ അവളുടെ ഒരു ഫോട്ടോയും, പുതിയ രൂപത്തിൽ പുതിയ വേഷത്തിൽ.

ഒന്നും കൂടി സൂക്ഷിച്ചു നോക്കി, അതേ അതു പഞ്ചമി തന്നെ പഴയ രൂപത്തിനും ഭാവത്തിനും ഒരുപാട് മാറ്റം പുതിയ വേഷത്തിൽ പുതിയ രൂപത്തിൽ.

ബൈസ്റ്റാൻഡേഴ്സ്

കഴുത്തിൽ കിടന്ന ഷാൾ എടുത്തു മാറ്റി, ക്ലിപ്പുകൾ അകത്തി, മുടിവിടർത്തി ഫുൾ സ്പീഡിൽ കറങ്ങുന്ന ഫാനിന്റെ കീഴിൽ ഏറെനേരം നിന്നു അങ്കിത. ആളും ആരവവും ഒഴിഞ്ഞ സമാധാന പരമായ അന്തരീക്ഷം തിരമാല ഒഴിഞ്ഞ കടൽ തീരം പോലെ ശാന്തം, എങ്കിലും മനസ്സിന്റെ വേവലാതി പിടികിട്ടാപുള്ളിയെ പോലെ ഒഴുകി നടക്കുന്നു. സാദാചാര പ്രവൃത്തി ആയാലും ദുരാചാര പ്രവൃത്തി ആയാലും സഹിക്കുന്നതിനും ഒരതിരില്ലേ. ഒരു പറ്റം ആൾക്കാരോട് പൊരുതി വീണു ഒടുവിൽ എങ്ങിനെയൊക്കെയോ സാറുമായി രക്ഷപ്പെടുകയായിരുന്നു ശരിക്കും ഒരു രക്ഷപ്പെടൽ.

അർത്ഥമില്ലാത്ത മെഴുകു വാചകങ്ങൾ, തലങ്ങും വിലങ്ങും പലരും പലതും പറഞ്ഞു. അച്ഛനും മകളും അല്ല, സഹോദരനും സഹോദരിയും അല്ല, ഭാര്യയും ഭർത്താവും അല്ല.

ആൾ കൂട്ടത്തിൽ നിന്നും അലയടിച്ചു വരുന്ന ശാപ വാക്കുകളും ശകാരങ്ങളും ഒന്നിന് പുറകെ ഒന്നായി, എല്ലാം സഹിച്ചു, ഒടുവിൽ കായികമായ പ്രഹരങ്ങൾ, കയ്യേറ്റം. സഹിക്കാവുന്നതിലും അങ്ങേ അറ്റം, ഒരുപറ്റം അപരിചിതരുടെ മുന്നിൽ, നിസ്സഹായതയോടെ.

സന്ധ്യമയങ്ങും നേരം വഴിതെറ്റി വന്ന ഞങ്ങൾ, വഴി ചോദിച്ചത് മുതലാണ് എല്ലാറ്റിന്റെയും തുടക്കം, പാതി വഴിയിൽ പകച്ചു നിന്നു, അറിയാത്ത വഴികൾ അപരിചിതരായ ജനങ്ങൾ, ആദ്യമെല്ലാം പതുക്കെ തുടങ്ങിയ സംഭാഷണങ്ങൾ, പിന്നെ ചോദ്യങ്ങളായി, എപ്പോഴാ ശബ്ദശകലങ്ങൾ ഉച്ചസ്ഥായിൽ. സദാചാര വാദികൾ ഒന്നല്ല രണ്ടല്ല നിരവധി ചുറ്റിനും.

പുത്തൻ കാറിനു ചുറ്റും തർക്കങ്ങളും, ഉച്ചത്തിലുള്ള ആക്രോശങ്ങളും നാൽക്കവലയുടെ ഭാഗത്തുനിന്നും പലരും ഓടിക്കൂടി.

അവരുപോയ്ക്കോട്ടെ ... അവരെ വിട്ടേക്കുക...

തലയും താടിയും നരച്ച ഒരു വയസ്സന്റെ വാക്കുകൾ പോലും ആരും മുഖ വിലക്കെടുത്തില്ല. ആൾക്കൂട്ടത്തിന്റെ ശകാരവും ശാപവാക്കുകളും ഇപ്പോഴും കാതിൽ മുഴങ്ങുന്നു.

സ്വയം നിയമം കയ്യിൽ എടുക്കാൻ വേണ്ടി മാത്രം തുനിഞ്ഞിറങ്ങുന്ന ഒരു പറ്റം ആൾക്കാർ. സമാധാനപരമായി സ്വൈര്യവിഹാരം നടത്താൻ പോലും അനുവദിക്കാത്ത പുതിയ തലമുറ എന്തിനും ഏതിനും ദോഷെയ്ക ദൃഷ്ടിയാൽ വീക്ഷിക്കുന്ന ഒരു സമൂഹം. കൂടുതൽ ആലോചിച്ചു സമയം കളഞ്ഞിട്ടു കാര്യമില്ല.

സാറിന് പ്രാഥമിക ശുശ്രൂഷകൾ നൽകി ആശുപത്രിയിൽ കിടത്തിയിരിക്കുകയാണ്, അത്യാവശ്യ ഡ്രെസ്സും മറ്റും എടുക്കാൻ വേണ്ടിയുള്ള വരവായിരുന്നു അങ്കിത.

ശാരീരിക ക്ഷീണം ഉണ്ടെങ്കിലും മനസ്സ് ഇപ്പോഴും സാറിനോടൊപ്പമാണ്. ഉറങ്ങാത്ത ഒരു രാത്രി, രാത്രി വൈകിയും ഒബ്സെർവേഷനിൽ, കുഴപ്പമില്ലെന്നു ഡോക്ടർ....എങ്കിലും!

നാടും വീടും വിട്ടൊരു യാത്ര പുതിയ കാറിൽ ഒരു ഉല്ലാസ യാത്രക്ക് പുറപ്പെട്ടതാണ് സാറിന് ഒന്നും നോക്കാനില്ല ഇടത്തോട്ടും വലത്തോട്ടും. ഇനി ഉള്ളവർ തന്നെയോ സാറിന്റെ ഒരു തീരുമാനത്തിനും എതിരല്ല എന്നാൽ അങ്കിതയുടെ കാര്യം അങ്ങിനെ അല്ല, തന്നെക്കാൾ ഒരുപാട് പ്രായം ഉള്ള, ഇരട്ടിയിൽ അധികം പ്രായമുള്ള ഒരാളോടൊപ്പമുള്ള വാസം. വീട്ടിൽ എല്ലാവരും നഖശിഖാന്തം എതിർത്തിരുന്നു.

വഴക്കും ബഹളവും ഒഴിഞ്ഞ നിമിഷങ്ങൾ നന്നേ വിരളം, ഒടുവിൽ ആത്മഹത്യാ ഭീക്ഷണിവരെ നടത്തി.. ഒടുവിൽ എങ്ങിനെയോ അവളുടെ പഠിത്തം ഒരു തരത്തിൽ പൂർത്തിയാക്കി.

'അന്വേഷിക്കേണ്ട' എന്ന വ്യക്തമായ ഒരു കുറിപ്പും എഴുതി വച്ച് ഒരു ദിവസം വീട് വിട്ടു, രജിസ്റ്റർ മാര്യേജ്യും നടത്തി. എങ്കിലും ഒരു ചോദ്യം മാത്രം ബാക്കി എന്തിനീ തീരുമാനം എടുത്തു.

ഒരു വാശി, ഒരു സാഹസം അത്ര തന്നെ. ഉള്ളിലെ അവശേഷിക്കുന്ന ചോദ്യം ഇപ്പോഴും ഉത്തരം കിട്ടാതെ തന്റെ യൗവ്വനം തീരും മുൻപേ സാറ് പെട്ടെന്ന് വയസ്സനാകും പിന്നെ അങ്കിത, സാറിനെ പ്രായം കൂട്ടാക്കാതെ, പരമാവധി സ്നേഹിക്കുക... പിന്നീട് ഉള്ള ജീവിതം, സാറിന് എന്തെങ്കിലും സംഭവിച്ചാൽ ?

ആർക്ക് എന്ത് എപ്പോൾ എവിടെ ഒന്നും പറയാൻ പറ്റില്ലല്ലോ പ്രവചിക്കാൻ പറ്റാത്ത ഒരു കാലഘട്ടത്തിൽ ആണല്ലോ നാം. എങ്കിലും എടുത്ത തീരുമാനത്തിൽ ഉറച്ചു നിന്നു സാറിനോട് പറഞ്ഞ വാക്കിൽ.. സാറാണെങ്കിലും സ്നേഹത്തിന്റെ മൂർദ്ധന്യാവസ്ഥയിൽ. അത് അവരെ ഇവിടെ വരെ എത്തിച്ചു.

മഞ്ഞു മലകളിൽ തണുപ്പിൽ ഒറ്റമരമായി വിറച്ചു നിൽക്കുമ്പോഴാ

ണ് പ്രണയത്തിന്റെ ചൂടിനെ സാറു സ്വപ്നം കാണുന്നതെന്നു തോന്നുന്നു. അനുഭവിക്കാനാഗ്രഹിക്കുന്ന എന്നാൽ എവിടെയോ തെന്നി മാറി പോകുന്ന ജീവിതങ്ങളാണ് സ്വപ്നങ്ങൾ. ഇനിയെന്ത്? പലപ്പോഴും ഏകാന്തത യുടെ മുൾമുനയിൽ നിർത്തുന്ന ഒരു ചോദ്യം ? എത്രയോ സമപ്രായക്കാർ സുന്ദരന്മാർ നല്ല ജോലിക്കാർ പലരും മുന്നോട്ടു വന്നതാണ്.

കോളേജിൽ വലിയ കോളിളക്കം ഒന്നും നടത്തിയില്ലെങ്കിലും, പലർക്കും അറിയാം, എല്ലാവരും സഹകരിച്ച സംഭവം. എത്രയും പെട്ടെന്ന് ഹോസ്പിറ്റലിലേക്ക് പോകണം.. അത്യാവശ്യ സാധനങ്ങൾ എല്ലാം വാരിവലിച്ച് ബാഗിൽ കുത്തി തിരുകി. ഭക്ഷണം കഴിച്ചിട്ട് ഒരുപാട് സമയമായി ആശുപത്രികാന്റീനിൽ നിന്നും എന്തെങ്കിലും കഴിക്കണം, എങ്ങിനെയെങ്കിലും ഒരാളുടെയെങ്കിലും ആരോഗ്യം നിലനിർത്തേണ്ടേ, രണ്ടു പേരും വീണാൽ പിന്നെ മറ്റൊരാളെ കണ്ടെത്തണം അല്ലെങ്കിൽ കൂലിക്കെടുക്കണം.

നഷ്ടബോധത്തിന്റെ കാർമേഘങ്ങൾ എവിടെയെല്ലാമോ ഉരുണ്ട് കൂടുന്നു. എന്തിനീ തീരുമാനം എടുത്തു ? കരളിൽ കൊളുത്തിയ എന്തോ ഒന്ന് അതിവിടെ വരെയെത്തി. ആരും ഇല്ലാതിരുന്ന സമയത്ത് ഒരിക്കൽ സാറു പറഞ്ഞു ഞാൻ എത്ര കാലം വേണമെങ്കിലും കാത്തിരിക്കാം കുട്ടിക്ക് വേണ്ടി...

ഇങ്ങനെയും ഒരു സാറുണ്ടോ ? വിവരം ഇല്ലാത്ത സാറന്മാരോ ? കഷ്ടം, കാലം കഴിയുംതോറും രണ്ടുപേർക്കും പ്രായം ഏറിവരും സാറിന്റെ വിവാഹപ്രായം എന്നേ കഴിഞ്ഞിരിക്കുന്നു. അവളുടെ പ്രായം ആകുന്നതേ ഉള്ളു !

സാറിന്റെ താടിയിലും മുടിയിലും അവിടവിടെ ജരാനരകൾ ബാധിച്ചു തുടങ്ങിയിരുന്നു എങ്കിലും സൗന്ദര്യത്തിനും, കണ്ണുകളിലെ തിളക്കത്തിനും ഒരു കോട്ടവും സംഭവിച്ചിട്ടില്ല.

തർക്കവും ഇണക്കവും പിണക്കവുമായി കഴിഞ്ഞിരുന്ന കാലം.. കുറച്ചു കാലം അങ്ങിനെ പോയി പിന്നീട് എപ്പോഴോ ആരോ തുടക്കമിട്ടു, വീണ്ടും പഴയ പോലെ. വളരെ അപ്രതീക്ഷിതമായി ഒരിക്കൽ പുറത്തു നിന്നും കാണുവാനിടയായി. ചെറിയ സംസാരങ്ങളിൽ തുടങ്ങിയ ചർച്ചകൾ പിന്നീട് ഉച്ചസ്ഥായിയിലുള്ള വാക്കുകളുടെ പ്രവാഹമായി ഒന്നിന് പുറകെ ഒന്നായി, ചുറ്റുപാടുമുള്ളവർ ശ്രദ്ധിക്കാൻ തുടങ്ങി ഓടിക്കൂടിയവർ പലതും പറഞ്ഞു കൊണ്ടിരുന്നു, പിന്നീട് എപ്പോഴോ അതവസാനിച്ചു.

ചെറിയ ജോലിയിൽ പ്രവേശിച്ച നാൾ മുതൽ വിവാഹത്തിന് നിരന്തരം നിർബന്ധിച്ചുകൊണ്ടിരുന്നു വീട്ടുകാർ ഒടുവിൽ അവൾക്ക് മുൻപിൽ ഒരു വഴിയേ ഉണ്ടായിരുന്നുള്ളു.

സാറുമായുള്ള അടുപ്പം മറനീക്കി തുറന്നു പറഞ്ഞു. വീട്ടിൽ ആരും അതംഗീകരിച്ചില്ല. ശക്തമായ വഴക്കിനൊടുവിൽ ഒരുദിവസം രാത്രിയിൽ ആരും കാണാതെ അവൾ വീടുവിട്ടിറങ്ങി, ആരും കാണാതെ ആരോടും പറയാതെ ഒരു ചെറിയ കടലാസ്സിൽ നാലുവരി മാത്രം എഴുതി മേശപ്പുറത്തു വച്ചു. വായിച്ചവർ പൊട്ടിക്കരഞ്ഞു. അതിലെ അവസാനത്തെ വാചകം എന്നെ അന്വേഷിക്കേണ്ട.

വഴി മുട്ടിയ ചിന്തകൾ. കഴിഞ്ഞ മണിക്കൂറിലെ അലച്ചിലും ക്ഷീണവും വല്ലാതെ അവളെ തളർത്തി, എത്രയും പെട്ടെന്ന് കുളിച്ച് താൽക്കാലികമായെങ്കിലും നഷ്ടപ്പെട്ട ഊർജ്ജം തിരിച്ചു പിടിച്ച് ആശുപത്രിയിലേക്ക് തിരിച്ചു, യാത്രയിലുടനീളം ഒരേ ഒരു ചിന്തയും പ്രാർത്ഥനയും മാത്രം, സാറിനൊന്നും... സാറിന് എന്തെങ്കിലും സംഭവിച്ചാൽ, ഓർക്കുംതോറും കണ്ണിൽ ഇരുട്ട് കയറും പോലെ പെട്ടെന്ന് ആശുപത്രിയിൽ നിന്നും ഒരു ഫോൺ കാൾ, ഉടനെ വരണം.. എങ്ങനെയോ ആശുപത്രിയിൽ എത്തി, സാറു കിടക്കുന്ന മുറിയിലേക്ക് കടന്നപ്പോൾ, കോട്ടൺ സാരി ഉടുത്ത മുടിയെല്ലാം നരച്ച പ്രായമായ ഒരു സ്ത്രീ ഒപ്പം ചെറുപ്പക്കാരിയായ മറ്റൊരു സ്ത്രീ കൂടി പുറം തിരിഞ്ഞു നിൽക്കുന്നു, അവർ അങ്കിതയുടെ കാലൊച്ച കേട്ടപാടെ നേരെ തിരിഞ്ഞു നിന്നു.

നേരിയ ഒരോർമ മനസ്സിൽ അരിച്ചിറങ്ങി. സാറു പറഞ്ഞിട്ടുണ്ട് ആന്റിയെപ്പറ്റി. കൂടാതെ പുറകെ ചുറ്റിപ്പറ്റി ചേക്കേറാൻ കൂടുതേടി നടക്കുന്ന പക്ഷിയെ പോലെ ഒരാൾ... അനഘ.

പണ്ട് പറഞ്ഞത് നന്നായി ഓർത്തെടുത്തു വകയിലെ ഒരു ആന്റിയും മകൾ അനഘയും, മുറപ്പെണ്ണ് ആണോന്നു ചോദിച്ചാൽ അല്ല, പിന്നെ ? ആ സ്ഥാനത്തു ആരും ഇല്ലായിരുന്നു അവകാശം സ്ഥാപിക്കാൻ... അവസരങ്ങൾ മുതലാക്കാൻ ഒരു ശ്രമം... മിക്കപ്പോഴും അവൾ പുറകെ വരുമായിരുന്നു, വിളിക്കാതെ തന്നെ...

സാറിന് ഇഷ്ടപ്പെടാതിരിക്കാനുള്ള ഏക കാരണം സൗന്ദര്യം മാത്രമല്ല മറ്റ് പലതുമായിരുന്നു... അതിന്നു വരെ അവളോട് പറഞ്ഞിട്ടില്ല

വേവലാതി നിറഞ്ഞ ഒരുപാട് നിമിഷങ്ങൾ... ഡോക്ടറിനെ നേരിട്ടു കണ്ടു. അത്ര നല്ല വാർത്തയൊന്നും ഡോക്ടർ പങ്കുവച്ചില്ല. ഉടനെ തന്നെ വെന്റിലേറ്ററിലേക്ക് മാറ്റണം, ഇടക്ക് കണ്ണ് തുറന്നപ്പോൾ നിങ്ങളെ അന്വേഷിച്ചു.

ഒന്നും സംഭവിക്കരുതേയെന്നു ഉള്ളുരുകി പ്രാർത്ഥിച്ചു കൊണ്ടിരുന്നു. വിലപ്പെട്ട നിമിഷങ്ങൾ, എല്ലാ ഡോക്ടർ മാരും എപ്പോൾ വേണമെങ്കിലും റെഡി, കൂടാതെ ഹാർട്ട് സ്പെഷലിസ്റ്റുകളും.. ഏതു അത്യാഹിത സാഹചര്യത്തെയും അതി ജീവിക്കാനുള്ള ഉപകരണങ്ങൾ വേറെയും.

നിലവിൽ വെന്റിലേറ്ററിലാണ് ഒന്നും പറയുവാൻ ആയിട്ടില്ല ഹൃദയത്തിലേക്കുള്ള രക്ത സഞ്ചാരം അൽപ്പം മന്ദഗതിയിൽ കാത്തിരിക്കുക അത്ര മാത്രം. എങ്കിലും പ്രതീക്ഷക്ക് വകയുണ്ടെന്നു തോന്നുന്നു. ഇടയ്ക്കു കണ്ണ് തുറക്കുന്നു. പിന്നീട് എപ്പോഴോ ഡോക്ടർ പറഞ്ഞു പല അവയവങ്ങളും പൂർണമായി പ്രവർത്തിക്കുന്നില്ല കിഡ്നി, ലിവർ, പാൻക്രിയാസ് അങ്ങിനെ പലതും...

ഹൃദയത്തിന്റെ ശ്വാസഗതികൾ മന്ദഗതിയിൽ, ഇങ്ങനെ ഉള്ളപ്പോൾ സൈലന്റ് അറ്റാക്ക് ഏതു നിമിഷവും ഉണ്ടാവാം. ഒരു പ്രാവശ്യം ഉണ്ടായാൽ പിന്നെയും വരാം കരുതി ഇരിക്കണം. പ്രാർത്ഥനകൾ വേണം നിരന്തരം, എപ്പോഴും ഇവിടെ ആളു വേണം പുറത്തു നിന്നും എന്ത് സഹായമാണ് എപ്പോഴാണ് വേണ്ടത് എന്നറിയില്ലല്ലോ.

ആശുപത്രിയുടെ ഇടനാഴിയിൽ ആളനക്കങ്ങൾ ആത്മാക്കളുടെ വിളയാട്ടം വലിയ വരാന്തയുടെ ഏറ്റവും ഒടുവിലത്തെ മുറിയിൽ കിടന്ന വളരെ പ്രായമുള്ള ഒരു മനുഷ്യൻ യാത്രയായി. നിശ്ശബ്ദമായ നെടുവീർപ്പുകളും ദുഃഖം തളം കെട്ടിയ മുഖങ്ങളുമായി ഒപ്പമുള്ളവർ. മൂന്നു ജന്മങ്ങൾ കാഴ്ച ക്കാരായി അവിടെയും ഇവിടെയും.. കരകാണാ കടലു പോലെ എത്ര നീന്തിയിട്ടും കരയിലേക്ക് എത്താൻ കഴിയാതെ.

ഓടിവരുന്ന ഡോക്ടർ മാരുടെ സംഘം, പുറകെ നഴ്സുമാരും സാറിന്റെ മുറിയിൽ ഇടിച്ചു കയറി... ഒരുപാട് സമയത്തെ കാത്തിരിപ്പിനു ശേഷം.. അവർ പുറത്തേക്ക്...

തെളിഞ്ഞു നിന്ന അന്തരീക്ഷം പെട്ടെന്ന് ഇരുണ്ടു പോയി, പ്രകൃതി തന്നെ സങ്കടത്തിലായപോലെ... ശോക മൂകമായ മുഖങ്ങൾ, ആരും ഒന്നും സംസാരിക്കുന്നില്ല, ഒടുവിൽ എങ്ങിനെയൊക്കെയോ.

ആരോടെന്നില്ലാതെ ഡോക്ടർ പറഞ്ഞു. പെട്ടെന്നുണ്ടായ അറ്റാക്കിൽ സാറു പോയി...

ലോകം തന്നെ കീഴ്മേൽ മറിയുന്ന അവസ്ഥ.... സകല നിയന്ത്രണങ്ങളും നഷ്ടപ്പെട്ട അങ്കിത ഒരു ഭ്രാന്തിയെ പോലെ പലതും ചെയ്തു കൊണ്ടിരുന്നു. തളർന്നു വീഴാൻ തുടങ്ങിയ അങ്കിതയെ ആന്റിയും അനഘയും കൂടി പിടിച്ചു കസേരയിൽ ഇരുത്തി.

വലിയ വായിൽ ഉറക്കെ കരഞ്ഞു അടുത്തുള്ളവരും പുറമെ നി

ന്നും വന്നവരും കൂടി അവളെ ആശ്വസിപ്പിക്കുവാൻ ശ്രമിച്ചു കൊണ്ടിരുന്നു... കരഞ്ഞു അബോധാവസ്ഥയിലായ അങ്കിതയെ ആന്റി ചേർത്തു പിടിച്ചു. എന്ത് പറഞ്ഞ് ആശ്വസിപ്പിക്കും ? ആന്റിക്കും അനഘക്കും വാക്കുകൾ ഇല്ല. ഇനിയുള്ള ജീവിതം? വലിയ ഒരു ചോദ്യചിഹ്നമായി, ഉത്തരം കിട്ടാത്ത ഒരുപാട് ചോദ്യങ്ങൾ പിന്നെയും.

എങ്ങിനെയൊക്കെയോ ആശുപത്രിയിലെ കണക്കുകൾ തീർത്തു. ബാക്കിയെല്ലാം ആന്റിയുടെ മേൽനോട്ടത്തിൽ, തറവാട്ടിലെ എല്ലാവരും സാറിനെ ഒരു നോക്ക് കാണുവാനായി എത്തി ഒപ്പം കോളേജിലെ കുട്ടികളും അധ്യാപകരും ഒരു വലിയ ജനക്കൂട്ടം തന്നെ ഉണ്ടായിരുന്നു.

അറിഞ്ഞിട്ടാണോ, അറിയാഞ്ഞിട്ടാണോ അതോ മനഃപ്പൂർവമോ, അങ്കിതയുടെ വീട്ടിൽ നിന്നും ആരും തന്നെ തിരിഞ്ഞു നോക്കിയില്ല. മൂന്നു കാഴ്ചക്കാർ അവിടെയും ഇവിടെയും...

സാറിന്റെ മരണ ശേഷം സകലതും തല കീഴായി മറിഞ്ഞു, ജീവിതം സാറിന്റെ ആന്റിയോടൊപ്പം, മനസ്സില്ലാ മനസ്സോടെ... വേണമെങ്കിൽ വീട്ടിലേക്കു മടങ്ങാം അവർ സ്വീകരിക്കും തീർച്ച... ഒരിക്കൽ ഒരു കുറിപ്പും എഴുതി വച്ച് ഇറങ്ങിയതല്ലേ...

'എന്നെ അന്വേഷിക്കേണ്ട.'

വേണ്ട ഇനിഒരു മടക്കയാത്ര, മറ്റൊരു ജീവിതം ആന്റിയോടൊപ്പം ആന്റിയുടെ വലിയ മനസ്സും പഴയവീടും എന്നും സന്തോഷം തരുമോ? കൂടാതെ ഒപ്പം വേറൊരാൾ കൂടെ ഉണ്ടല്ലോ? അനഘ...

ഒറ്റപ്പെടലിന്റെയും ഏകാന്തതയുടെയും ആകാശ മൗനത്തിൽ നിന്നു മാണ് പലതും ഉരുത്തിരിഞ്ഞു വരുന്നത്, മാഞ്ഞു പോയ ശൈശവങ്ങൾ, ബാല്യ കൗമാരങ്ങൾ, എങ്ങുന്നോ ഓടിവന്ന യൗവ്വനം അനുവാദം കൂടാതെ നിലയുറപ്പിച്ചു അബദ്ധചിന്തകളുമായി.

പലതും കാണാൻ കൊതിക്കുന്ന മനസ്സ്, കനലുകളാൽ മൂടപ്പെട്ട ഒരു സ്ത്രീ ജന്മത്തിന്റെ സമസ്യകൾ.

താനെന്താണ് ഇങ്ങനെ ആവാൻ എന്ന് അവൾ അവളോട് തന്നെ ചോദിക്കുന്നു, അടപ്പില്ലാത്ത വലിയ ജാലകങ്ങൾ പോലെ തുറന്നു കിടക്കുന്ന ഹൃദയത്തിൽ എവിടെയോ കയറിപ്പറ്റിയ ഒരാൾ.. ഇപ്പോഴും ഭ്രാന്തമായി ഉഴലുന്നു.

പാതി ശവമായ മധ്യവയസ്സായ ഒരാളോടൊപ്പം താൻ എന്തിനിത് ചെയ്തു.

അത്ഭുതങ്ങൾ ഒന്നും നടക്കില്ലെന്നു അറിഞ്ഞിട്ടും പ്രണയം, സ്നേഹം, രാത്രി, പകൽ, മരണം, കടൽ, ആകാശം എന്നിങ്ങനെ പല രൂപ

ത്തിലും ഭാവത്തിലുമുള്ള ചിന്തകളുടെ തേരോട്ടം.

പ്രാർത്ഥനകൾ നിരന്തരം. കാണാത്ത ദൈവത്തിന്റെ അനിവാര്യത.

ദൈവത്തെ കണ്ടെത്തണം... ജീവിതപ്രയാണത്തിൽ ആകുലതയുടെ നേർചിത്രങ്ങൾ മാത്രം.

പുരുഷത്വ പുണ്യത്തെ ആശ്ലേഷിക്കുവാൻ മുറുകെ പിടിച്ച ഒരു ചെറുപ്പക്കാരി.

ഒടുവിൽ തന്റെ പുരുഷനെ സാധാരണ ആയുസ്സിന്റെ സമയനീളം പോലും ഇല്ലാതെ തന്നെ ആറടി മണ്ണിലേക്ക് വലിച്ചെറിയപ്പെട്ടു.

ഒന്നും അറിയാത്ത തന്നെ ആരെങ്കിലുമൊക്കെ ശപിക്കുമായിരിക്കും...

വിധി അതിനെ തടുക്കാൻ ആരെക്കൊണ്ട് കഴിയും.

ജീവിതം വർത്തമാന കാലത്തിന്റെ ബാക്കി പത്രമാകുമ്പോൾ സഹതപിക്കാൻ ആളുകൾ ഏറെ.

പരീക്ഷയിലും, യുദ്ധത്തിലും, മത്സരത്തിലും, വാശിയിലും വിജയസമ്മാനം, മരണമാകുമ്പോൾ, ദുഃഖങ്ങളെ താരാട്ടു പാടി ഉറക്കുകയെ നിവൃത്തി ഉള്ളു. അതിനായ് മനസ്സിനെ പാകപ്പെടുത്തണം.

കാലമാപിനിയുടെ, സൂചിക കൂടി വിലയിരുത്തണം...

ഒരിക്കൽ ആന്റി ഒരു ബന്ധുവിനെ കാണാൻ പോയ സമയം, അവർ രണ്ടുപേരും മാത്രം.

സംസാരങ്ങൾ തീരെ കുറഞ്ഞ രാവുകളും പകലുകളും മ്ലാനത അടക്കി ഭരിച്ചിരുന്ന നാലു ചുവരുകൾക്കുള്ളിലെ, വീർപ്പു മുട്ടിയ ജീവിതം.

അങ്കിതയും അനഘയും മാത്രം വീട്ടിൽ. മറ്റാരും ഇല്ലാത്ത സമയം നന്നേ കുറച്ചേ സംസാരിക്കാറുണ്ടായിരുന്നുള്ളു. എങ്കിലും മനസ്സിന്റെ ഒരു സമാധാനത്തിനായി അവളോട് ചോദിച്ചു, ‘അനഘ, നീ സാറിനെ സ്നേഹിച്ചിരുന്നോ ?’

‘സാറു നിന്നെ സ്നേഹിച്ചിരുന്നോ ?’

‘നിങ്ങൾ തമ്മിൽ മറ്റെന്തെങ്കിലും ?’

ഒന്നിനും ഉത്തരം ഇല്ലായിരുന്നു,

മൗനത്തിന്റെയും ചിന്തയുടെയും നടുവിൽ അനഘ.

ഉത്തരം കിട്ടാത്ത നിരവധി ചോദ്യങ്ങൾ പിന്നെയും...

വീണ്ടും പലതും ചോദിക്കാൻ തോന്നി, പിന്നെയും പല ചോദ്യങ്ങളും ചിന്തയിൽ, മൗനം പിന്തുടരുന്ന രണ്ടു പേരുടെ നിശ്ശബ്ദതയിലേക്ക് ആന്റി എപ്പോഴോ കടന്നു വന്നു.

ചമയങ്ങളില്ലാതെ

അന്തി കള്ളിന്റെ അരിച്ചിറങ്ങിവരുന്ന നനുത്ത ലഹരിയിൽ അവരറിയാതെ തന്നെ പലതും അവരുടെ മനസ്സിൽ പൊങ്ങി വന്നു. നുരഞ്ഞു പൊങ്ങുന്ന ചെത്തി ഇറക്കിയ കള്ളു പോലെ..

നാളത്തെ കാര്യങ്ങൾ എവിടെ തുടങ്ങണം എങ്ങിനെ തുടങ്ങണം, പുതിയ കസ്റ്റമേഴ്സിൽ പലരും മീൻ വാങ്ങിയ വകയിൽ കാശ് തരാനുണ്ട്, തരുമെന്ന് ഉറപ്പുള്ളവരും അല്ലാത്തവരും ഉണ്ട്. കാശുണ്ടായിട്ടും തരാത്ത ഒരുകൂട്ടർ...

എല്ലാവരും നാട്ടുകാരും പരിചയക്കാരും, മുഖം കറുത്ത് ആരോടും ഇന്ന് വരെയും ഒന്നും പറഞ്ഞിട്ടില്ല, അതുകൊണ്ട് തന്നെ അവർ എല്ലാവരും അവരുടെ പ്രിയപ്പെട്ടവരുടെ ലിസ്റ്റിൽ തന്നെ...

വെള്ളത്തിൽ കിടക്കുന്ന കുഞ്ഞു ജീവികൾ വെറുതെ അങ്ങു കൂടയിൽ വന്നു വീഴില്ലല്ലോ, അതിന് അതിന്റേതായ ഒരുപാട് കടമ്പകൾ ഉണ്ടല്ലോ.

ശ്രദ്ധവേണം, നോട്ടംവേണം സമയക്രമം പാലിക്കണം, ഒച്ചയും ബഹളവും ഇല്ലാത്ത കെണി ഒരുക്കണം. അങ്ങനെ പലതും...

മഴ ആയാലും മഞ്ഞായാലും വെയിൽ ആയാലും മീൻ പിടുത്തം അവർക്കൊരു ഹരം തന്നെ. കാരിയും മുഷിയും വരാലും, പിന്നെ ചെമ്പല്ലിയോ കുറുവാ പരലോ എന്തു മാവട്ടെ... ഒന്നിനെയും വെറുതെ വിടില്ല.

അതിരാവിലെ തന്നെ പാടവരമ്പിലൂടെ വാണം വിട്ടപോലെ ഒരു പോക്കാ, സാഹചര്യം അനുസരിച്ചു ഒറ്റാലോ ചൂണ്ടയോ ചെറിയ വലയോ അങ്ങനെ പലതും അവർ പ്രയോഗിക്കും മീൻ കെണിക്കായി.

പിടിച്ച വരാലിനെ ഒന്നുകിൽ ഈർക്കിലിയിൽ കോർക്കും അല്ലെങ്കിൽ എളിയിൽ കരുതിയ സഞ്ചിയിൽ നിക്ഷേപിക്കും. അതുമല്ലെങ്കിൽ ജീവൻ ഉള്ളതിനെ അങ്ങനെ സംരക്ഷിക്കും.

ചട്ടിയിൽ കാരിയും വരാലും മാറി മാറി തിളച്ചു കൊണ്ടിരുന്ന ദിവസങ്ങൾ, കൂട്ടുകാർ അവിടെയും ഇവിടെയും ചുറ്റി കറങ്ങിക്കൊണ്ടിരിക്കും.

കള്ളും വെള്ളവും എല്ലാം വീടിന്പുറത്ത്, മൂവരുടെയും വീട്ടിൽ ഒരു പരിപാടിയും ഇല്ല. അതവർ പണ്ടേ എടുത്ത വലിയ തീരുമാനങ്ങളിൽ ഒന്നായിരുന്നു.

ഇതേപോലെ മറ്റു ചിലരും ആ പരിസരത്തൊക്കെ കാണും അവർക്കും കിട്ടും പല തരത്തിലുള്ള മീനുകൾ...

മീനിന്റെ എണ്ണം കൂടുന്നതനുസരിച്ച് വെളുത്ത വലിയ കൊക്കുകൾ പാടത്തിന്റെയും കായലിന്റെയും പരിസരത്ത് താവളം അടിക്കും, അവർക്കുകൂടി അവകാശപ്പെട്ടതാണീ ഭൂപ്രദേശം..

അവരെയും കുറ്റം പറയാൻ പറ്റില്ലല്ലോ.

കുറച്ചു വീട്ടിലേക്ക്....കുറേ മുളക് പുരട്ടി വറക്കാൻ വക്കും, പിന്നെ കുറച്ചു കൊടം പുളി ഇട്ട് കറിവക്കും...

ബാക്കി മുഴുവൻ ഷാപ്പിലേക്ക്, അവിടെ നേരത്തെ കയറി വിൽക്കുന്ന ചില എമ്പോക്കികൾ കാരണം ബാക്കിവരുന്ന മീനെല്ലാം ഷാപ്പിന്റെ മുൻപിൽ തന്നെ നിന്നു വിൽക്കും.

ഏറ്റവും എളുപ്പത്തിൽ മീൻ വിൽക്കാൻ പറ്റിയ ഒരിടം ഷാപ്പിന്റെ മുൻവശം തന്നെ. പണ്ട് ഒന്നോ രണ്ടോ പേരെ ഉണ്ടായിരുന്നുള്ളു, ഇപ്പോൾ അങ്ങനെയല്ല. ഷാപ്പിൽ നിന്നും പൂസായി വരുന്ന പലരും അകത്തു കിടക്കുന്ന വരാലിന്റെ രുചി ഓർത്ത് പിന്നെയും വാങ്ങും.

വഴിവക്കിലെ കച്ചവടക്കാരുടെ എണ്ണം നാൾക്ക്നാൾ ഏറി വന്നുകൊണ്ടിരുന്നു. ഇതു സഹിക്കാത്ത ചില സ്ഥിരം കച്ചവടക്കാർ ആണുങ്ങളും പെണ്ണുങ്ങളും...

അതിൽ ഒരുത്തി സരളമ്മ, കരിമീനാണവൾ വിൽക്കുന്നത് അവളുടെ ഭർത്താവ് മീൻ പിടുത്തക്കാരനല്ല, പലയിടത്തുനിന്നും വാങ്ങി കൊണ്ടുവരുന്നതാണ്.

അവളെ കണ്ടാൽ തന്നെ ഒരു കരുമീൻ പോലെയാ... അവളുടെ നോട്ടവും ഭാവവും ഒന്നു വേറെ തന്നെ..

ആദ്യമെല്ലാം ഷാപ്പിന്റെ മുൻപിൽ അടുത്തടുത്തായിരുന്നു കച്ചവടം, ഇട വേളകളിൽ പല ലോഹ്യങ്ങളും പറയാറുണ്ടായിരുന്നു...

ഒരിക്കൽ കുഞ്ഞുണ്ണി അവളോട് പറഞ്ഞു

'നല്ല മുഴുത്ത വരാലുണ്ട് വേണോ' ?

'ഫ, എരപ്പെ' ഒരാട്ടായിരുന്നു...

ഒടുവിൽ കുഞ്ഞുണ്ണി തന്റെ മീൻ വിൽക്കുന്ന സ്ഥലം തന്നെ ഒന്ന് മാറ്റി പിടിച്ചു.

ഒരു നാലും കൂടിയ വഴിയുടെ ഉള്ളിൽ അകത്തോട്ടു മാറി ഒരു ഭാഗ

ത്തായിരുന്നു ഷാപ്പ്. പ്രധാന കവാടത്തിൽ നിന്നും അൽപ്പം മാറി തന്റെ പുതിയ താവളം ഉറപ്പിച്ചു.

നേരത്തെ അവൾക്കു ഷാപ്പിൽ കറിവെപ്പായിരുന്നു പണി, സ്ഥിരമായി കള്ളു കുടിക്കാൻ വരുന്ന ഒരുത്തനുമായി ലോഹ്യത്തിലായി പിന്നെ അവന്റെ കൂടെയായി പൊറുതി.

അവന് പല പരിപാടിയാണ് കള്ളു ചെത്ത്, മീൻ കച്ചവടം, പഴയ തടി ഉരുപ്പടികൾ വാങ്ങി മറിച്ചുകൊടുക്കൽ എന്ന് വേണ്ട പലതും.

ചിലപ്പോൾ രാവിലെ പിടിച്ച മീനുകൾ വൈകുന്നേരം വരെ ഇരിക്കാറുണ്ട്, ഒടുവിൽ ബാക്കി ഉള്ളതിന് ആരും വന്നില്ലെങ്കിൽ ഷാപ്പിൽ തന്നെ കെട്ടിയേൽപ്പിക്കും, അന്നേരം പിന്നെ അവരു പറയുന്നതാ വില...

ഷാപ്പ് മാനേജർ സുകുവിന് എല്ലാവരെയും പ്രീതിപ്പെടുത്തണം, ആദ്യം വരുന്ന നല്ലമീൻ നോക്കി അയാളങ്ങു വാങ്ങും.

മൽസരം തീരെ ഇല്ലായിരുന്നു ആദ്യകാലങ്ങളിൽ എപ്പോൾ ഇറങ്ങിയാലും ധാരാളം മീൻ കിട്ടുമായിരുന്നു. ഇപ്പോൾ അങ്ങനെയല്ല. പിന്നെ ഒരു പണിയും ഇല്ലാത്ത ചില കുരുത്തം കെട്ടവന്മാർ ഇറങ്ങി പണി പറ്റിച്ചതാണ്.

ങ്ങാ, എന്നാ ചെയ്യാനാ, അവർക്ക് പെണ്ണും പെടക്കോഴിയും മറ്റും ഉണ്ടല്ലോ...

അവർ സ്വയം ആശ്വസിച്ചു.

അവർക്കും ജീവിക്കണ്ടായോ ? അവന്മാർ സ്വയം പറഞ്ഞു കൊണ്ടിരുന്നു.

അവർ മൂന്നു പേരായിരുന്നു ഉറ്റചങ്ങായിമാർ നാട്ടുകാർക്കിടയിൽ അവർക്കൊരു ഓമന പേരു തന്നെ ഉണ്ടായിരുന്നു.

കുഞ്ഞുണ്ണിയും, കുട്ടനും പിന്നെ കുമാരനും...

ആരും മോശക്കാരല്ല. നല്ല ആരോഗ്യമുള്ള ചെറുപ്പക്കാർ എന്തിനും ഏതിനും പോന്നവർവലിയ ബോട്ടോ, വലിയ വലയോ ഒന്നും കൂടാതെ തന്നെ പറന്നു പോയി മീൻ പിടിക്കും, ചൂണ്ടയിട്ടോ ചെളിയിൽ പൂണ്ടു കിടക്കുന്ന വരാലിനെ ഒറ്റാല് കൊണ്ടോ, തോട്ടിലെ മീനിനെ പെട്രോൾ മാക്സ് വെളിച്ചത്തിൽ വാളുകൊണ്ട് വെട്ടിയോ എങ്ങനെയെങ്കിലും...

പൊന്മാനെ പോലെയാണ് മൂവർ സംഘം വെള്ളത്തിൽ തൊട്ടാൽ പിന്നെ മീനുമായിട്ടേ പൊങ്ങത്തള്ളു...

പഠിപ്പും പത്രാസും ഒന്നും ഇല്ലെങ്കിലെന്താ, ഒന്നിനൊന്നു കേമന്മാർ തന്നെ...

വട്ടച്ചെലവിനും, വീട്ടിലെ കാര്യത്തിനും ഉള്ള കാശ് ഉണ്ടാക്കും. ചില

നല്ല ദിവസങ്ങളിൽ അതിൽ വളരെ കൂടുതലും.

ചിലപ്പോൾ ഒരു ബ്രേക്ക്, ആ സമയം അവർ കല്യാണ വീടുകളിൽ പന്തൽ പണിക്കും, കൂടാതെ പാചകത്തിനും പോകും. എങ്ങനെയും ക മഴ്ന്നു വീണാൽ പിന്നെ കാശുമായേ പൊങ്ങത്തുള്ളൂ.

പെണ്ണ് കെട്ടേണ്ട പ്രായം കഴിഞ്ഞിട്ട് കാലം കുറച്ച് ആയി...

വീട്ടുകാരുടെയും നാട്ടുകാരുടെയും ചോദ്യത്തിനു മറുപടി ഒന്നു മാത്രം 'പ്രായം ആയിട്ടില്ല.'

പെണ്ണ് കെട്ടിയാൽ പിന്നെ കണ്ണ്കെട്ടിയ പോലല്ലയോ... പിന്നെ അ ന്മാരുടെ തോന്നിയാസം ഒന്നും നടക്കത്തില്ലെന്നൊരു കരക്കമ്പി വേറെ...

ഒരുഭാഗം മുഴുവൻ വലിയ പാടശേഖരങ്ങൾ അതിന്റെ മറ്റൊരു ഭാ ഗം വലിയ തോടും, തോടിനോട് ചേർന്ന് അൽപ്പം അകലെ കായൽ. തോട് ചെന്നു ചേരുന്നത് കായലിൽ അതാണ് എല്ലാവവരുടെയും ചങ്ക് ആയ സ്ഥലം. മീനിന്റെ വിളയാട്ടം കൂടുതലുള്ള സ്ഥലം

തോടിനും പാടത്തിനും നടുക്ക് വലിയ മനോഹരമായ ഒരു മരം. ചു റ്റിനും എഴുന്നു നിൽക്കുന്ന വലിയ വേരുകൾ, അവ പലർക്കും ചാരു കസേരപോലെയും ബെഞ്ചു പോലെയും സ്റ്റൂൾ പോലെയും. ചിലർ കൊരണ്ടി പോലെയും ഉപയോഗിക്കാറുണ്ട്.

അവിടെ ഇരുന്നാൽ നീണ്ട പാടശേഖരത്തിന്റെ കാഴ്ചയും, അതി നും അപ്പുറമുള്ള കായലിന്റെ മനോഹാരിതയും ശരിക്കും കാണാം.

ആ വലിയ മരത്തിന്റെ ഏതെങ്കിലും വേരിൽ ആരെങ്കിലുമൊക്കെ കാണും എപ്പോഴും.

താഴോട്ട് നോക്കിയപ്പോൾ തോട്ടിലെ ഒഴുക്കിൽ തടഞ്ഞു നിന്ന ഏ തോ ഒരിലയിൽ മൂന്നു ഉറുമ്പുകൾ...

അവ ഒഴുക്കിൽ പെടാതെ ജീവൻ നിലനിർത്താൻ പാടുപെട്ടുകൊ ണ്ടിരുന്നു... മീൻ പിടിക്കുന്നതിനിടയിൽ ഒഴുക്കിയ വലിയ വിയർപ്പു തുള്ളികൾ, അവയാൽ ഉയർന്നു വന്ന പുൽനാമ്പുകൾ ചുറ്റിനുമുള്ള ഓരോ വരമ്പിലും.

തികട്ടി വന്ന തോന്നലുകൾ, അവർ എപ്പോഴോ അന്നന്നു വലയിൽ കുടുങ്ങാൻ പോകുന്ന മീനുകളുമായി സന്ധി സംഭാഷണങ്ങൾ നട ത്താറുണ്ട് പോലും.....

അവർക്കുമാത്രം അറിയാവുന്ന ചില മുക്കുവൻമാരുടെ ഭാഷ, ഏ റെ നേരം തോട്ടിലേക്കോ, കായലിലേക്കോ നോക്കി മൗനമായി ഇരു ന്നാൽ പരിസരത്തുള്ള പല മീനുകളും മുന്നിൽ വരുമത്രേ.

നേരിട്ടു കാണാൻ കഴിഞ്ഞില്ലെങ്കിലും പരിസരത്ത് വന്ന് തമ്പടിക്കു

ന്നുണ്ടെന്നാണ് അവരുടെ ഒരു വിശ്വാസം. ആ വിശ്വാസത്തിന്റെ പൂർണ തയിൽ പിന്നീട് വലയിറക്കുകയോ മറ്റോ ചെയ്താൽ എല്ലാവരും കൂട്ട മായി അതിൽ വന്നിരിക്കും. അത് പലപ്പോഴും ശരിയാണെന്ന് അവർ ക്കുതന്നെ തോന്നിയിട്ടുണ്ട്.

ഒരിക്കൽ ഒരു വരാൽ വെള്ളത്തിന്റെ മീതെ തന്റെ ചിറകുകൾ വി ടർത്തി നിന്ന കാഴ്ച കുഞ്ഞുണ്ണി മറക്കില്ല തന്റെ എളിയിൽ ഇരുന്ന മൂർച്ച ഉള്ള ചെറിയ കഠാരി കൊണ്ട് ഉന്നം തെറ്റാതെ ഒരേറ്...

കഠാരിയുടെ കൂർത്ത മുന കൊണ്ട വരാൽ അവിടെ കിടന്നു പിട ഞ്ഞു ചത്തു. ഇടവേളകളിൽ അവർ ഈ ലോകത്തെ കുറിച്ചും പരലോ കത്തെ കുറിച്ചും സംസാരിക്കുമായിരുന്നു.

പറുദീസയുടെ താക്കോൽ എവിടെയാ? അത് കിട്ടിയാൽ നമുക്ക് ഇവിടം വിട്ട് പറുദീസയിലേക്ക് പോകാമായിരുന്നു. കൂട്ടത്തിൽ തമാശ ക്കാരനായ കുമാരന്റെ വക ഓരോന്നും...

അവിടെയും മീൻ കാണുമോ? നാട്ടിലെ രീതിയിൽ തന്നെയാണോ അവിടെയും അവയെ പിടിക്കുന്നത് ? രാത്രിയിലെ കൂടിക്കാഴ്ച്ചയിൽ പ ലതും അവർ സംസാരിക്കാറുണ്ട്, ഭൂമിയെക്കുറിച്ചും പ്രപഞ്ചത്തെ കു റിച്ചും, നരകത്തെ കുറിച്ചും സ്വർഗ്ഗത്തേക്കുറിച്ചും എന്ന് വേണ്ട സകല തിനെക്കുറിച്ചും...

കാറ്റുപോലും ചത്തു കിടക്കുന്ന രാവിന്റെ മൂകതയിൽ മനസ്സിന്റെ ആകാശത്തു പൊട്ടി വിരിയുന്ന ചിന്തകൾ, ഒരു ചാറ്റൽ മഴയുടെ ത ണുപ്പോടെ ഉള്ളിൽ പെയ്തു നിറയുന്നു.

ഉടലില്ലാത്ത മോഹങ്ങൾ... ചുറ്റിനും വെള്ളമുണ്ടെങ്കിലും തരിശുഭൂ മിപോലെ, വരണ്ട മനസ്സുകൾ വിജനതയിൽ എന്തോ തിരയുന്നു. സ ന്ധ്യ പതുക്കെ പടിയിറങ്ങി, ഇരുട്ടിനെ പറഞ്ഞയച്ചു. കവലയിലെയും ഷാപ്പിലെയും ആളും ആരവവും കുറഞ്ഞു.

ആൾ താമസമില്ലാത്ത വയലോരത്തു ചേറുമണത്തിന്റ നടുവിൽ അ വർക്ക് കൂട്ടായി നിരവധി പ്രാണിയും, പുൽച്ചാടികളും, മൂങ്ങയും, തവ ളകളും, ഞണ്ടുകളും, നീർക്കോലിയും, വവ്വാലുകളും കൂടാതെ ചില രാത്രി കാല പക്ഷികളും എല്ലാറ്റിലും ഉപരി കൂട്ടം കൂട്ടമായി വരുന്ന മിന്നാമിനുങ്ങുകളും.

ഏങ്കിലും കെട്ടികിടക്കുന്ന ആകാശം ചത്ത മേഘങ്ങളെ പോലെ ഒ ട്ടും മഴ പെയ്യാതെ... വാക്കുകൾ വരാത്ത നിമിഷങ്ങൾ... തൊണ്ടയിൽ ഉടക്കിയ വലിയ മുള്ളുപോലെ.... മൂന്നുപേരുടെയും നോട്ടം...

രാത്രിയുടെ വിജനതയിൽ ദൂരെ അരിച്ചരിച്ചു പോകുന്ന കുഞ്ഞ് വെ

ട്ടങ്ങൾ, മുകളിലെ പ്രധാന പാതയിൽ കൂടി ഓടിയകലുന്ന വാഹനങ്ങളുടെ നേരിയ ശബ്ദങ്ങൾ.

ഒന്നിനെയും വകവെക്കാതെ ഇരുട്ടിന്റെ മറവിൽ ഇറങ്ങുന്ന എലിയും പെരുച്ചാഴിയും മറ്റും മുഖത്തോട് മുഖം നോക്കാതെ ഓടി അകലുന്ന നിരവധി ജീവികളും...

ഒപ്പം മറ്റനവധി ജീവികളും ചുറ്റിനും...

മൂവർ സംഘത്തിനോടൊപ്പം മറ്റാരും ഇല്ലെങ്കിലും, ഒരുപാട് പേരുള്ളതുപോലെ...

കായലിനോട് ചേർന്നുള്ള കുഞ്ഞ് തുരുത്തുകൾ, ആർക്കും എപ്പോഴും കൊതുമ്പു വള്ളത്തിൽ എത്തിപ്പെടാവുന്ന ഒരിടം, എന്നാൽ വളരെ ഉള്ളിലുള്ള ചെറുതുരുത്തുകളിൽ ആരും അങ്ങനെ വരാറില്ല, ആളനക്കമില്ലാത്തൊരിടം.

അതിനോട് ചേർന്ന് തോമസ് മുതലാളിയുടെ ഇരുപത്തിയെട്ട് ഏക്കർ വയലാണ്, ഒരു വിളമാത്രം കിട്ടും. പിന്നെ മഴക്കാലത്തു മീൻ വളർത്താനോ, മീൻ പിടിക്കാനോ മറ്റോ കൊടുക്കും. മുതലാളിക്ക് അതൊന്നും ഒരു വിഷയമേ അല്ല.

ആവശ്യത്തിൽ അധികം നെല്ലുണ്ട്. കുറച്ചു സ്റ്റോക്ക് ചെയ്യും, ബാക്കിയെല്ലാം സർക്കാരിന്റെ സിവിൽ സപ്ലൈ വകുപ്പിന് കൊടുക്കും.

നെല്ലുകൊണ്ടുപോയാൽ മുപ്പതു ദിവസത്തിനകം കാശ് ബാങ്കിൽ വരും.

നല്ല പ്രായത്തിൽ സമ്പാദിച്ചു കൂട്ടിയതാ, ഇതു കൂടാതെ മറ്റു തോട്ടങ്ങൾ വേറെ, ഇപ്പോൾ നടക്കാൻ വയ്യ. വീടിന്റ അകത്തളങ്ങളും, മുറ്റവും മാത്രം. എങ്കിലും ആരോഗ്യത്തിനു ഒരു കുറവും ഇല്ല. മുതലാളിയുടെ കാലിന് ചില പ്രശ്നങ്ങൾ. നല്ല പ്രായത്തിൽ ജോലിക്കാരോടൊപ്പം നിന്ന് ജോലി ചെയ്ത ഒരു പച്ചയായ മനുഷ്യൻ.

ആരുടെയും തട്ടിപ്പറിക്കുകയോ പിടിച്ചു പറിക്കുകയോ ചെയ്യാത്ത, സത്യത്തെ മാത്രം മുറുകെ പിടിച്ച ഒരു മനുഷ്യൻ. അതുകൊണ്ടു മാത്രം നാട്ടുകാരുടെ പ്രിയപ്പെട്ട തോമസ് മുതലാളി.

ആർക്കും എന്തും, അർഹത പെട്ടവർക്ക് കൈ നിറയെ വാരി കൊടുക്കുന്ന ഒരു മനുഷ്യൻ, അതുകൊണ്ടെന്തേ ദൈവം കനിഞ്ഞു നൽകി... അത്ര മാത്രം.

വളരെ അപൂർവമായേ ആരെങ്കിലും അവിടുത്തെ തുരുത്തിൽ വരാറുള്ളൂ, വളരെ അടുപ്പമുള്ളവർ മാത്രം. വരുത്തൻമാർ ഒരിക്കലും വരാത്ത ഒരിടം.

പണ്ടെങ്ങോ ആരെയൊക്കെയോ തല്ലിക്കൊന്നു കുഴിച്ചിട്ട കഥകളുടെ ബാക്കി പത്രങ്ങൾ മിനിക്കഥയായും, ചെറുകഥയായും പെരുത്ത കഥയായും, അവൻ വിളമ്പാറുണ്ട്, ചാരായത്തിന്റെ കട്ടിക്കനുസരിച്ചു കുഞ്ഞുണ്ണിയുടെ മുത്തച്ഛൻ പറഞ്ഞ വീരകഥകൾ എന്ന് ഒരു കൂട്ടർ അല്ലെന്ന് മറ്റൊരു കൂട്ടർ..

കുഞ്ഞുണ്ണിയുടെ അച്ഛനും മുത്തച്ഛനും തോമസ് മുതലാളിയുടെ വീട്ടിലെ പണിക്കാരായിരുന്നു.

നാട്ടിലെ അറിയപ്പെടുന്ന മറ്റൊരു കഥാ പാത്രമാണ് പൂവരസൻ വാസൻ നല്ല നാടൻ വാറ്റ് തലയ്ക്കു പിടിച്ചാൽ പിന്നെ അവന്റെ വായിൽ നിന്നും പാട്ടും കഥകളും ഒടുവിൽ പൂരം തെറികളും മാത്രമേ വരൂ... അതാണ് പൂവരസൻ വാസൻ...

അവനും ഒരു മീൻ പിടുത്തക്കാരനാണ്, നാലുമീൻ കിട്ടിയാൽ പിന്നെ അതാരുടെയെങ്കിലും തലയിൽ കെട്ടി വച്ചിട്ട്, കിട്ടുന്ന കാശുമായി ഷാപ്പിൽ കയറി ചെറുതായി ഒന്നു മിനുങ്ങും.

പിന്നെ അവിടെ വരുന്നവരെയും പോകുന്നവരെയും മോന്തക്കിട്ടു നോക്കി സമയം കഴിക്കും.

അവന്റെ ഭാര്യക്കു ചെറിയ വരുമാനം കിട്ടുന്ന ജോലി ഉള്ളതുകൊണ്ട് പട്ടിണി കൂടാതെ കഴിയുന്നു.

വാസന് മീൻ കിട്ടാത്തപ്പോൾ മൂവർ സംഘത്തിനൊപ്പം കൂടും. വൈകുന്നേരത്തെ 'കുടി' നടക്കണമല്ലോ. പകലൊക്കെ മൂവർ സംഘവുമായി വലിയ കൂട്ടാണ് രാത്രിയായാൽ പിന്നെ കുടിയും അതു കഴിഞ്ഞാലോ പൂരതെറിയും മാത്രം...

ഇടക്ക് ചില വൈകുന്നേരങ്ങളിൽ തെറിയുടെ അവസാനം ചെറിയ തോതിൽ അടിയും കൂടാറുണ്ട്. അതെല്ലാം തന്നെ അന്നത്തോടെ അവസാനിക്കും. പിന്നെ അതേപ്പറ്റി ഒരു സംസാരമോ വഴക്കോ ഇല്ല.

പിന്നെ അടുത്ത ദിവസം, പുതിയ പ്രഭാതം, പുതിയ ജോലികൾ... പുതിയ വിഭവങ്ങൾ...

മൂന്നു പേരും കൂടി പ്രഭാത വന്ദനം പാടിയിട്ടേ ജോലിയിലേക്കു പ്രവേശിക്കൂ...

'കമല ദലങ്ങളിലരുണേശൻ
കനക സുധാരസമരുളുന്നു
കനക സുധാരസമരുളുന്നു
കിളികുല ഗീതികളുയരുമ്പോൾ
കൃപയരുളും കണി തൊഴുതീടാം

നിത്യംകൃപയരുളും കണി തൊഴുതീടാം.'

മറ്റൊരു മനോഹര ദിവസത്തിനായി അവർ കാത്തിരുന്നു.

ഇന്ന് കിട്ടുന്ന മീനെല്ലാം പുതിയ ഒരു ഹോട്ടലിൽ കൊടുക്കാമെന്ന് ഏറ്റു പോയി ഇനി വെള്ളത്തിൽ കിടക്കുന്ന പലതിനെയും കൈകളിലാക്കണം അതിനുള്ള തീവ്രശ്രമത്തിൽ. അവർ നിരന്തരം ജോലി ചെയ്തു കൊണ്ടിരുന്നു.

പൊരിവെയിലത്തെ ജോലികൾ ആയാസമാക്കാൻ പാട്ടുപാടിയും, തമാശ പറഞ്ഞും സമയം ചിലവഴിച്ചിരുന്നു. പിന്നീട് എപ്പോഴോ അവരറിയാതെ തന്നെ അവരുടെ കൂടകൾ നിറഞ്ഞു.

'നമ്മുടെ പണ്ടത്തെ രമാദേവിയെ ഞാനിന്നു കണ്ടു.'

സ്കൂൾ ജീവിതത്തിൽ നിന്നും വളരെ കുറച്ചു കൂട്ടുകാരെ അവരുടെ ഓർമയിൽ ഉണ്ടായിരുന്നുള്ളു. അതിൽ ഒരിക്കലും മറക്കാത്ത ഒരേ ഒരാൾ അത് രമാദേവി മാത്രം...

കുഞ്ഞുണ്ണിയുടെ വാക്കുകളെ വിശ്വസിക്കാനാവാതെ കുട്ടനും കുമാരനും അന്തം വിട്ടു നോക്കി കൊണ്ടിരുന്നു.

കുഞ്ഞുണ്ണിയുടെ അടുത്ത വാക്കിനായി അവർ കാതോർത്തു. ഒന്നു നിർത്തിയ ശേഷം വീണ്ടും പറഞ്ഞു

'കയ്യിൽ ഒരു കുഞ്ഞു കൊച്ചും ഉണ്ട്. ബസ്റ്റോപ്പിൽ നിൽക്കുന്നതു കണ്ടു, എന്നെ കണ്ടിട്ടില്ല.'

പഴയ കുഞ്ഞു ശരീരം അൽപ്പം കൂടി നീളം വച്ചു, അന്നത്തെ പോലെ തന്നെ കാലിൽ വെള്ളികൊലുസുണ്ട്, നീണ്ട മുടി, ഫോണിൽ ആരോടോ സംസാരിക്കുന്നു, മഞ്ഞു പോലത്തെ പണ്ടത്തെ വെളുത്ത പല്ലുകൾ ഇന്നും അതുപോലെ തന്നെ യാതൊരു മാറ്റവുമില്ല.

അവളുടെ മെലിഞ്ഞ നേർത്ത ശരീരം. ഇടത്തെ മൂക്കിൽ തിളങ്ങുന്ന വലിയ ഒരു മൂക്കുത്തി...

മനോഹരമായ നീല ചുരിദാറിൽ പൊതിഞ്ഞ മെലിഞ്ഞ പെണ്ണുടൽ. ആദ്യം വിചാരിച്ചു ഒന്നു മുട്ടിയാലോ എന്ന്, പിന്നെ വേണ്ടന്ന് വച്ചു തന്റെ മുഴിഞ്ഞു നാറിയ വേഷവും താടിയും മുടിയും അവൾ തിരിച്ചറിഞ്ഞില്ലെങ്കിൽ നാണക്കേട്... അവസാനം ശ്രമം ഉപേക്ഷിച്ചു.

പറഞ്ഞു തീർന്നതും കുഞ്ഞുണ്ണിയുടെ മുഖത്തേക്ക് കുട്ടനും കുമാരനും അതിശയത്തോടെ നോക്കി കൊണ്ടിരുന്നു.

ഏതോ അത്ഭുതവാർത്തയോ, കൗതുകവാർത്തയോ കേട്ടപോലെ, അവരുടെ ഞെട്ടൽ മാറിയില്ല...

നേരാണോടാ ......?

അവർക്ക് തീരെ വിശ്വസിക്കാൻ പറ്റാത്ത എന്തോ ഒരു കാര്യം പോലെ...

നീ ആ പുതിയ ഹോട്ടലിൽ മീൻ കൊടുക്കാൻ പോയപ്പോഴാണോ ?

രണ്ടു പേരും ഒരുപോലെ ചോദിച്ചു.

അത് അവൾ തന്നെയാണോ ?

അവരിൽ സംശയത്തിന്റ ബാക്കി പിന്നെയും...

കുറച്ചു കാലമേ ഒരുമിച്ച് പഠിച്ചിട്ടുള്ള ഏങ്കിലും, ആ ഓർമ്മകൾ ഒരായുഷ്ക്കാലം മുഴുവൻ ചേർത്ത് വയ്ക്കാവുന്നതായിരുന്നു.

സാധാരണക്കാരായ കുട്ടികൾ പഠിക്കുന്ന ഒരു സർക്കാർ സ്കൂളിൽ ആരാലും ശ്രദ്ധിക്കുന്ന ഒരു കുട്ടി. എല്ലാവരോടും, ആൺകുട്ടികളോടും പെൺകുട്ടികളോടും ഒരുപോലെ ഇടപഴകുന്ന, പ്രായത്തിൽ അധികം പക്വത നേടിയ ഒരു പെൺകുട്ടി...

എല്ലാവരുടെയും പ്രിയപ്പെട്ട കൊച്ചു സുന്ദരി... 'രമാദേവി'

ഏതോ ഒരു ക്ലാസ്സിൽ പുതുതായി വന്ന ഇബ്രാഹിം സാർ, എല്ലാവരെയും പരിചയപ്പെടുന്നതിനിടയിൽ ഓരോരുത്തരോടായി ചോദിച്ചു... നിങ്ങൾക്ക് വലുതാകുമ്പോൾ എന്താവാനാണിഷ്ടം ?

മുൻപിലത്തെ ബെഞ്ചു മുതൽ തുടങ്ങി ആദ്യത്തെ ബെഞ്ചിലുള്ള ആൺ കുട്ടികളും പെൺകുട്ടികളും പറഞ്ഞത് ഇപ്പോഴും ഓർക്കുന്നു

ഡോക്ടർ, എഞ്ചിനീയർ, ടീച്ചർ, കലക്ടർ, പോലീസ്, മന്ത്രി, മുഖ്യമന്ത്രി എന്നു വേണ്ട ആഗ്രഹങ്ങളുടെ നീണ്ട നിരകൾ...

ക്ലാസ്സിലെ ഒരു വില്ലൻ പറഞ്ഞത് കുട്ടികളുടെ ചിന്തക്കും അപ്പുറമായിരുന്നു... ഇടക്ക് എപ്പോഴോ അതോർത്തു ചിരിക്കാറുണ്ട്... അവനൊരു ഷാപ്പ് കോൺട്രാക്ടർ ആകണം പോലും....

ക്ലാസ്സിൽ കൂട്ടച്ചിരി... സാധാരണ ചിരിക്കാത്ത പലരും ഉറക്കെ ചിരിച്ചു കൊണ്ടിരുന്നു.

അവന്റെ വകയിലെ ഏതോ ഒരു അമ്മാവൻ വലിയ അബ്കാരിയാ... ധാരാളം പണം...

അങ്ങനെ ഒരു ചിന്തയിൽ നിന്നുമാണ് ഇങ്ങനെ ഒരാശയം ഉടലെടുത്തതെന്ന് പിന്നീട് അവൻ കൂട്ടുകാരോട് പറഞ്ഞത്രേ..

ഒടുവിൽ അവസാന ബെഞ്ചിൽ എത്തിയപ്പോൾ മൂവർസംഘത്തിന്റെ ഊഴമായി കുഞ്ഞുണ്ണിയും കുട്ടനും കുമാരനും എണീറ്റുനിന്നു വലിയ തൂണ് പോലെ...

മൂവർ സംഘത്തിലെ ആരും ഒന്നും മിണ്ടിയില്ല, ക്ലാസ്സിലെ മറ്റെല്ലാ കുട്ടികളുടെയും നോട്ടം അവരിലേക്കായിരുന്നു. അവരുടെ നോട്ടം നേ

രെ കീഴ്പ്പോട്ടും...

ഏറെ നേരത്തെ കാത്തിരിപ്പിനൊടുവിൽ, ഇബ്രാഹിം സാറു പറഞ്ഞു അവർ ആലോചനയിലാണ്...

മൂകമായി നിന്ന അവരെ നോക്കി ആരും ഒന്നും പറഞ്ഞില്ല...

അതേ അവരിന്നും ആലോചനയിലാണ് അതിന്നും തുടരുന്നു... ജീവിതത്തിൽ എന്താകണം... ഒരെത്തും പിടിയും ഇല്ലാതെ ഇപ്പോഴും അവർ അത് ആലോചിക്കാറുണ്ട് ഇടക്കെല്ലാം. എന്തായാലും ചെയ്യുന്ന തൊഴിലിനെ തോൽപ്പിക്കാൻ നിലവിൽ ആരും തന്നെ ഇല്ല...

ഒരിക്കൽ സ്പോർട്സ് ഡേയ്ക്കു ഓട്ടമത്സരത്തിൽ ഒന്നാം സ്ഥാനം കിട്ടിയത് കുട്ടനായിരുന്നു അവൻ പണ്ടേ വലിയ ഓട്ടക്കാരനായിരുന്നു സമ്മാനം ഒരു ഫൗണ്ടൻ പേന. അന്നുവരെ കിട്ടാത്ത ഒരു സമ്മാനം.

മഷി നിറക്കാവുന്ന വലിയ ഒരുപേന, ഒന്നു രണ്ടു ദിവസം അതു കൈയിൽ വച്ചു കൊണ്ടു നടന്നു, എല്ലാവരെയും കാണിക്കാനായി.

ഒടുവിൽ ഒരു ഉപായം തോന്നി... മഷിക്കുപകരം അതിൽ അച്ഛൻ വീട്ടിൽ സൂക്ഷിച്ചിരുന്ന ചാരായം ആരും കാണാതെ അൽപ്പം എടുത്തു നിറച്ചു. ക്ലാസ്സിൽ കൊണ്ട് വന്നു ആരും കാണാതെ ഉച്ചക്ക് കുമാരനും കുഞ്ഞുണ്ണിക്കും ചെറിയ ഓഹരി കൊടുത്തു. പിന്നെ ഇടക്കെല്ലാം ഇതാവർത്തിച്ചു പിന്നെ ഒരിക്കൽ മഷികുപ്പിയിൽ... ഒരിക്കൽ പിടിക്കപ്പെട്ടു. പിന്നത്തെ പൂരം പറയണോ...

വൈകുന്നേരത്തെ ഇടവേളകളിൽ പഴയകാര്യങ്ങൾ പലതും അവർ അയവിറക്കുമായിരുന്നു. അതേ ഗൾഫ്കാരന്റെ പുതിയ ഹോട്ടൽ ' ഹോട്ടൽ റഹ്മത്ത്.' അവർക്ക് നല്ല കച്ചോടം ഉണ്ട്. ബസ്സ്റ്റാൻഡിനോട് ചേർന്നുള്ള പുതിയകെട്ടിടത്തിൽ ഒരു IT കമ്പനി തുടങ്ങിയിട്ടുണ്ട്, ഉച്ചയാകുമ്പോൾ ചെറുപ്പക്കാരും ചെറുപ്പക്കാരികളും മുഴുവനും അവിടെയാ... എല്ലാവർക്കും ഫ്രഷ് ആയ പൊരിച്ച മീൻ വേണം.. കഴിഞ്ഞ ദിവസം ഷാപ്പിന്റ മുന്നിൽ വച്ചു പരിചയപ്പെട്ട മറ്റൊരു ഗൾഫ് കാരൻ പറഞ്ഞിട്ട് ഒന്നു മുട്ടിയതാ.

ചൂണ്ട കോലിന്റെ വണ്ണം കൂടിയ ഭാഗം ചവുട്ടിപിടിച്ചോണ്ട് പോക്കറ്റിൽ നിന്നും ഒരു ബീഡി എടുത്തു തീ കൊളുത്തിക്കൊണ്ട് കുട്ടൻ ചോദിച്ചു...

'നീ ശെരിക്കും കണ്ടോ അവളെ.?

'കണ്ടു' മറുപടി പെട്ടെന്നായിരുന്നു..

അന്നു പിടിച്ച വരാലിന്റെ കണ്ണുകൾക്ക് രമാദേവിയുടെ മൂക്കുത്തിയുടെ അതേ തിളക്കമായിരുന്നു.

അന്നൊരു തിങ്കളാഴ്ച ആയിരുന്നു അഞ്ചാം ക്ലാസ്സിലേക്ക് കയറിയ ആദ്യ ദിവസം. നാലാം ക്ലാസ്സിൽ ഒപ്പം പഠിച്ച എല്ലാവരും അഞ്ചിൽ ഒപ്പം ഒരു പുതിയ മുഖം.

ഒരെണ്ണകറുമ്പി, കൊലുന്നനെ ഉള്ള പെൺകുട്ടി, കാലിൽ മനോഹരമായ പാദസ്വരം, വാതുറന്നാൽ മഞ്ഞുപോലെ വെളുത്ത പല്ലുകൾ, നല്ലവൃത്തിയിൽ വന്ന പെൺകുട്ടികളിൽ അവളായിരുന്നു എല്ലാവരെക്കാട്ടിലും ശ്രദ്ധിക്കപ്പെട്ടത്.

എല്ലാം കൊണ്ടും മിടുക്കി.

അറച്ചറച്ചു നിന്ന അവൾ പിന്നെപ്പിനെ എല്ലാറ്റിനും മുന്നിൽ ആയി.

ഒരിക്കൽ സ്കൂളിലെ ഏതോ ഒരു പരിപാടിക്ക് പെൺകുട്ടികൾ ഡാൻസിന് തയ്യാറാകുക ആയിരുന്നു.

കുമാരനും കുട്ടനും ഒരു കൗതുകം, അവർ രണ്ടു പേരും കൂടി പെൺകുട്ടികൾ ഡ്രസ്സ് മാറുന്ന മുറിയിലേക്ക് എത്തിനോക്കി

വിവരം ടീച്ചേർസ് റൂമിൽ എത്തി. പിന്നെ പറയണോ അടിയുടെ പൊടിപൂരം.

ശെരിക്കു കിട്ടി അല്ലേ.

കുഞ്ഞുണ്ണി രണ്ടുപേരുടെയും മുഖത്തേക്ക് നോക്കി, രണ്ടു പേരുടെയും നോട്ടം വിശാലമായ പാടശേഖരങ്ങളും കടന്ന് കായൽ പരപ്പിന്റെ ഓളങ്ങളിൽ നിറഞ്ഞുനിന്നു.

പിന്നെ ചിരിയുടെ പൊട്ടിച്ചിരിയുടെ ശബ്ദങ്ങൾ...

എല്ലാം കേട്ട് ഒഴുകി അകലുന്ന കൈത്തോട്, ഇളകി ആടുന്ന നെൽക്കതിരുകൾ... ഏഴാം ക്ലാസ്സിൽ പഠിക്കുമ്പോഴാണെന്ന് തോന്നുന്നു. ഹൈസ്കൂളിൽ കുറച്ചു കാലം പോയത് ഓർമയുണ്ട്...

പിന്നീട് എപ്പോഴോ സ്കൂളിലേക്കുള്ള വഴി തന്നെ മറന്നു പോയി...

വർഷം പൂർത്തിയാക്കാൻ കഴിഞ്ഞില്ല, കാരണങ്ങൾ നിരവധി... പിന്നെ കൂടുതൽ പഠിക്കാൻ പറ്റിയില്ല. അച്ഛന്റെ കൂടെ കക്ക വാരാനും, മീൻ പിടിക്കാനും... കൂടാതെ ആരും എത്തിപ്പെടാത്ത കായൽ തുരുത്തിൽ ചാരായം വാറ്റാനും മറ്റും സഹായി ആയി മാറി.

അച്ഛന്റെ കൂട്ടുകാരനുമൊത്തുള്ള ചില ദിവസങ്ങൾ. എക്സൈസ്കാർ ചിലപ്പോഴെല്ലാം വരുകയും പോവുകയും ചെയ്തിരുന്നു അങ്ങുദൂരെ പ്രധാന പാതയിൽ മാത്രം. അവരുടെ ഇരുട്ടത്തെ കളികൾ പിടിക്കാൻ ആർക്കും കഴിഞ്ഞില്ല.

കോടകലക്കാനും പാത്രം കഴുകാനും, അടുപ്പിലെ തീ അണയാതെ വിറകു കൊള്ളികളെ നന്നായി ഊതി, കത്തിത്തീരാറായ വലിയ വിറ

കു കൊള്ളികളെ അടുപ്പിന്റെ അകത്തേക്ക് തള്ളി വിടുവാനും മറ്റും സഹായിച്ചുകൊണ്ടിരുന്നു.

കള്ളവാറ്റ് വളരെ രഹസ്യമായി ചില പ്രത്യേകം ആൾക്കാർക്ക് വേണ്ടിയും, സ്വന്തം ആവശ്യത്തിന് വേണ്ടിയും മാത്രം. അതൊരു വലിയ വിപുലമായ മദ്യ വ്യാപാരമേ അല്ലായിരുന്നു. എല്ലാം തോമസ് മുതലാളിയുടെ വീട്ടിൽ അവസാനിക്കും. മുതലാളിക്ക് വേണ്ടപ്പെട്ടവർ അവിടെ വന്ന് കുപ്പികൾ തരാതരം എടുത്തു കൊണ്ട് പോകും. ഓരോ കുപ്പിക്കും നല്ല തുകയും മുതലാളി തരും യഥാർത്ഥ വിലയുടെ രണ്ടിരട്ടിയിൽ അധികം.

വയസ്സ് എൺപതു ആയെങ്കിലും, ഇപ്പോഴും ഓർമ്മക്കോ ബുദ്ധിക്കോ ഒരു കുറവുമില്ല...

ഏക മകൻ പുറത്താണ്, അമേരിക്കയിൽ, ഇടയ്ക്കിടയ്ക്ക് വരും വരുമ്പോഴെല്ലാം നല്ല ഫോറിൻ സ്കോച് കൊണ്ടുവരും. ആദ്യമെല്ലാം മുതലാളി നല്ലപോലെ കഴിക്കുമായിരുന്നു. പിന്നെ പ്പിന്നെ മുതലാളിക്ക് നാടനോടായി പ്രിയം.

ഇപ്പോഴും മുതലാളിയുടെ ചില്ലലമാരയിൽ വിദേശികൾ നിരവധി ചിരിച്ചോണ്ടുരിപ്പുണ്ട്.

പുതുമഴയത്തു മുളക്കുന്ന ഊത്ത അതു ഒന്നിന്റെ പുറകെ ഒന്നായി മുട്ടി ഉരുമ്മി, പാർട്ടിക്കാരുടെ ജാഥ പോലെ പുറകെ പുറകെ...

ഓരോ പുതു മഴയത്തും ഊത്തകൾ തോട്ടിൽ പുളച്ചു കൊണ്ടിരുന്നു, സ്കൂളിലേക്കുള്ള യാത്രയിൽ പലപ്പോഴും അവയുടെ യാത്രയെ ഏറെ കൗതുകത്തോടെ നോക്കി നിൽക്കും. ഒപ്പം ആ പ്രദേശ ത്തുള്ള മറ്റു കുട്ടികളും കൂടും. ചിലപ്പോഴെല്ലാം ചെറു കല്ലുകൾ എടുത്തു എറിയാറുണ്ട്... ഒരു തമാശക്കായി...അവയെ നോവിക്കാതെ...

മീൻ കൂട്ടങ്ങളുടെ മനോഹരമായ കാഴ്ച യിൽ എപ്പഴെല്ലാമോ മറ്റു കുട്ടികളെ പ്പോലെ രമാദേവിയും ഒപ്പം കൂടാറുണ്ടായിരുന്നു. അതൊരു കാലം. കാലം എത്ര കഴിഞ്ഞാലും ചിലതെല്ലാം മനസ്സിൽ തെളിഞ്ഞു നിൽക്കും. പിന്നീടുള്ള ദിവസങ്ങളിൽ മീൻ പിടിക്കുന്നതിനിടയിൽ പലപ്പോഴും ആ പഴയ അഞ്ചാം ക്ലാസുകാരി കയറി വരാറുണ്ടായിരുന്നു.

ഇടക്ക് കണ്ടതു കൊണ്ട്, അവളെപ്പറ്റി കൂടുതൽ അറിയാൻ ഒരാവേശം. ഒരുദിവസം വൈകുന്നേരത്തെ ഒത്തുചേരലിൽ കുമാരൻ പറഞ്ഞു.

മ്മടെ 'പെങ്ങളുകുട്ടിയെ ഒന്നന്വേഷിച്ചാലോ.'

'പെങ്ങള്കുട്ടിയോ.'

കുട്ടനും കുഞ്ഞുണ്ണിയും അതിശയത്തോടെ പരസ്പരം മുഖത്തോട്

മുഖം നോക്കി.

സഹോദരൻമാരോ സഹോദരിമാരോ ഇല്ലാത്ത അവർക്ക് അങ്ങനെ ചിന്തിക്കാൻ എവിടുന്നോ ഒരു ഉൾപ്രേരണ...

ഹൈസ്കൂൾ പൂർത്തിയാക്കാതെ മൂവരും സ്കൂളിന്റെ പടികൾ പണ്ടേ ഇറങ്ങി. പലരും ചോദിച്ചു ഇനി പഠിക്കണ്ടേ? ഉത്തരം മൗനമായിരുന്നു. പണ്ട് സ്കൂളിൽ പഠിക്കുമ്പോൾ ജീവിതത്തിൽ ആരാകണമെന്ന സാറിന്റെ ചോദ്യം, അന്നത്തെ പോലെ ഇപ്പോഴും ഉത്തരം കിട്ടാതെ നിൽക്കുന്നു.... ജനിച്ചു വളർന്ന നാടും അവിടുത്തെ പാടവും, തോടും കായലുമായിരുന്നു അവരുടെ മനസ്സിൽ. അതവർ അന്നേ അരക്കിട്ടു ഉറപ്പിച്ചിരുന്നു, മറ്റൊരു വഴിക്ക് തിരിയുവാനോ, നേർവഴി കാണിച്ചു കൊടുക്കുവാനോ ആരും തന്നെ ഇല്ലായിരുന്നു. സ്വയം കണ്ടെത്തിയ പ്രവർത്തനമേഖല അവരതിന്നും തുടരുന്നു.

കുമാരൻ പറഞ്ഞ കാര്യത്തെകുറിച്ച് അവർ വീണ്ടും ആലോചിച്ചു.

'പെങ്ങള്കുട്ടിയെ' കണ്ടെത്തണം. എങ്ങനെ ?

മൂവർ സംഘത്തിന് അതിന്നും മറക്കാൻ കഴിഞ്ഞില്ല, ഒരു പാട് വർഷം കഴിഞ്ഞിട്ടും.

മൂന്നു പേരും അവരുടേതായ അന്വേഷണങ്ങൾ പലരീതിയിൽ വിപുലീകരിപ്പിച്ചു. അവർ തല പുകഞ്ഞു പലതും ആലോചിച്ചു കൊണ്ടിരുന്നു. പണ്ട് കുമാരന്റെ വീടിന്റെ കുറച്ച് അടുത്തായിരുന്നു താമസം പിന്നീട് അവർ എങ്ങോട്ടോ താമസം മാറി. നിന്റെ അമ്മായിയോട് ചോദിച്ചാൽ ഒരു ഐഡിയ കിട്ടുമായിരിക്കും. കുഞ്ഞുണ്ണി ഒരു പുതിയ നിർദേശം മുന്നോട്ട് വച്ചു.

അവിടെയൊരു ചെറുക്കൻ ഉണ്ടായിരുന്നല്ലോ... ഒരു മണകുണാഞ്ചൻ ചെറുക്കൻ... അവനിപ്പോൾ എവിടാ ?

അവനേതോ വർക്ക്ഷോപ്പിൽ ആണെന്ന് തോന്നുന്നു.

കള്ളും, പെണ്ണും തലയ്ക്കു പിടിക്കും മുന്നേ ചെറു പ്രായത്തിൽ തന്നെ അവനെ അവന്റെ അച്ഛൻ ഒരു വർക്ക് ഷോപ്പിൽ ഹെൽപ്പർ ആക്കി.

സ്പാനറും സ്ക്രൂഡ്രൈവറും പിടിക്കാൻ വളരെ ചെറുപ്പത്തിലേ തന്നെ ഒരു ശ്രമം നടത്തി. ഇപ്പോൾ ഹെൽപ്പർ പണിയിലാണോ അതോ പ്രമോഷൻ കിട്ടിയോ എന്തോ ഒരു രൂപവുമില്ല. ഏതാനും ദിവസങ്ങൾ അങ്ങനെ കടന്നു പോയി. ഒരു ദിവസം ഒരു സന്തോഷവാർത്തയുമായി കുമാരൻ എത്തി, പണ്ടത്തെ മണകുണാചെറുക്കൻ ഇപ്പോൾ ഒത്തിരി മിടുക്കനായി, അവൻ രമാദേവിയുടെ നമ്പർ എങ്ങിനെയോ സംഘടിപ്പിച്ച് തന്നു. ഇനി എങ്ങനെ വിളിക്കും എങ്ങനെ പരിചയപ്പെടുത്തും..

എല്ലാം അവനോടു തന്നെ പറഞ്ഞ് ഏൽപ്പിക്കുക ഒരു സമയവും തീരുമാനിക്കുക അത്രതന്നെ വിവരങ്ങൾ കുമാരന്റെ അമ്മായിയോടും പറഞ്ഞ് ഏൽപ്പിച്ചിരുന്നു. ഫോൺ വിളിക്കേണ്ടി വന്നില്ല എല്ലാം അമ്മായി തന്നെ അവളെ പറഞ്ഞു മനസ്സിലാക്കി.

മൂവർ സംഘത്തെ കുറിച്ച് വിശദമായ എല്ലാകാര്യങ്ങളും രാമദേവിയോട് പങ്കുവച്ചിരുന്നു

ഒരു മനോഹരമായ സായംസന്ധ്യയിൽ അവർ മൂവർ സംഘം രമാദേവിയുടെ വീട്ടിൽ എത്തിച്ചേർന്നു. വെള്ളി പാദസ്വരവും കുഞ്ഞുടുപ്പും ഇട്ട ഒരു കുഞ്ഞു മോളും അവിടെ ഉണ്ടായിരുന്നു, ഒരു കുഞ്ഞു രമാദേവി തന്നെ. അറച്ചറച്ചു നിന്ന അവരുടെ ഇടയിൽ വാക്കുകളുടെ വേലി കെട്ടുകൾ പെട്ടെന്ന് തന്നെ മുറിയപ്പെട്ടു. ആര് എപ്പോൾ എങ്ങിനെ എവിടെ വച്ചു തുടങ്ങി ഒരു രൂപവുമില്ല അപരിചിതത്വത്തിന്റെ കറുത്ത മേഘങ്ങൾ ഇല്ലായിരുന്നു അവർക്കിടയിൽ, എല്ലാം അമ്മായി പറഞ്ഞു മനസ്സിലാക്കിയിരുന്നു.

ഒരു പാട് കാര്യങ്ങളെ കുറിച്ച് സംസാരിച്ചുകൊണ്ടിരുന്നു. ഒരുമിച്ചുള്ള സ്കൂൾകാല ജീവിതം തുടങ്ങി പലതും. പലതും അവർ ഓർത്തെടുക്കാൻ ശ്രമിച്ചിരുന്നു.

ഏതോ ഒരു വർഷം സ്വാതന്ത്ര്യദിനത്തിൽ ഓരോരുത്തരും ഗാന്ധിജിയായും നെഹ്റുവായും സുഭാഷ് ചന്ദ്രബോസായും.. പിന്നെ രമാദേവി ഇന്ദിരാഗാന്ധിയായും വേഷം മാറി രംഗത്ത് വന്നത് ഇന്നും ഓർക്കുന്നു. ഏറ്റവും കൂടുതൽ കയ്യടികിട്ടിയത് രമയുടെ ഇന്ദിരാഗാന്ധിക്കായിരുന്നു...

മൂവർ സംഘം ഒരു സംഭവം പറഞ്ഞാൽ രമാദേവി രണ്ടെണ്ണം പറയും. ഏങ്കിലും വിഷാദത്തിന്റ നീലിച്ച നയനങ്ങൾ എന്തെല്ലാമോ തിരഞ്ഞു കൊണ്ടിരുന്നു

അന്നെല്ലാം ജീവിതത്തെകുറിച്ച് ഇത്രയും ഗൗരവമായി ചിന്തിച്ചിട്ടില്ല, അമ്മയായിരുന്നു എല്ലാം. വലിയ ക്ലാസ്സിൽ എത്തിയപ്പോഴേക്കും അമ്മയുടെ സാഹചര്യങ്ങൾ മാറി മറിഞ്ഞു. ആരോഗ്യം അത് വലിയ ഒരു സമ്പത്ത് ആണെന്ന തിരിച്ചറിവ് പിന്നീടാണ് ഉണ്ടായത്. പരസഹായമില്ലാതെ നടക്കാൻ കഴിയാത്ത അമ്മ, അച്ഛൻ എന്ന സ്നേഹം പണ്ടേ യാത്ര പറഞ്ഞ് പടിയിറങ്ങിയതാണ്... അതിന് കാരണക്കാരി അവളുടെ അമ്മതന്നെ ആയിരുന്നു. അതിന്റെ കാണാകയങ്ങൾ കണ്ടറിഞ്ഞ ഒരാളെ ഇപ്പോൾ ഉള്ളൂ. അമ്മായി മാത്രം, അവർക്ക് എല്ലാം അറിയാമായിരുന്നു. അമ്മായി അവർക്കെന്നും ഒരത്താണി ആയിരുന്നു. അ

ത് നല്ലതിനായിരുന്നോ എന്തോ പലരും അടക്കം പറയുമായിരുന്നു

വൈകുന്നേരങ്ങളിൽ വരുന്ന അച്ഛന്റെ കൂട്ടുകാരൻ മുറ്റത്തെ ചെന്തെങ്ങിൽ നിന്നും കരിക്ക് ഇട്ട് കുടിക്കും പിന്നെ...

വർത്തമാനവും ചിരിയും കളിയും രാത്രിയുടെ അവസാന യാമം വരെ നീണ്ടു നിന്നിരുന്നു. കുറച്ചു മാസങ്ങൾക്ക് ശേഷം രമാദേവിയുടെ അമ്മയുടെ ശരീരത്തിൽ ചില മാറ്റങ്ങൾ, വിവരം അറിഞ്ഞ അച്ഛൻ ആ നിമിഷം ആ വീടിന്റെ പടികൾ ഇറങ്ങി, പിന്നീട് ഒരിക്കലും തിരിച്ചു വരാതെ... പിന്നെ സംരക്ഷണം കൂട്ടുകാരനായിരുന്നു.

അധികം വൈകാതെ ആ മനുഷ്യനെ തന്റെ ഭർത്താവായി സ്വീകരിച്ചു. ആ ജീവിതത്തിന് അൽപ്പായുസ്സേ ഉണ്ടായിരുന്നുള്ളു.

വിധി വൈരൂപ്യങ്ങളുടെ വിളയാട്ടം. തന്റെ ഉള്ളിൽ വളരുന്ന കുഞ്ഞ് അച്ഛന്റെ കൂട്ടുകാരന്റെ ആണെന്നു അമ്മായിയോട് തീർത്തു പറഞ്ഞു.

കാരണം രമാദേവിയുടെ അമ്മയും അച്ഛനും ഒരുമിച്ച് പല സ്ഥലങ്ങളിലും പോവുകയും പല രീതിയിലുള്ള മെഡിക്കൽ ചെക്കപ്പ് നടത്തുകയും ചെയ്തിരുന്നു.

ഒരു ഡോക്ടറും പ്രതീക്ഷ നൽകുന്ന ഒന്നും പറഞ്ഞില്ല. എല്ലാം അച്ഛന്റെ പ്രശ്നങ്ങളായിരുന്നു. എല്ലാവിവരവും രമാദേവിയുടെ അമ്മായിക്ക് നന്നായി അറിയാമായിരുന്നു.

സ്കൂളിൽ പഠിച്ചിരുന്ന കാലത്തെ നിഷ്കളങ്കമായ ഒരു പെൺകുട്ടി, ഇത്രയും വലിയ പ്രതിസന്ധികൾക്കിടയിലാണവൾ കളിയും ചിരിയുമായി ഒഴുകി നടന്നിരുന്നത്. അതോ അവളുടെ പ്രശ്നങ്ങൾ ഒന്നും തന്നെ അവളുടെ അമ്മ അവളോട് ഒരിക്കലും പറഞ്ഞിട്ടില്ലേ ?

എല്ലാം അമ്മയും അമ്മായിയും തമ്മിൽ മാത്രമേ പങ്കുവച്ചിരുന്നുള്ളോ? ഉത്തരം കിട്ടാത്ത ചോദ്യങ്ങൾ പിന്നെയും ബാക്കി...

കോളേജിൽ പഠിക്കുന്ന കാലം മുതൽ തുടങ്ങിയ അടുപ്പം എപ്പോഴോ മുറിഞ്ഞു പോയി പിന്നെയും അടുത്തു. ഒടുവിൽ വീട്ടുകാരുടെ പരിപൂർണ്ണ സമ്മതം ഇല്ലാതെ തന്നെ അയാളെ വിവാഹം ചെയ്യാൻ തീരുമാനിച്ചു. നിയമ പ്രകാരം രജിസ്റ്റർ വിവാഹം നടത്തി. തുടക്കം കുഴപ്പമില്ലായിരുന്നു. രണ്ടുപേർക്കും ജോലി ഭർത്താവിന്റെ പേരിലുള്ള സ്വന്തം ഫ്ളാറ്റിൽ താമസം. കുറച്ചു കാലം അങ്ങിനെ പോയി, യാതൊരു പ്രശ്നങ്ങളും ഇല്ലാതെ... പിന്നീട് എപ്പോഴോ പലതും സംഭവിച്ചു ഇതിനോടകം അവരുടെ ജീവിതത്തിലേക്ക് ഒരു പുതിയ കുഞ്ഞ് അതിഥി കൂടി എത്തി.

ആഴ്ചകളും മാസങ്ങളും പലതും കഴിഞ്ഞു. സ്വച്ഛമായി ഒഴുകി അകലുന്ന മനോഹരമായ നദി എപ്പോഴോ കലങ്ങി മറിഞ്ഞു. ഒരു ദിവസം വൈകുന്നേരം ഭർത്താവില്ലാത്ത സമയം ഒരു സ്ത്രീ ഒരു കുഞ്ഞുമായി ഫ്ളാറ്റിൽ എത്തി. തന്റെ ഭർത്താവിന്റെ മറ്റൊരു ഭാര്യയാണെന്നും ഇത് സ്വന്തം കുഞ്ഞാണെന്നും സ്വയം പരിചയപ്പെടുത്തി, അതിരുവിട്ട പലതും പറഞ്ഞു ഇറങ്ങിപ്പോയി.

രാത്രിയിൽ വൈകി വന്ന ഭർത്താവിനോട് എല്ലാ കഥകളും പറഞ്ഞു. ആദ്യമെല്ലാം കാര്യമായി പ്രതികരിക്കാത്ത അയാൾ പിന്നീട് പല നുണകളും പറയുവാൻ ശ്രമിച്ചുകൊണ്ടിരുന്നു.

ശാന്തമായ കുടുംബ അന്തരീക്ഷം എപ്പോഴോ കലുഷിതമായി. പിന്നീടുള്ള ഓരോ ദിവസവും അശാന്തിയുടേതായിരുന്നു. ഇത്രയും കാലം സ്നേഹിച്ചത് ഈ മനുഷ്യനെയോ? എല്ലാം അഭിനയമോ? ചീത്തയും തെറിയും കൂടാതെ മർദ്ദനവും... ഭയത്തോടെ കഴിഞ്ഞ ദിവസങ്ങൾ..

ഒടുവിൽ അധികം വൈകാതെ ഒരിക്കൽ ഭർത്താവില്ലാത്ത സമയം നോക്കി കുഞ്ഞിനേയും എടുത്തു സ്വന്തം വീട്ടിലേക്ക് തിരിച്ചു. പല പ്രാവശ്യം ഫോൺ വിളിച്ചിട്ടും മറുപടി ഒന്നും കിട്ടാത്ത ഭർത്താവ് രമയുടെ വീട്ടിലേക്ക് വന്നു.

സമാധാനപരമല്ലാത്ത കൂടിക്കാഴ്ചകൾ. കുടുംബ ജീവിതത്തിലെ താല്പര്യം എപ്പോഴോ നഷ്ടപ്പെട്ടു. ഒന്ന് രണ്ടു പ്രാവശ്യം പ്രശ്നങ്ങൾ ഉണ്ടാക്കുവാൻ വേണ്ടി മാത്രം ഇവിടെ വന്നിരുന്നു.

ഇനിയും വരുമെന്നും കൊല്ലുമെന്നുമാണ് ഭീഷണി... ദുരന്ത നായികയുടെ ദുരന്തകഥ. എല്ലാം കേട്ടിരുന്ന മൂവർ സംഘത്തിന്, എന്തു പറയണമെന്നറിയാതെ ചുറ്റും പകച്ചു നോക്കിക്കൊണ്ടിരുന്നു

സ്നേഹിച്ചു കല്യാണം കഴിച്ച് ഒരു കൊച്ചായതിനു ശേഷം കുഴപ്പങ്ങൾ തുടങ്ങി. അതിന് മുൻപേ അതിന്റെ എല്ലാ ലക്ഷണങ്ങളും കണ്ടിരുന്നു, എങ്കിലും ഇത്രയുമാകുമെന്നു കരുതിയതേ ഇല്ല.

കാറ്റും മഴയും വെയിലും കൊണ്ട് നിറം മങ്ങിയ ശരീരം. പാടത്തെയും തോട്ടിലെയും ചെളിയിൽ ഓടി തിമിർത്തും, മണ്ണിനോടും വയലിനോടും കിന്നാരം പറഞ്ഞും അതിരാവിലത്തെ മഞ്ഞുകൊണ്ടും ഒരസുഖവും വരാത്ത ഉറച്ച ശരീരത്തിന്റെ ഉടമകൾ.

പനികൾ അലട്ടിയിട്ടില്ല, ചൊറി, ചിരങ്ങ് എന്നിങ്ങനെ തൊട്ടു തലോടി പോകുന്ന യാതൊന്നും അവരുടെ ശരീരത്തെ സ്പർശിച്ചിട്ടു പോലുമില്ല.

പ്രകൃതിയോട് ഇണചേർന്ന്, പ്രകൃതിയെ സ്നേഹിച്ച മൂന്ന് ജന്മങ്ങൾ. അവർക്കിടയിൽ മറ്റുള്ളവരോട് പ്രണയങ്ങൾ നന്നേ വിരളമായി

രുന്നു, ഉണ്ടെങ്കിൽ തന്നെ, നൈരാശ്യത്തിന്റെ പകകൾ ഇല്ലായിരുന്നു. വെറുപ്പിന്റെ പ്രതികാര പ്രവണതകളില്ലായിരുന്നു. പ്രണയിനിയെ വക വരുത്താനോ, ഉപദ്രവിക്കാനോ ഒരിക്കലും തുനിഞ്ഞിട്ടില്ല. അതാണീ ത്രി മൂർത്തികൾ, സ്നേഹിച്ചാൽ നക്കിതിന്നാനും അനാവശ്യമായി ഉടക്കാൻ വന്നാൽ മീൻ വെട്ടുന്ന വാളിനു അരിഞ്ഞു വീഴ്ത്താനും മടിയില്ലാത്ത വർ.

ചതിച്ചോ വഞ്ചിച്ചോ ഒരു നയാപൈസ പോലും നേടാത്തവർ... ഇട ക്കെല്ലാം ഫോണിൽ ഭീഷണി, ശക്തരായ ആരോരും ഇല്ലാത്ത രമാദേ വിക്കു ശക്തി പകരുവാൻ ഈ മൂവർ സംഘത്തിനു കഴിഞ്ഞു. അവൻ ഒളിഞ്ഞും പാത്തും ഒരവസരത്തിനായി കാത്തിരുന്നു... ചില ശ്രമങ്ങ ളും നടത്തികൊണ്ടിരുന്നു. ഒരിക്കൽ വലയിൽ നിന്നും സൂത്രത്തിൽ ചാ ടിപോകുന്ന മത്സ്യം കണക്കെ അവൻ രക്ഷപെട്ടു..

അവസരത്തിലും അനവസരത്തിലും അവൻ രമാദേവിയെ ഫോ ണിൽ നിരന്തരം ബന്ധപ്പെടുവാൻ ശ്രമിച്ചു കൊണ്ടിരുന്നു, കാരണം നിയമപ്രകാരം അവൻ ഇന്നും രമാദേവിയുടെ ഭർത്താവാണ്. ദുഷ്ടനാ യ ഭർത്താവ്, മറ്റൊരു സ്ത്രീയുമായുള്ള വലിയ ബന്ധം മറച്ചു വച്ച്, രമാദേവിയെ വിവാഹം ചെയ്തവൻ.

ഫോണിൽ അനാവശ്യ മെസേജ് കളുടെ കൂമ്പാരം കൂടുന്നതനുസ രിച്ചു രമാ ദേവിയുടെ വേവലാതിയും കൂടിക്കൊണ്ടിരിക്കും എന്തിനും പോന്ന വലിയ ത്രിമൂർത്തികളോട് അവൾ തീർത്തു പറഞ്ഞു...

'ദേഹോപദ്രവം ഒന്നും വേണ്ട, മോൾടെ അച്ഛനാണ്.'

എപ്പോൾ വേണമെങ്കിലും ഷർട്ട് മാറും പോലെ ഊരി വെക്കാവുന്ന പ്രേമം, വിവാഹം എന്ന ഈ ഒരു സംവിധാനം.

ഒരിക്കൽ വലിയ മീനിനെ കെണിവെക്കും പോലെ അവനെ കു ടുക്കി, ശാരീരികമായി ഒന്നും ചെയ്തില്ലെങ്കിലും ശക്തമായ വാണിംഗ് കൊടുത്തു, പലതും പറഞ്ഞു, കൊള്ളാവുന്നതും അല്ലാത്തതും.

ഒടുവിൽ തൂക്കി എടുത്ത് നേരെ പോലീസിന് കൊടുത്തു. പിന്നീട് ഒരിക്കലും ഭർത്താവ് ഒരു വില്ലനായി രമാദേവിയുടെ മുൻപിൽ വന്നതേ ഇല്ല.

പിന്നീടുള്ള കാലം മുവർ സംഘത്തിന് പുതിയ ഒരു ഉത്തരവാ ദിത്തം കൂടി ഏറ്റെടുക്കേണ്ടി വന്നു.

'പെങ്ങളുകുട്ടിയുടെ സംരക്ഷണം കൂടി'

സ്കിസോഫ്രീനിയ

നീണ്ട ട്രെയിനിങ്ങിന് ശേഷമുള്ള ഒരു കോഫി ബ്രേക്ക് ! കുറെ പേർ കപ്പുചിനാ മെഷീനിന്റെ മുൻപിൽ, ചിലർ ഫോണിൽ, മുൻപേ അറിയുന്നവർ സൗഹൃദ സംഭാഷണത്തിൽ, ചിലർ ലാപ്ടോപ്പിൽ മിഴിയുംനട്ട് തുറിച്ചു നോക്കികൊണ്ടിരിക്കുന്നു... കോർപ്പറേറ്റ് ടോപ്മാനേജ്മെന്റിന്റെ പുതിയ തീരുമാനം. കോമേഴ്സിൽ മാസ്റ്റേഴ്സ് നേടിയ ഉദ്യോഗാർത്ഥികളെ പല കടമ്പ കൾക്ക് ശേഷം അവസാന ട്രെയിനിങ്ങിനായി തെരഞ്ഞെടുക്കപ്പെട്ട നിരവധി ഭാഗ്യശാലികൾ. ഏതാനും ആഴ്ചകൾ നീണ്ടു നിൽക്കുന്ന ട്രെയിനിങ്, അത്കഴിഞ്ഞാലുടൻ വിവിധ സ്ഥാപനങ്ങളിൽ നേരിട്ട് പോസ്റ്റിങ്ങ്. വളരെ പരിചിതരായവർക്ക് കൊടുക്കുന്നതിന്റ പകുതി പോലും ഈ പുതിയ ജോലിക്കാർക്ക് കൊടുക്കേണ്ടതില്ല. ഒടുവിൽ നേട്ടം കമ്പനിക്കു തന്നെ.

കോർപ്പറേറ്റ് മാനേജ്മെന്റിന്റെ പുതിയ തീരുമാനത്തിൽ നിരവധി ആൺകുട്ടികളും, പെൺകുട്ടികളും... ഒന്ന് രണ്ടു ദിവസം കഴിഞ്ഞതോടുകൂടി പലരും സൗഹൃദങ്ങൾ അരക്കിട്ട് ഉറപ്പിക്കുന്നതിന്റെ തിരക്കിൽ. പുതിയ ജോലിയുടെ ഉത്തരവാദിത്തത്തിന്റെ ചരടുകൾ മുറുകികൊണ്ടിരുന്നു. ഒരു ദിവസം ട്രെയിനിങ് കഴിഞ്ഞ് തിരികെ പോരുമ്പോൾ, പാർക്കിങ്ങിൽ തമാശ പറഞ്ഞ് പൊട്ടിച്ചിരിക്കുന്ന നാലു പെൺകുട്ടികൾ, അതിന്റെ ആകർഷണകേന്ദ്രം, അതിസുന്ദരിയായ 'ഡെല്ല സൂസൻ ഡിസൂസ' തന്നെ ആയിരുന്നു. നാലുപേരുടെയും നേർത്ത വിരലുകൾക്കിടയിൽ എരിയുന്ന സിഗരറ്റ്, എന്നെ കണ്ട മാത്രയിൽ എല്ലാവരും കൈകൾ ഉയർത്തി കാണിച്ചു. ഞാൻ തിരിച്ചും, എല്ലാവരും പരിചയസമ്പന്നരായ പുകവലിക്കാർ. തമാശകൾ പറഞ്ഞും പൊട്ടിച്ചിരിച്ചും, അണ്ടർഗ്രൗണ്ട് പാർക്കിംഗ് ശബ്ദായമാനമാക്കി. വാഹനം പാർക്കു ചെയ്യാൻ വരുന്നവരും, മറ്റു ഓഫീസിലെ ജീവനക്കാരും, ഈ പുതു മുഖങ്ങളെ ഒളി കണ്ണിട്ട് നോക്കാൻ മറന്നില്ല. കാർ റിവേഴ്സ് എടുത്ത് പുറത്തേക്ക് പോകുമ്പോഴും നാൽവർ സംഘം നോക്കിക്കൊണ്ടിരുന്നു.

സംശയ നിവാരണത്തിനും മറ്റുമായി ചുരുക്കം ചിലർ മൊബൈൽ നമ്പർ വാങ്ങിച്ചിരുന്നു. ചിലരെല്ലാം വൈകുന്നേരങ്ങളിൽ പല സംശ

യങ്ങളും വിളിച്ചു ചോദിക്കുമായിരുന്നു. ചെറിയ തമാശകളും ഒച്ചയും മറ്റുമായി നാൽവർ സംഘം എപ്പോഴും മുന്നിലായിരുന്നു.

ദിവസങ്ങൾ പലതും കഴിഞ്ഞു, സിലബസ്സിന് വെളിയിൽ നിന്നുമുള്ള ചോദ്യങ്ങളുമായി ഒരാൾ മാത്രമേ വിളിച്ചുള്ളൂ, ഡെല്ല സൂസൻ ഡിസൂസ മാത്രം ! ഒരിക്കലും പ്രതീക്ഷിക്കാത്ത നിരവധി ചോദ്യങ്ങളും.. എങ്കിലും എല്ലാറ്റിനും മനോഹരമായ മറുപടി തന്നെ കൊടുത്തു. പിന്നീട്കുറച്ച് ദിവസത്തേക്ക് വിളികളുടെ എണ്ണം കുറഞ്ഞു, എങ്കിലും പിന്നീടുള്ള ദിവസങ്ങളിൽ മെസ്സേജുകൾക്കും, കൂടാതെ അസമയത്തുള്ള വിളികൾക്കും ഒരു കുറവും ഉണ്ടായിരുന്നില്ല, അത് പിന്നീട് ഒരു ദുർഭൂതം പോലെ തന്നെ പിന്തുടർന്ന്കൊണ്ടിരുന്നു. ആദ്യമൊന്നും വലിയ താൽപ്പര്യം തോന്നിയില്ല, പിന്നീട് ഒരുമിച്ച് കോഫിബാറിലും റെസ്റ്റോറണ്ടിലും ഒരുപാടു സമയം ചിലവഴിച്ചു, അവൾ എന്നിലേക്കോ, ഞാൻ അവളിലേക്കോ ഒരു പിടിയും കിട്ടുന്നില്ല. അവൾ പറയുന്നതിനോട് വിയോജിപ്പ് കാണിച്ചാൽ, അവൾക്ക് ഇഷ്ടപ്പെടാത്തത് ചെയ്താൽ... ഒടുവിൽ ഒരു ചെറു ഭ്രാന്തിൽ ചെന്നവസാനിക്കും. ഒരിക്കൽ ഞാൻ കോഫിബാറിൽ നിന്നും രക്ഷപ്പെടുവനൊരു ശ്രമം നടത്തി, അവളുടെ കൈകൾ ബലമായി എന്നെ അവിടെ പിടിച്ചിരുത്തി, പിന്നീട് ഞാൻ എന്നിലേക്ക്തന്നെ വലിയാൻ ശ്രമിച്ചെങ്കിലും, മാളത്തിലിരിക്കുന്ന ഏതോ ഒരു ജീവിയെ ബലമായി പിടിച്ച്വലിച്ചു കൊണ്ടുവരും പോലെ ! എന്നെ എന്നുമവൾ തന്നിലേക്ക് വലിച്ചടുപ്പിച്ചു കൊണ്ടിരുന്നു.

വൈകുന്നേരങ്ങളിലെ ചാറ്റിങ്ങിൽ ഒരിക്കൽ ഞാൻ അവളോട് ചോദിച്ചു 'ഡെല്ലാ, മാറ്റാരിലും കാണാത്ത എന്ത് പ്രത്യേകതയാണ് നീ എന്നിൽ കാണുന്നത്'?

ആദ്യമൊന്നും അവൾ മിണ്ടിയില്ല, പല പ്രാവശ്യം ചോദിച്ചപ്പോൾ അവൾ മറുപടി പറഞ്ഞു...

'റിച്ചാർഡ്, നിന്റെ ഈ വെളുത്ത മനോഹരമായ മുഖവും, ഹാഫ് സ്ലീവ് ഷർട്ടും, ഉറച്ച മസിലുകളും മുഴക്കമുള്ള ശബ്ദവും...' അവൾ പൂർത്തിയാക്കിയില്ല... മാറ്റാരിലും കാണാത്ത പലതും ഞാൻ റിച്ചാർഡിൽ കണ്ടു അത്രമാത്രം. എത്രയോ കാലം കാത്തിരുന്ന എന്തോ ഒന്ന് എന്നെ തേടി വന്നപോലെ, അവൾ മനസ്സിൽ പറഞ്ഞു...

തികച്ചും സ്വാഭാവികമായ സംസാരം നേരിൽ കാണാത്തപ്പോൾ, ഫോണിൽ പ്രതികരിക്കാതിരുന്നപ്പോൾ അങ്ങേത്തലക്കൽ വലിയ ബഹളങ്ങൾ പൊട്ടിത്തെറികൾ... പിന്നെ പിന്നെ അവളുടെ ഒരോ ഫോൺ കാളുകളും വളരെ ശ്രദ്ധയോടെ മറുപടി കൊടുക്കുവാൻ ശ്രമിച്ചു കൊണ്ടിരുന്നു. എവിടയോ ഒളിച്ചു വച്ച ഒരു സ്നേഹം മറനീക്കി എന്നിൽ

നിന്നും പുറത്തേക്കിറങ്ങി, ഡെല്ലായെ അത് ഏറെ സന്തോഷിപ്പിച്ചിരുന്നു. ഒരിക്കൽ ഒരു കോഫി ബാറിൽ വച്ച് അവൾ അവളുടെ പപ്പായുമായി സംസാരിച്ച ശേഷം ഫോൺ എന്റെ കൈയിൽ തന്നു. ആദ്യമായി അവളുടെ പപ്പയുമായി സംസാരിച്ചു. ശോകമൂകമായ അവളുടെ മാറ്റത്തിന്റെ കാരണക്കാരൻ ഞാനാണത്രെ.... എനിക്കൊന്നും മനസ്സിലായില്ല, ഒടുവിൽ അവളോടൊപ്പം ആദ്യമായി അവളുടെ വീട്ടിൽ എത്തി.

പ്രധാന വാതിലിനടുത്തു ഹാളിൽ യേശു ക്രിസ്തുവിന്റെയും പരിശുദ്ധ കന്യാമറിയത്തിന്റെയും വലിയ ഫോട്ടോകൾ, അല്പം മാറി മറ്റൊരു ഭിത്തിയിൽ ഡെല്ലയുടെ പ്രായം ചെന്ന രൂപംപോലെ തോന്നിക്കുന്ന ഒരു വലിയ ഫോട്ടോ... ഡെല്ലയുടെ മരിച്ചുപോയ മമ്മി. പ്രധാനപ്പെട്ട കാര്യങ്ങൾ എല്ലാം ഇതിനോടകം അവൾ പങ്കുവച്ചിരുന്നു.

മധ്യ വയസ്സു കഴിഞ്ഞ അവളുടെ പപ്പ സ്നേഹത്തോടെ സ്വീകരിച്ചിരുത്തി, വലിയ കഷണ്ടിയുടെ അഭംഗി കൊമ്പൻ മീശകൊണ്ട് അപ്രത്യക്ഷമായിരിക്കുന്നു. ഏതോ തട്ടുപൊളിപ്പൻ സിനിമയിലെ വില്ലനെ പോലെ നന്നായി ചിരിക്കുകയും സംസാരിക്കുകയും ചെയ്യുന്ന ഒരു സംസാരപ്രിയൻ തന്നെ. യാതൊരു കൂസലും കൂടാതെ, കൈകൾ കോർത്തു പിടിച്ച്, വീട് മുഴുവനായി കാണിച്ചു തന്നു. ഒരോ മുറികളിലൂടെയും കയറി ഇറങ്ങി, ഒടുവിൽ ഡെല്ലയുടെ മുകളിലത്തെ മുറിയിൽകയറി, കയറിയ പാടെ വാതിൽചാരി, നീണ്ട ചുംബനത്തിൽ ഏർപ്പെടുവാൻ അവൾ തന്നെ മുൻകൈ എടുത്തു, അതും ദീർഘ നേരം, താഴെ അവളുടെ പപ്പാ ഉണ്ടെന്ന യാതൊരു പേടിയും അവളിലില്ലായിരുന്നു. ജോലി കുടുംബം അങ്ങനെ പലതിനെക്കുറിച്ചും അവർ സംസാരിച്ചു കൊണ്ടിരുന്നു. ഒടുവിൽ പപ്പാ പറഞ്ഞു: ഏറെ കാലങ്ങൾക്ക് ശേഷമാണു എന്റെ മോൾ ഇത്രയും സന്തോഷവതിയായി കാണുന്നത്, എനിക്കൊന്നും മനസ്സിലായില്ല, അധികം വൈകാതെ മുറുകിപിടിച്ചിരുന്ന അവളുടെ വിരലുകൾ വിടുവിച്ച് യാത്ര പറഞ്ഞിറങ്ങി.

റിച്ചാർഡ് പോയതോടു കൂടി ഡെല്ല വാതിലടച്ചു മുറിയിൽ ഒരേ ഒരിരുപ്പ്, പുറത്തേക്കിറങ്ങാൻ കൂട്ടാക്കിയതെ ഇല്ല. പലപ്പോഴും അവൾ ചിത്രങ്ങൾ വരക്കുമായിരുന്നു. തന്റെ മുറിയോട് ചേർന്നുള്ള വലിയ ബാൽക്കണിയിൽ, അതിനുള്ള എല്ലാ സൗകര്യങ്ങളുമുണ്ട്, തന്റെ ചിന്തക്കും ഭാവനക്കും ഉതകുന്ന രീതിയിലുള്ള ചിത്രങ്ങൾ മാത്രം. മിക്കവയും പുരുഷന്മാരുടെ ചിത്രങ്ങൾ, വരച്ചുവരുമ്പോൾ തന്റെ ഭാവനക്കും മനസ്സിനും യോജിച്ചതല്ലെങ്കിൽ അപ്പോൾ തന്നെ അത് കത്തിച്ചുകളയും, അതിനായി ഒരു വലിയ തകരപ്പെട്ടി തന്നെയുണ്ട്, അടുത്തകാലത്തു വരച്ച പല ചിത്രങ്ങൾക്കും റീച്ചാർഡിന്റെ രൂപ സാമ്യമുണ്ടായിരുന്നത്രെ!

ചിലപ്പോൾ ചിത്രങ്ങൾ വരച്ചു കഴിഞ്ഞു അകാരണമായി പൊട്ടിച്ചിരിക്കുകയും സങ്കടപ്പെടുകയും ചെയ്യും... ഇതെല്ലാം കണ്ടും കേട്ടും മടുക്കുന്ന ഒരു ജീവിതമായിരുന്നു ഡെല്ലയുടെ പപ്പയുടേത്. ഏതാനും ആഴ്ചകൾ വിരസമായി കടന്നുപോയി.

ഒരു ദിവസം തന്റെ ഉറച്ച തീരുമാനം പപ്പയോടു പറയുവാൻ തീരുമാനിച്ചു.

'ഞാൻ ഇത്രയും കാലം കാത്തിരുന്ന ആളെ കണ്ടെത്തിയിരിക്കുന്നു.'

'റിച്ചാർഡിനെ ഇഷ്ടമാണെന്നും വിവാഹം കഴിക്കാൻ താല്പര്യമാണെന്നും തീർത്തു പറഞ്ഞു.'

ബാക്കി എല്ലാം പപ്പായുടെ ഇഷ്ടം പോലെ എത്രയോ കാലമായി കാത്തിരുന്ന നിമിഷം, എത്രയോ നല്ല ആലോചനകൾ വന്നതാണ്... എങ്കിലും പല പ്രശ്നങ്ങളും അദ്ദേഹത്തെ അലട്ടികൊണ്ടിരുന്നു.. മകളുടെ പ്രശ്നങ്ങൾ അവളുടെ ജീവിതത്തിലേക്ക് കടന്നുവരുന്ന ആളെ അറിയിക്കേണ്ടേ, നാളെ അവൻ എല്ലാം അറിഞ്ഞാൽ....അല്ലെങ്കിൽ അതൊരു വിശ്വാസ വഞ്ചനയാവില്ലേ പിന്നീട്...

നീണ്ട ആലോചനകൾക്കൊടുവിൽ ഒരു തീരുമാനം എടുത്തു, എല്ലാം വിശദമായി സംസാരിക്കുക... ഡെല്ല ഇല്ലാത്ത സമയം നോക്കി പ്രതിശ്രുത വരനെ വീട്ടിലേക്ക് ക്ഷണിച്ചു, അവളെക്കുറിച്ച് അവൻ അറിഞ്ഞിരിക്കണം, ഒരു പിതാവിന്റെ ഉറച്ച തീരുമാനം...

നാളെ ഒരുമിച്ച് ജീവിക്കേണ്ടവർ...

കൃത്യ സമയത്തു തന്നെ റിച്ചാർഡ് എത്തിച്ചേർന്നു, അല്പസമയത്തെ സൗഹൃദസംഭാഷണത്തിന് ശേഷവും, എവിടെ തുടങ്ങണം, എങ്ങിനെ തുടങ്ങണം എന്ന ഒരു വേവലാതിപിടിമുറുക്കി കൊണ്ടിരുന്നു..

ഒടുവിൽ എല്ലാം തുറന്ന് പറയുവാൻ തന്നെ തീരുമാനിച്ചു. വലിയ ഫ്രിഡ്ജിൽ കരുതിയിരുന്ന ബിയറുകളിൽ രണ്ട് തണുത്ത ബിയർ എടുത്തു രണ്ട് ഗ്ലാസുകളിലേക്ക് പകർന്നുകൊണ്ട് തുടർന്നു.

'ചെറിയ ക്ലാസ്സ് മുതൽ തന്നെ പലതിനോടും വളരെ ആവേശമായിരുന്നു, ഒന്നിനും തോൽക്കാൻ മനസ്സില്ലാത്ത ഒരു പ്രകൃതമായിരുന്നു, ഏറെക്കാലം ഞങ്ങൾ ഗൾഫിലായിരുന്നു, ഒരു പെട്രോളിയും കമ്പനിയിലായിരുന്നു എനിക്ക് ജോലി, ഭാര്യയോടും മകളോടുമൊത്തുള്ള സമാധാനജീവിതം, പഠിത്തത്തിന്റെ പാതി വഴിയിലായിരുന്നു അവൾ, അന്നൊരു ക്രിസ്മസ് രാവായിരുന്നു, തൊട്ടടുത്ത വീട്ടിലുള്ളവർ എല്ലാവരും കൂടി വലിയ ആഘോഷപരിപാടികൾ ഒരുക്കിയിരുന്നു, പാട്ടും ഡാൻസും ആയി വർണ്ണാഭമായ ഒരു രാത്രി. ആഘോഷങ്ങളുടെ മൂർദ്ധന്യാവസ്ഥയിൽ തൊട്ടടുത്ത വീട്ടിലെ ഒരു മുതിർന്ന കുട്ടി, ഡെല്ലയെ എന്തെ

ല്ലാമോ ചെയ്യാൻ ശ്രമിച്ചു എന്നു അവൾ പറയുന്നു, ആരും കണ്ടവരില്ല, ആ ആൺകുട്ടി എല്ലാം നിഷേധിക്കുകയും ചെയ്തു. വർഷങ്ങളോളം അറിയുന്ന കുടുംബങ്ങൾ.. ഒടുവിൽ ആഘോഷങ്ങൾക്ക് തിരശ്ശീല വീഴും മുമ്പേ ഞങ്ങൾ അവിടെ നിന്നും തിരിച്ചു അടുത്ത ദിവസം മുതൽ അവളിൽ ഒരു പാട് മാറ്റങ്ങൾ... എത്ര പറഞ്ഞാലും ഒന്നും അനുസരിക്കാതെ ആയി.. മനസ്സിന്റെ സമനില തെറ്റിയ സന്ദർഭങ്ങൾ...

അവിടുത്തെ വലിയ ഒരുഹോസ്പിറ്റലിൽ മാസത്തിൽ ഏതാനും ദിവസം മാത്രം വരുന്ന ഒരു ബ്രിട്ടീഷ് സൈക്യാട്രീസിനെ സമീപിച്ചു, അദ്ദേഹം എല്ലാം ചോദിച്ചറിഞ്ഞു, കൂടാതെ അവളുമായി ഒറ്റക്ക് ഏറെ നേരം സംസാരിച്ചു...

നീണ്ട നേരത്തെ ഒബ്സെർവേഷന് ശേഷം ഡോക്ടർ വിധി എഴുതി. ഇത് 'സ്കിസോഫ്രീനിയ' എന്ന അസുഖമാണെന്നും, തലച്ചോറുമായി ബന്ധപ്പെട്ട ക്ഷതങ്ങൾ, മാനസിക സംഘർഷങ്ങൾ, അമിതകോപം, ആത്മഹത്യപ്രവണതകൾ എന്നിവ ഇതിന്റെ ഒരു പ്രത്യേകതയാണെന്നും മറ്റും വിശദമായി പറഞ്ഞു തന്നു.

മസ്തിഷ്കത്തിലെ, ഗ്ലൂടമേറ്റ്, ഡോപ്പമിൻ എന്നീ രാസവസ്തുക്കളിൽ ഉണ്ടാകുന്ന മാറ്റത്തെ തുടർന്നാണ് ഒരാളിൽ രോഗലക്ഷണങ്ങൾ കാണുന്നത്....

അവളുടെ പപ്പാ സംസാരം തുടർന്ന് കൊണ്ടിരുന്നു... തണുത്ത ബിയർ ചൂടായ പോലെ, അതിന്റ നുരയും പതയും എവിടെയോ പോയി ഒളിച്ചിരുന്നു ആർക്കും വേണ്ടാതെ....

മരുന്നിനോടൊപ്പം സൈക്കോ തെറാപ്പി എന്ന മനഃശ്ശാസ്ത്ര ചികിത്സയും ചിലപ്പോൾ തലച്ചോറിലേക്ക് നേരിയ അളവിൽ വൈദ്യുതി കടത്തി വിടുന്ന ഇലക്ട്രോ കൺവെൽസീവ് തെറാപ്പിയും ചിലർക്ക് നൽകാറുണ്ട് എങ്കിലും മാനസിക വിഭ്രാന്തി ചിലർ കാണിച്ചു കൊണ്ടിരിക്കും.

നാട്ടിൻ പുറത്തുള്ളവരാണെങ്കിൽ ചിലപ്പോൾ പൈശാചികശക്തിയുടെ ഉപദ്രവമാണെന്ന് പറഞ്ഞു മന്ത്രവാദത്തിന്റെയോ, ആഭിചാര പ്രവൃത്തിയുടെയോ പുറകെ പോകും. എന്നാൽ ഞാനൊരു നല്ല ഡോക്ടറെ കണ്ട് കാര്യങ്ങൾക്ക് കൂടുതൽ വ്യക്തത വരുത്തി, വേണ്ടത് സമയത്തിന് തന്നെ ചെയ്തു. അവളുടെ പപ്പാ പറഞ്ഞു നിർത്തി...

എല്ലാം കേട്ടിരുന്ന ഞാൻ മറ്റൊരു ലോകത്തായിരുന്നു, എന്റെ മകളെ കല്യാണം കഴിക്കാൻ പോകുന്നതിന് മുൻപായി ഇതെല്ലാം ഒന്ന് പറഞ്ഞുവയ്ക്കണമെന്ന് നേരത്തെ തന്നെ തീരുമാനിച്ചിരുന്നു, അതാണ് മോളില്ലാത്ത സമയത്ത് വരാൻ പറഞ്ഞത്, ഇപ്പോഴും ഇടക്ക് ഡോക്ടറുമായി വിളിക്കാറുണ്ട്... ആത്മാർത്ഥതയുടെ നേർകാഴ്ച്ച, എല്ലാം ഒ

രു തുറന്ന പുസ്തകം പോലെ.. അധികം താമസിക്കാതെ ഗൾഫ് ജീവിതം അവസാനിപ്പിച്ചു നാട്ടിലേക്ക് മടങ്ങി. അവളുടെ മമ്മിക്ക് കാൻസർ ആയിരുന്നു താമസിച്ചാണ് അറിഞ്ഞത് ലാസ്റ്റ് സ്റ്റേജിൽ ഒന്നും ചെയ്യാൻ പറ്റില്ലായിരുന്നു അറിയാൻവൈകി, നാട്ടിൽ വന്ന് അധികം വൈകാതെ അവളുടെ മമ്മി...

ചൈതന്യം നഷ്ടപ്പെട്ട ബിയർ ഒരു തുള്ളി പോലും കഴിക്കാൻ തോന്നിയില്ല, ഞാൻ യാത്ര പറഞ്ഞിറങ്ങി, അപ്രതീക്ഷിതമായ സംഭവങ്ങൾ മനസ്സിൽ കിടന്ന് വലിയ വേലിയേറ്റം തന്നെ സൃഷ്ടിച്ചു, പപ്പയുടെ നിർദ്ദേശം പ്രകാരം വീട്ടിൽ വന്ന വിവരം അവളെ അറിയിച്ചില്ല.

പതിവ് പോലെ അന്ന് വൈകുന്നേരവും പുറത്തു വച്ചു കാണുകയും ഒരുപാടു സമയം ഒരുമിച്ച് ചിലവഴിക്കുകയും ചെയ്തു. അവൾക്കു പലതും പറയാനുണ്ടായിരുന്നു, സൂര്യന് താഴെയുള്ള പലതും, കേൾക്കാൻ ഞാനും.. ഞാൻ മൂലം ഇവളുടെ ജീവിതം മാറി മറിഞ്ഞാലോ. സ്നേഹത്തിന് യാതൊരു അതിരും ഇല്ല, ഇനിയും ഞാൻ പുറകോട്ട് പോയാൽ അവളൊരു പക്ഷെ ആത്മഹത്യ ചെയ്താലോ, വികല ചിന്തകളിൽ നിന്നും മാറി, കൂടുതൽ സമയം അവളോടൊപ്പം പങ്കിട്ടു, അതായിരുന്നു അവളും പ്രതീക്ഷിച്ചത്.

ഒരുപാട് കൂട്ടലും കിഴിക്കലും നടത്തി ഒടുവിൽ എന്റെ മനസ്സ് അവരോടൊപ്പമായി, അധികം വൈകാതെ തന്നെ അവളെ ഞാൻ വിവാഹം കഴിച്ചു....ആർഭാടം ഇല്ലാത്ത ലളിതമായ വിവാഹം, സുന്ദരിയായ അവളെ കല്യാണം കഴിക്കാൻ പലർക്കും താല്പര്യമായിരുന്നു, മരിച്ചു പോയ മമ്മിയുടെ ഒരു അകന്ന ബന്ധു കച്ചകെട്ടി അവളുടെ പുറകെ നടന്നിരുന്നു.... അവളുടെ മനസ്സിലെ പുരുഷസങ്കല്പം വ്യത്യസ്ത മായിരുന്നു.. മധുവിധു നാളുകളിൽ ഏറെ സന്തോഷവതിയായിരുന്ന ഡെല്ല ക്രമേണ അതിബുദ്ധിയും, അതിസാമർഥ്യവും പ്രകടിപ്പിക്കാൻ തുടങ്ങി. ജോലി കഴിഞ്ഞുവന്നാൽ എവിടെയെല്ലാം പോയി ആരെയൊക്കെ കണ്ടു, ഏതെങ്കിലും ഒരു പെൺ കുട്ടിയുടെ പേരു പറഞ്ഞാൽ അവളുടെ നെറ്റിചുളിയും, പിന്നെ നോട്ടത്തിന്റ ഭാവം...

ഒരു ദിവസം ജോലിക്ക് പോകുവാൻ ഡ്രസ്സ് ചെയ്തു പുറത്തേക്കിറങ്ങിയപ്പോൾ അവളെന്നെ കെട്ടി പിടിച്ച് പറഞ്ഞു..

'ഇന്ന് ജോലിക്ക് പോകണ്ട.'

'ഇന്ന് മീറ്റിംഗ് ഉള്ളതാ.' ഞാൻ പറഞ്ഞു.

അവളത്കേട്ട ഭാവമില്ല. കെട്ടിവരിഞ്ഞ കൈകൾ മുറുകി കൊണ്ടിരുന്നു... സ്നേഹലാളനയോടെ...

പിന്നീട് എപ്പോഴോ അവളുടെ നേർത്ത ചുംബനങ്ങൾക്കും മുറുകി

യ വിരലുകൾക്കും അയവുവന്നു.

മീറ്റിങ്ങിനിടയിലും അവളെ കുറിച്ച് ഓർത്തു, ജോലി സമയത്ത് അനാവശ്യമായി ഫോൺ ചെയ്യരുത് എന്ന് താക്കീത് അവൾ പൂർണമായും പാലിച്ചിരുന്നു, എങ്കിലും മെസ്സേജ്ന് ഒരു കുറവും ഉണ്ടായിരുന്നില്ല.

അവളുടെ ചിന്തകൾക്ക് യാതൊരു കടിഞ്ഞാണുമില്ലായിരുന്നു, വേണ്ടതിനും വേണ്ടാത്തതിനും, ദേഹോപദ്രവം, ആത്മഹത്യ പ്രവണത എല്ലാം അറിഞ്ഞിരുന്നത് കൊണ്ട് കരുതി ഇരുന്നു.

ഡെല്ലയുടെ പഴയ കൂട്ടുകാരുടെ നമ്പർ തിരഞ്ഞുപിടിച്ച് പലരുമായി ബന്ധപ്പെട്ടുകൊണ്ടിരുന്നു, പണ്ട് പ്രണയിച്ചവരും പ്രണയം തുറന്ന് പറഞ്ഞവരും, എന്നു വേണ്ട പ്രണയത്തിന്റെ ലിസ്റ്റിൽ പെട്ട ഓരോരുത്തരെയും മാറി മാറി വിളിച്ചു. തന്റെ വിവാഹം കഴിഞ്ഞ വിവരം അവൾ ആരോടും പറഞ്ഞില്ല. എല്ലാവർക്കും സ്നേഹം പകർന്നു കൊണ്ടിരുന്നു..

നിരന്തരം ശല്യപ്പെടുത്തി കൊണ്ടിരുന്ന രണ്ട് പേരെ നേരിൽ കാണുവാൻ തീരുമാനിച്ചു, എല്ലാവിവരവും എന്നോട് പറഞ്ഞിരുന്നു. ഒരുകോഫി ബാറിന്റെ ഒഴിഞ്ഞ മൂലയിൽ അവർ ഒരുപാട് സമയം ചിലവഴിച്ചു, ദൂരെ മറ്റൊരിടത്തു എല്ലാം കണ്ടുകൊണ്ട് ഞാനും. പഴയ കൂട്ടുകെട്ടിൽ നിന്നൊരു വിരാമം, അവൾ തന്നെ മുൻ കൈ എടുത്തു. പിന്നീട് ഒരിക്കലും കാണുവാനോ, അത് തുടരുവാനോ ഇല്ലാത്ത രീതിയിൽ..

അപൂർവ്വം ചില ദിവസങ്ങളിൽ രാത്രിയിൽ ഒച്ചയും ബഹളവും അവളുടെ പപ്പാ അതിനു യാതൊരു പ്രാധാന്യവും കൊടുത്തില്ല. ദിവസങ്ങൾ അങ്ങനെ തൊട്ടും തലോടലവുമായി കടന്നുപോയി.

ഒരുദിവസം രാത്രി വൈകി ഉണർന്നെഴുന്നേറ്റ് ഐസ്ക്രീം വേണമെന്ന ഒരേ വാശി. അതും തന്റെ പ്രിയപ്പെട്ട ബ്രാൻഡ് തന്നെ, ഒടുവിൽ അവളുടെ പപ്പ ദീർഘ ദൂരം വണ്ടി ഓടിച്ചു ടൗണിൽ പോയി അത് വാങ്ങിക്കൊണ്ടു വന്നു.

A3 പേപ്പറിൽ ചിത്രങ്ങൾ വരക്കുക പതിവായിരുന്നു, ഒരിക്കൽ വരച്ച ചിത്രത്തിനു, വർഷങ്ങൾക്ക് മുൻപ് തന്നെ ഉപദ്രവിക്കുവാൻ ശ്രമിച്ച ചെറുപ്പക്കാരന്റെ രൂപവുമായി സാമ്യമുണ്ടായിരുന്നു... അന്ന് രാത്രി അവൾക്ക് ഉറങ്ങാൻ കഴിഞ്ഞില്ല, കരച്ചിലും ബഹളവും. ഏതോ ഭൂത പ്രേത ബാധ ഏറ്റപ്പോലെ, മുടിയെല്ലാം അഴിച്ചിട്ടു ഓടുകയും നടക്കുകയും ചെയ്തുകൊണ്ടിരുന്നു. ഞാൻ അവളെ കണ്ടതിനു ശേഷമുള്ള ഏറ്റവും വലിയ പ്രക്ഷോഭമായിരുന്നു അത് ഒരു കുഞ്ഞു പിടിയാന മദമിളകിയത് പോലെ.. കണ്ണിൽ കണ്ടതെല്ലാം തച്ചുടക്കുകയും വലി

ച്ചെറിയുകയും ചെയ്തുകൊണ്ടിരുന്നു. ഒടുവിൽ എപ്പോഴോ, ഉറക്കത്തിലേക്ക് വഴുതി വീണു. അടുത്ത ദിവസം അവൾക്കൊരു പുതിയ ജന്മമായിരുന്നു ഒന്നും സംഭവിക്കാത്ത പോലെ. പിന്നീടുള്ള ഒരോ ദിവസവും ഏറെ സ്നേഹത്തോടെ പരിലാളനയോടെ പലപ്പോഴും അവൾ സമയത്തും അസമയത്തും എന്നെ അവളിലേക്കു വലിച്ച് അടുപ്പിക്കുമായിരുന്നു, അമിതമായ ഭോഗാസക്തിയും, വികാരവും പ്രകടിപ്പിച്ച ദിനരാത്രങ്ങൾ കുറച്ച് ദിവസം അവധി എടുത്തു അവൾക്കുവേണ്ടി അവളുടെ സന്തോഷത്തിന് വേണ്ടി സമയം ചിലവഴിച്ചു.

ദിവസങ്ങൾക്ക് പഴയ രൂപവും ഭാവവും എപ്പോഴോ കൈവന്നു. നിരവധി ബുക്കുകൾ സ്വന്തമായി അവൾ സ്വരൂപിച്ചിരുന്നു, കഥകളും നോവലും, ചരിത്ര ബുക്കുകളും. ചില നോവലുകൾ വായിച്ച് അതിലെ കഥാപാത്രങ്ങൾ ആകുവാൻ ശ്രമിച്ചുകൊണ്ടിരുന്നു. ഒരുദിവസം രാത്രിയിൽ അവൾ ചേതൻഭഗതിന്റെ '3 mistakes of my life' എന്ന ബുക്ക് വായിച്ച് കൊണ്ടിരിക്കുകയായിരുന്നു.

രാത്രിയിൽ എപ്പോഴോ തന്റെ ശ്രദ്ധ ചിത്ര രചനയിലേക്ക് കടന്നു, ഏതോ ഒരു അമേരിക്കക്കാരന്റെ ചിത്രം വരച്ചിട്ട് അത് ഇപ്പോഴത്തെ പ്രസിഡന്റ് ജോ ബൈഡൻ ആണെന്ന് പറഞ്ഞു, ഞാൻ അല്ലെന്നും പറഞ്ഞു, പക്ഷെ ഇരട്ടി ശബ്ദത്തിൽ അവൾ അതിനെ എതിർത്തു കൊണ്ടിരുന്നു. ഈ സമയം പുറത്തു മഴ പെയ്യുന്നുണ്ടായിരുന്നു അല്പസമയം പുറത്ത് മഴ നനഞ്ഞശേഷം ചിത്രവുമായി വീണ്ടും വന്നു, വീണ്ടും തർക്കമായി, ഒടുവിൽ അതിവേഗം സ്റ്റെപ്പുകൾ ഇറങ്ങി ഓടിയപ്പോൾ, അടിതെറ്റി താഴെ വീണു, നെറ്റി പൊട്ടി, ഇടതു കൈ ഒടിഞ്ഞു, ഏതാനും ദിവസത്തെ ആശുപത്രി വാസം കഴിഞ്ഞ് വീട്ടിലെത്തി.. പ്ലാസ്റ്റർ എടുക്കുവാൻ സമയമെടുക്കും. പിന്നീട് എപ്പോഴും സ്നേഹത്തിന്റെ ഉച്ച കോടിയിൽ...

എപ്പോഴും ഞാൻ അടുത്ത് വേണം ഒരു കൊച്ചു കുട്ടിയെ പരിചരിക്കും പോലെ, ചിലപ്പോൾ ചിരിച്ചുകൊണ്ടിരിക്കും ചിലപ്പോൾ മൗനിയായിരിക്കും, ചിലപ്പോൾ എന്തെല്ലാമോ ചിന്തിച്ചുകൊണ്ടിരിക്കും. എപ്പോഴോ അവൾ ഉറക്കത്തിലേക്ക് വഴുതി വീണു.... ഒരു കൊച്ചു കുട്ടിയുടെ മയക്കം പോലെ !

നിഷ്ക്കളങ്കമായ ഉറക്കം !

ഇടവഴിയിലെ ജീവിതം

ഓർമയുടെ അടക്കപ്പെട്ട അറകൾ ഓരോന്നായി തുറന്നു, ബോധമണ്ഡലത്തിലേക്കു എപ്പോഴോ ഭൂതകാലം ഇരച്ചു വന്നു.

അവാച്യമായ ഒരു സന്തോഷവും സങ്കടവും ഒരുപോലെ! മറ്റുള്ളവരുടെ യാന്ത്രികമായ ഓരോ ചോദ്യത്തിനും, നിലയറ്റ വെള്ളത്തിൽ കിടന്നുഴലും പോലെ ! എങ്കിലും എന്തെല്ലാമോ വിളിച്ചു പറഞ്ഞു കൊണ്ടിരുന്നു, ചിലപ്പോൾ ചിലർ ചിരിക്കും, ചിലപ്പോൾ ചിലരെല്ലാം വർത്തമാനങ്ങൾ നിർത്തും.

വീണ്ടും പുതിയ മുഖങ്ങൾ, പുതിയ ചോദ്യങ്ങൾ, പല ചോദ്യത്തിനും അയാൾക്ക് ഉത്തരങ്ങൾ ഇല്ലായിരുന്നു, കേട്ടുനിൽക്കുന്നവർക്കും, ചുറ്റിനും പുതിയ മുഖങ്ങളോ അതോ പഴയ മുഖങ്ങളോ ? ഓർമകളെ ആരോ തഴുതിട്ട് പൂട്ടി, എത്ര ശ്രമിച്ചിട്ടും തുറക്കാൻ കഴിയുന്നില്ല, വിഫലമായ ശ്രമങ്ങൾ, ഒന്നിനു പുറകെ ഒന്നായി...

ഏതോ ഒരു അന്യഗ്രഹത്തിലേക്ക് പിഴുതെറിഞ്ഞവനെപ്പോലെ, ഓർമയുടെ തേരിൽ...

ഒന്നും തന്നെ ഉപരിതലത്തിലേക്ക് കടന്നു വരുന്നില്ല.. എങ്കിലും ഒരു നേരിയ ഓർമ എവിടുന്നോ ഒഴുകി വരും പോലെ, വർഷങ്ങൾക്കു മുൻപുള്ള ആളും ബഹളവും ആരവവും, ആംബുലൻസിന്റെ മുകളിലെ മിന്നിത്തെളിയുന്ന 'ബികോൺ ' ന്റെ പ്രകാശത്തിൽ കണ്ട രക്തമാംസങ്ങൾ അവയുടെ രൂക്ഷമായ ഗന്ധം.

അരണ്ട വെളിച്ചത്തിൽ ചിന്നിച്ചിതറിയ മനുഷ്യ ശരീരങ്ങൾ... ആരൊക്കെയോ എന്തെല്ലാമോ വിളിച്ചു പറയുന്നു, ഒന്നും വ്യക്തമല്ല, ഭാഷ വേറെ, സംസാരരീതി വേറെ, തമിഴും ഇംഗ്ലീഷും ഹിന്ദിയും ഇടകലർന്ന ഒരുവലിയ തെരുവിന്റെ വിലാപം. ഒപ്പമുണ്ടായിരുന്ന ഭാര്യയും മകളും എവിടെ ? ഒന്നും കാണാൻ കഴിയുന്നില്ല

ഓർമ്മകൾ മരവിച്ച പോലെ, ഓർത്തെടുക്കുവാൻ ശ്രമിക്കും തോറും എല്ലാം മാഞ്ഞു പോകുന്നു. വ്യക്തമല്ലാത്ത നേർത്ത മഞ്ഞു പാളികൾ ചുറ്റും. ചുവന്ന മഞ്ഞു പാളികൾ രക്തത്തിന്റെ നിറമുള്ള മഞ്ഞു പാളികൾ...

അപകടം എവിടെയെങ്കിലും നടന്നിട്ട് കാര്യമില്ല. അവർ തീരുമാനിക്കുന്നിടത്തു അവരുടെ ഹോട്സ്പോട്ടിൽ തന്നെ വേണം അത് ആസൂത്രണം ചെയ്യാനും അതിന്റെ നേട്ടങ്ങൾ കൊയ്യാനും ഒരു വലിയ ഗ്യാങ് തന്നെ.

കൂടാതെ രക്തത്തിൽ കുളിച്ച് കിടക്കുന്നവരുടെ വീഡിയോ എടുക്കാനും അയക്കാനും അത് വില പേശി വാങ്ങാനും ആൾക്കാർ വേറെ.

സാഡിസ്റ്റുകളെ സൃഷ്ടിക്കുന്ന വേറൊരു കൂട്ടർ അവർ അതിലും സന്തോഷം കണ്ടെത്തുമായിരിക്കും ?

ഇവർ മാനസിക രോഗികളോ? ഇവർക്ക് എന്ത് സന്തോഷമാണാവോ നേടാൻ കഴിയുക ? മാനസിക വൈകൃതത്തിന്റ പുതിയ മുഖങ്ങൾ....

കരയാതെ കരഞ്ഞ മുഖങ്ങൾ, മരിച്ചു ജീവിക്കുന്ന ചിലർ അതിൽ പലരും യാത്രയായി ഒടുവിൽ അയാൾ മാത്രം ! ഓർക്കുന്തോറും പെറുക്കി എടുക്കാൻ പോലും പറ്റാത്ത വിധം ചതഞ്ഞു ചിതറി കിടക്കുന്ന മാംസ പിണ്ഡങ്ങൾ പോലെ ചിന്തകൾ.

ശക്തമായ സംസാരം മിന്നിമാറുന്ന വെളിച്ചം ഇപ്പോഴും അയാളെ പിൻ തുടരുന്നുണ്ടോ എന്ന തോന്നൽ. പല രാത്രികളിലും അയാൾ ഞെട്ടി ഉണരുന്നു, പലതും പറയുന്നു, ആദ്യമെല്ലാം ചുറ്റുമുള്ള പരിചാരികമാർ എല്ലാം ശ്രദ്ധിക്കുന്നുണ്ടായിരുന്നു, അവർ അപ്പപ്പോൾ ഡോക്ടറെ അറിയിച്ചു കൊണ്ടിരുന്നു.

പിന്നെപ്പിന്നെ അവരാരും ശ്രദ്ധിക്കാതെയായി. അങ്ങിനെ കിടന്ന കിടപ്പിൽ എത്രയോ നാൾ, മാസങ്ങളും വർഷങ്ങളും ഒരുപാട് കഴിഞ്ഞു.

പിന്നീട് വീൽച്ചെയറിൽ ഒരുപാട്കാലം, ഭാര്യയോടും മകളോടും ഒപ്പം പോയിരുന്നെങ്കിൽ എന്നു ചിന്തിച്ച നാളുകൾ...കണ്ടു മടുത്ത മുറിക്കുള്ളിലെ നാലു ചുവരുകൾക്കിടയിലെ ലോകം.. സൂര്യൻ, പ്രകാശം, വെയിൽ, ഇലകൾ, പ്രകൃതിദത്തമായ കാറ്റ്, കിളികൾ, പറന്നു നടക്കുന്ന കുഞ്ഞു ജീവികൾ .... എന്തിനെയും കാണുവാനുള്ള മോഹം!

ആരുടെയൊക്കെയോ സഹായത്താൽ മുറി വിട്ട് പുറത്തേക്ക്. പുതിയ ഭൂമിയിൽ. പുതിയ ലോകത്ത്എത്തിയ പോലെ, പലതും ഓർത്തെടുക്കുന്നു ഒരു കൊച്ചു കുഞ്ഞിനെ പ്പോലെ..

എങ്കിലും പലതും പിടികിട്ടാപ്പുള്ളിയെ പോലെ ഇപ്പോഴും മുന്നിൽ ഇരുണ്ട മൂടു പടത്തിലെ മങ്ങിയ നിശ്ചല ചിത്രങ്ങൾ.. ഒന്നും വ്യക്തമല്ല...

അയാളുടെ മനസ്സ് അവ്യക്തമായ എന്തിനെക്കുറിച്ചോ വേവലാതിപ്പെട്ടുകൊണ്ടിരുന്നു. നിമിഷങ്ങളുടെ നേരിയ വ്യത്യാസത്തിൽ ഒന്നിന് പുറകെ ഒന്നായ് ഓടി മറയുന്ന അനേകം ചിത്രങ്ങൾ ചിലതു ചലിക്കുന്നു ചിലത് ഓടി അകലുന്നു പലതിനെയും കൈ എത്തി പിടിക്കാ

നൊരു പാഴ്ശ്രമം. ഒടുവിൽ ഒന്നും തന്റെ വരുതിയിൽ അല്ലെന്ന തിരിച്ചറിവിന് ഒരുപാടുകാലം കാത്തിരിക്കേണ്ടി വന്നു, വർഷങ്ങളോളം വേണ്ടിവന്നു ഓർമ്മകൾ വീണ്ടെടുക്കാൻ.

വലതു വശത്തെ ഭിത്തിയിൽ പറ്റിച്ചേർന്നു കിടക്കുന്ന വലിയ കുടുംബ ഫോട്ടോ, പഴയ നിറം മങ്ങിയ ചിരിക്കുന്ന മൂന്നു മുഖങ്ങൾ അതിൽ അല്പം കുറച്ച് ചിരിച്ചത് അയാൾ മാത്രം. ഭാര്യയും മോളും വിടർന്ന ചിരി.. വിടർന്ന ചിരിയുമായി എവിടെയാണ് അവരിപ്പോൾ...

ഉള്ളിലെവിടെയോ ഒരു വലിയ നീല തേൾ കുത്തിനോവിക്കുന്നു. പൊട്ടാത്ത ഒരു റബ്ബർ പന്തുപോലെ ചിന്തകൾ അവിടെയും ഇവിടെയും തട്ടിത്തെറിച്ചുകൊണ്ടിരുന്നു. ഇരുട്ട് പുതച്ചുറങ്ങുന്ന രാത്രിയുടെ നിശ്ശബ്ദത.

ഇടക്ക് എപ്പോഴോ ചിലങ്കയിട്ട നർത്തകിയെ പോലെ പുറത്തു മഴ നൃത്തം ചെയ്യുന്നു. ഉറക്കമില്ലാത്ത രാത്രികൾ...

മനുഷ്യന്റെ ശത്രു മനുഷ്യനോ ? നിരവധി ചിന്തകൾ ജീവിതത്തിന്റെ ഇടവഴിയിൽ കണ്ടുമുട്ടിയ പോലെ.

കെട്ടി ഉയർത്തിയ പ്രതീക്ഷകൾ മരണത്തിന്റെ വിത്തിൽ നിന്നും ഉടലെടുത്തതോ ?

അപശകുനങ്ങൾ ജീവിതത്തിന്റെ നേർക്കാഴ്ച ആയി, മരണം എപ്പോഴും ഒരു വിളിപ്പാടകലെ എന്ന പൊരുൾ ഉൾകൊള്ളാത്ത ജീവിതം.

സ്വപ്നങ്ങൾ എല്ലാം നടക്കുകയാണെങ്കിൽ ഈ ഭൂമി സ്വർഗ്ഗ മാവില്ലേ ? മനുഷ്യാവസ്ഥയുടെ തെളിനീർ കാണാത്ത കുഴലൂത്തുകാർ ഇപ്പോഴും ചുറ്റിനും...

എയർപോർട്ടിൽ നിന്നും എയർപോർട്ടിലേക്കു ഒരു ഗരുഡൻ പോലെ പറന്ന നാളുകൾ, ഓരോ നിമിഷവും അകലങ്ങളിൽ നിന്നും ഓടിവരുന്ന ഫോൺ കോളുകൾ സന്ദേശങ്ങൾ, മെസ്സേജുകൾ, കോർപ്പറേറ്റ് കമ്പനിയുടെ ബോർഡ് ഓഫ് ഡയറക്ടറിൽ ഒരാൾ ആയതിനു ശേഷമുള്ള ഓട്ടത്തിന് ഫലം കണ്ടു.

ചുരുങ്ങിയ വർഷത്തിനുള്ളിൽ കമ്പനിയുടെ ഗതിവിഗതികൾ മാറ്റി മറിച്ചു, ചെറിയ ഓഫീസിൽ നിന്നും വലിയ ബഹുനില കെട്ടിടത്തിലേക്കൊരു ചുവടുമാറ്റം, പലർക്കും അസൂയ തോന്നും വിധത്തിലുള്ള മുന്നേറ്റം..

സഹപ്രവർത്തകരുടെ പ്രശംസകൾ ഏറ്റുവാങ്ങിയ നിമിഷങ്ങൾ, താൻ സ്വയം ലോകത്തിന്റെ നിറുകയിലോ ? മനസ്സിന് ആത്മസംതൃപ്തി കിട്ടിയ ധന്യ നിമിഷങ്ങൾ...

ലാളിച്ചു വളർത്തിയ ഏക മകൾ നന്ദന, പുതിയ ലോകത്തെ കു

ട്ടി, അടുത്ത കാലത്തായി അവളിലെ മാറ്റങ്ങൾ ഒരു രീതിയിലും അംഗീകരിക്കാൻ കഴിയാത്ത അവസ്ഥ. നന്ദനയുടെ വാക്കിലും പ്രവർത്തിയിലും ഒരുപാട് മാറ്റങ്ങൾ, വളരെ ഗൗരവകരമായ മീറ്റിംഗുകൾക്കിടയിലും ഭാര്യയുടെ മെസ്സേജ്കൾ നിരന്തരംവന്നു കൊണ്ടിരുന്നു. വണ്ണം കുറഞ്ഞ ഉയരമുള്ള, നീണ്ടതാടിയുള്ള ഒരു ചെറുപ്പക്കാരനോടൊപ്പം, അവൾ ഒരിക്കൽ വീട്ടിൽ വന്നു, കൂട്ടുകാരനാണത്രെ... എത്രപറഞ്ഞിട്ടും അവൾ പിന്മാറാൻ തയ്യാറല്ല, ഒപ്പം, അവനും.

തിരക്കൊഴിഞ്ഞ സമയംനോക്കി ഭാര്യയുമായി വിശദമായി സംസാരിച്ചു അയാൾ... പിന്നീട് പലപ്പോഴും രാത്രി വളരെ വൈകി അവനോടൊപ്പം. അവർ എന്നേ ഒന്നായിരിക്കുന്നു, മറ്റൊരാളാൽ പിരിക്കാൻ പറ്റാത്ത വിധം, നല്ലതിനോ ? ഒരിക്കലുമില്ല, നാശത്തിന്റെ വഴിയിലെന്നു മനസ്സു പറയുന്നു. കാര്യങ്ങൾ കൈ വിട്ടുപോയി എന്ന തോന്നൽ അയാളിൽ അസ്വസ്ഥത ഉളവാക്കി.

കുറച്ച് ദിവസത്തെ അവധിയിൽ അയാൾ വീട്ടിലേക്കു കുതിച്ചു. എല്ലാവിവരങ്ങളും ഭാര്യയിൽ നിന്നും അറിഞ്ഞു ഇനി അവളുമായി ഒരു മുഖാ മുഖം..

ഓമനിച്ചു വളർത്തിയവൾ, ആവശ്യങ്ങൾ പറയും മുന്നേ ഓരോന്നും നിറവേറ്റികൊണ്ടിരുന്നു ഇല്ലായ്മയുടെ കാലത്തും, അവൾക്ക് അത് അറിയേണ്ടത്രേ അതിൽ ഒരിക്കലും വിലപിക്കാറില്ല... കാര്യങ്ങൾ നടക്കണം അതിന്റെ വഴികളെകുറിച്ച് ചിന്തിക്കാറേ ഇല്ല.

കാര്യമായ ഒരു ജോലി പോലും ഇല്ലായിരുന്ന കാലം, എങ്കിലും എങ്ങിനെയൊക്കെയോ ഇവിടെ വരെയെത്തി.

കാലം ഇരട്ടിച്ചു നൽകുന്ന ചിന്തകൾ, കൈ വിട്ടുപോയത് നേടിയെടുക്കാൻ, ചിന്തയിലെ തേൻകണങ്ങൾ, സ്നേഹത്തോടെ അവളുടെ മുൻപിൽ നിരത്തി, പലതും പറഞ്ഞു നോക്കി...

'മോളെ ഇത് നമുക്ക് പറ്റിയ ബന്ധമല്ല.'

സ്നേഹത്തിന്റെ ഭാഷ അവൾമറന്നു പോയിരിക്കുന്നു. അവൾക്കിങ്ങനെ ആവാൻ എങ്ങിനെ കഴിഞ്ഞു ?

'ഇല്ല ഇതുമതി'

'മറ്റൊരാളെക്കുറിച്ച് ചിന്തിക്കുകവയ്യ...'

ഇപ്പോൾ വേണ്ട, ജോലി എല്ലാം നേടിയിട്ട്, പിന്നീട് മതി വിവാഹം. അവൾ തീർത്തു പറഞ്ഞു. എന്നാലും പിന്മാറാൻ തയ്യാറല്ല അവൾ. പദവിക്കു ചേരാത്ത എന്തോ ഒന്ന്. രണ്ടു പേരും പരമാവധി പറഞ്ഞു നോക്കി...

ജോലിയും കൂലിയും ഇല്ലാത്ത ഒരുത്തൻ, തന്നെയുമല്ല തോന്ന്യാ

സങ്ങളുടെ തോഴൻ, പലവിധത്തിലുള്ള അന്വേഷണത്തിലും തൃപ്തി പരമായ ഒരുത്തരം പോലും കിട്ടിയില്ല. ഒരിക്കൽ വിവാഹിതനായതെന്നും, ചുരുങ്ങിയ ദിവസത്തിനുള്ളിൽ തന്നെ ബന്ധം വേർപെടുത്തിയെന്നും മറ്റുമുള്ള നിരവധി കഥകൾ പിന്നെയും.

ഇത് വേണ്ടാ എന്ന് പല പ്രാവിശ്യം പറഞ്ഞു നോക്കി... ഒടുവിൽ...

മകളുടെ മുൻപിൽ മാതാപിതാക്കൾ നിസ്സഹായരായി, ഇനി ഒരു വഴി മാത്രം... ഉയരം കൂടിയ മെല്ലിച്ച താടിക്കാരനെ നേരിട്ട് കാണുക, വിവരങ്ങൾ പറയുക, സമാധാനമായി പറയുക... എന്നിട്ടും മനസ്സിലാകുന്നില്ലെങ്കിൽ അടുത്ത സ്റ്റെപ്...

പിന്നീട് കുറച്ച് കാലത്തേക്ക്, ഒരു സംസാരവും ഉണ്ടായിട്ടില്ല, അവൾക്കും താൽപ്പര്യം നഷ്ടപ്പെട്ട പോലെ എന്നു തോന്നുന്നു അതോ അവർ പരസ്പരം എല്ലാം മറച്ചു വക്കുന്നതാണോ, ഒരു പിടിയും കിട്ടുന്നില്ല...

നല്ല രീതിയിൽ ചെയ്തിരുന്ന ജോലികൾ, പഴയത് പോലെ ചെയ്യാൻ കഴിയുന്നില്ല. വരുന്നതൊക്കെ സഹിക്കുക, സ്വയം ആശ്വസിച്ചു. അയാൾ തന്റെ ജീവിതത്തെ കുറിച്ചു ആലോചിച്ചു. വർഷങ്ങൾക്കു മുൻപ് കോളേജിൽ വച്ചു തുടങ്ങിയ പ്രേമം... അവളുടെ വീടിന്റെ അയൽ പക്കത്തു നിന്നു പോലും എത്തി നോക്കാൻ കഴിയാത്ത അവസ്ഥ, സമ്പന്നതയുടെ നിറുകയിൽ ജീവിക്കുന്നവർ, ശെരിക്കും വായിലൊരു സ്വർണ്ണ കരണ്ടിയുമായി ഭൂമിയിലേക്ക് വന്നവൾ അയാളുടെ ഭാര്യ... കുറേ കാലം നാടും വീടും വിട്ട് ഒരു താമസം. ഭാര്യ വീട്ടുകാരുടെ ഭീഷണി പേടിച്ചു കഴിഞ്ഞ നാളുകൾ.

ഒടുവിൽ സ്ഥലം മണത്തറിഞ്ഞു അവിടെയും എത്തി. ഇതിനോടകം പലരെയും സംഘടിപ്പിച്ചിരുന്നു അവരെ നേരിടാൻ... ഒടുവിൽ അവർ തന്നെ പിൻവാങ്ങി. കാലം ഏറെ കഴിഞ്ഞിട്ടും ഒരു കുഞ്ഞു ജനിച്ചിട്ടുപോലും...

ഒരിക്കലും വീട്ടുകാർ കാണാൻ വന്നില്ല ആ ബന്ധം അവിടംകൊണ്ട് അവസാനിപ്പിച്ചു എന്നെന്നേക്കുമായി. എപ്പോഴെല്ലാമോ അവൾ അമ്മയെ കുറിച്ചു സംസാരിച്ചിരുന്നു.. പക്ഷെ പോകാനും കാണാനും കൂട്ടാക്കിയില്ല.

അവളുടെ അച്ഛനും അമ്മയും പട്ടു മെത്തയിൽ ഇരുന്ന് കൊഞ്ഞനം കുത്താൻ ശ്രമിച്ചു കൊണ്ടിരുന്നു.

ഒളിഞ്ഞും തെളിഞ്ഞും അവരുടെ മകളുടെയും ഭർത്താവിന്റെയും കാര്യങ്ങൾ ഗ്രഹിച്ചു കൊണ്ടിരുന്നു, ഇടതടവില്ലാതെ...

നാട്ടുകാരും വീട്ടുകാരും അറിഞ്ഞു, അവളറിയാതെ ഭീഷണികൾ ഒടുവിൽ കൊല്ലുമെന്ന് വരെ പറഞ്ഞു.

പറഞ്ഞതെ ഉള്ളു, കൊന്നില്ല, എല്ലാം ഭീഷണിയുടെ നിറുകയിൽ...

അവസാനം സഹായത്തിനു പ്രിയപ്പെട്ട മജീദ്സാർ രംഗത്തിറങ്ങി, ഒന്നുരണ്ടു ദിവസം അവളെ സാറിന്റെ വീട്ടിൽ താമസിപ്പിച്ചു ഒടുവിൽ ആരും അറിയാതെ രജിസ്റ്റർ...

മജീദ്സാറിന്നും ജീവിച്ചിരിക്കുന്നു, ഇടക്ക് പോയി കാണും. പഴയ വീരകഥകൾ പറയാറുണ്ട്...

സാറിന്റെയും ജീവിതം ഒരു വലിയ കഥയാണെന്ന് പറഞ്ഞിട്ടുണ്ട്, കഥയുടെ ഉള്ളറിയിലേക്ക് കയറിയിട്ടില്ലെന്ന് മാത്രം, സാർ അതിനൊരു അവസരം തന്നിട്ടില്ല, അയാളൊട്ട് ചോദിച്ചതുമില്ല.

ആ കാലം എങ്ങോ പോയി ഇപ്പൊ വൈരാഗ്യ പ്രേമം, തിരിച്ചു പ്രേമിച്ചില്ലെങ്കി ലും, നിലവിലുള്ള പ്രേമം നിലനിർത്തിയില്ലെങ്കിലും കൊല... വല്ലാത്ത ലോകം... അതാണിവിടെയും സംഭവിച്ചത്, അച്ഛനും അമ്മയും എതിർത്തതോട്കൂടി അവൾ സാവധാനം പിന്മാറി അവനിൽ വൈരാഗ്യം കൊടികുത്തി...

ഒരിക്കൽ നന്ദന എല്ലാകാര്യങ്ങളും അച്ഛനോടും അമ്മയോടും പറഞ്ഞു.

'ഞാൻ പരിപൂർണമായും പിന്മാറി.'

പക്ഷെ അവൻ പ്രദീപ്, ഇപ്പോഴും ശല്യപ്പെടുത്തുന്നു.. സ്നേഹം പിന്നീട് വെറുപ്പും വൈരാഗ്യവുമായി മാറി...

അവനെന്താ ചെയ്യുക എന്ന് പറയാൻ പറ്റില്ല, ഭീഷണിയുടെ സംസാരമായിരുന്നു കഴിഞ്ഞ ദിവസം...

അവർ മൂന്നു പേരും കൂടി പലതും ആലോചിച്ചു. പോലീസിൽ പരാതി കൊടുക്കാം വേറെ ആൾക്കാരെ കൊണ്ട് അവനെ ഉപദ്രവിക്കാം.. ഒടുവിൽ അവർ ഒന്നും വേണ്ടെന്ന് തന്നെ തീരുമാനിച്ചു. കരുതി ഇരിക്കുക ഓരോ നിമിഷവും...

അവൻ തന്നെ ഇടപാടാക്കിയ വലിയ ടീം എല്ലാവരെയും കൊല്ലാനായിരുന്നു പ്ലാൻ, ഒടുവിൽ എങ്ങനെയോ, അയാൾ മാത്രം..

വീൽ ചെയറിൽ വീണ്ടും മുന്നോട്ടു പോകുവാനുള്ള ആഗ്രഹം അറിയിച്ചു.

കാണാത്ത കാഴ്ചകൾക്കായ് വീണ്ടും കൊതിക്കുന്ന മനസ്സ്, സഹായികൾ മുറ്റത്തിന്റെ പല ഭാഗങ്ങളിലൂടെയും കൊണ്ടുപോയി എല്ലാം ഒരുപാട് കണ്ടു.

ഒരുപാട് സമയം മുറ്റത്തു തന്നെ ചിലവഴിച്ചു, അപകടത്തിന്റെ തീവ്രതയിൽ രണ്ടുകാലും മുറിക്കേണ്ടതായിരുന്നു, ചലനശേഷി ഇല്ലെങ്കിലും രണ്ടും നിലനിർത്തി. ചിലപ്പോൾ അതും ഒരു ഭാരമായി തോന്നാറുണ്ട് അയാൾക്ക്. പുതിയ ലോകം പോലെ, ഇനിയും എത്ര നാൾ കഴിയണം ഇങ്ങനെ...

രണ്ടു പരിചാരികമാർ എപ്പോഴും കൂടെ ഉണ്ടാവും, കമ്പനിയുടെ വലിയ ഒരു പാർട്ടിക്കു വേണ്ടി കുടുംബ സഹിതം നടത്തിയ നീണ്ട യാത്ര മലമുകളിലെ വലിയ ഒരു റിസോർട്ടിൽ ഏതാനും ദിവസം മറ്റ് ഡയറക്ടറേഴ്സ് എല്ലാവരും കുടുംബസമേതം നേരത്തെ തന്നെ എത്തി കഴിഞ്ഞു.

ആ യാത്രയാണ് അയാളുടെ ജീവിതം മാറ്റി മറിച്ചത് വർഷങ്ങൾക്കു മുൻപ് നടന്ന സംഭവങ്ങൾ എപ്പോഴൊക്കെയോ ഓർക്കാൻ ശ്രമിച്ചു കൊണ്ടിരുന്നു പക്ഷെ ഒന്നും ഓർമ വരുന്നില്ല അയാൾക്ക്.. മകളുടെ പുറകെ നടന്നവന്റെ മുഖമോ, പേരോ പോലും...

പ്രിയപ്പെട്ട പരിചാരികയുടെ കൂടെ ഒരിക്കൽ അവളുടെ അച്ഛനും വന്നു, പലകേസുകളിലുംപെട്ട അയാൾ നീണ്ട കാലം ജയിലിൽ ആയിരുന്നു. നീണ്ട കാലത്തെ ജയിൽ ജീവിതവും, ആരോഗ്യ പ്രശ്നങ്ങളും അയാളുടെ ഓർമശക്തി ഭാഗികമായി നശിപ്പിച്ചു.

കൂടാതെ നീണ്ട കാലത്തെ ജയിൽ ജീവിതം അയാളെ പാടെ മാറ്റി മറിച്ചു. മകളോടൊപ്പം വീട്ടിൽ കയറിവന്ന ആ മനുഷ്യൻ മുറിയും പരിസരവും നിരന്തരം വീക്ഷിച്ചു കൊണ്ടിരുന്നു.

എപ്പോഴോ അയാളുടെ മിഴികൾ ഭിത്തിയിൽ തൂക്കി ഇട്ടിരുന്ന വലിയ ഫോട്ടോയിൽ ഉടക്കി..

അയാൾ ഭൂതകാലത്തിലൂടെ ഓരോട്ട പ്രദിക്ഷണം നടത്തി...

ഒന്നും ഓർക്കാൻ കഴിയുന്നില്ല എങ്കിലും എവിടെയെല്ലാമോ ചിലപ്പോൾ ചിലത് തെളിഞ്ഞു വരുന്നു, ആ വീടും പരിസരവും അയാളിൽ ഏതോ കുറ്റബോധത്തിന്റെ നേർത്ത അഗ്നിനാളങ്ങൾ, അവ അയാളെ വളയും പോലെ എങ്ങിനെയൊക്കെയോ അയാൾ അതിൽ നിന്നും മോചിതനായി പുറത്തേക്കിറങ്ങി.

കണ്ണിൽ ഇരുട്ട് കയറിയ അയാൾ ഓരോന്നും ആലോചിച്ചു കൊണ്ടിരുന്നു.

വർഷങ്ങൾക്കു മുൻപ് ബൈക്ക് പാർക്കു ചെയ്തിരുന്ന സ്ഥലം, അവിടെ പുതിയ മതിലുകൾ. മതിൽകെട്ടിനുള്ളിൽ മണിമാളികകൾ കാലത്തിന്റെ മാറ്റങ്ങൾ, അത് ആർക്കും തടയാൻ കഴിയില്ലല്ലോ...

അയാളിലെ ചിന്തകൾ ഒരു പാട് പുറകോട്ടു പോയി, നീണ്ടജയിൽ

ജീവിതവും, കൗൺസിലിങ്ങും അയാളിൽ സാന്ത്വനത്തിന്റെ നേർത്ത കുളിർ സ്വയം മാറ്റത്തിലേക്ക്...

ഒരുപാട് പെൺകുട്ടികളെ സ്നേഹിച്ചിട്ടുണ്ട് ഇഷ്ടപ്പെട്ടിട്ടുണ്ട്, എല്ലാം ഒരുതരം ഒളിച്ചുകളി മാത്രമായിരുന്നു.

സ്വന്തം മനഃസാക്ഷിയോട് തന്നെ ചോദിക്കാനൊരു ശ്രമം നടത്തി.

എന്നാൽ എല്ലാറ്റിനും അറുതി വരുത്തി ശാശ്വതമായ നിസ്വാർത്ഥ മായ ഒരു പ്രണയത്തിന്റെ തുടക്കമായിരുന്നു നന്ദിനിയുമായി, പരസ് പരം സ്വപ്നങ്ങൾ നെയ്യുമായിരുന്നു ഒരുപാട് കണക്ക് കൂട്ടലുകൾ, ഒടു വിൽ എല്ലാം പിഴച്ചു. മറ്റാരും ഇല്ലാതെ രാത്രിവൈകിയുള്ള സഞ്ചാര വും ഒത്തുചേരലും അവളിൽ ഭയം ആളിപ്പിടിപ്പിച്ചു, ആരുടെയോ തെ റ്റുകൾ, ചേരേണ്ടതെ ചേരൂ എന്ന തിരിച്ചറിവ് എപ്പോഴോ കടന്നുവ ന്നു...

തന്റെ ആവേശവും അമിതമായ അടുപ്പവും അവളിൽ സംശയങ്ങൾ സൃഷ്ടിച്ചു. ക്രമേണ അവൾ തന്നിൽ നിന്നും അകലാൻ ശ്രമിച്ചു, ആ ദ്യമെല്ലാം തമാശയെന്നു കരുതി പിന്നെപ്പിന്നെയാണ് കാര്യത്തിന്റെ ഗൗ രവം മനസ്സിലായത്..

അവളുടെ ഓരോ ചലനങ്ങളും നിരീക്ഷിക്കുവാൻ ചില ദൂതന്മാ രെ ഏർപ്പാടാക്കി..

അങ്ങിനെ അവരുടെ നീണ്ട യാത്രക്കിടയിൽ പ്രൊഫഷണൽ കി ല്ലേഴ്സ്നെ കൊണ്ട്...

ഒടുവിൽ അവളുടെ അച്ഛൻ മാത്രം ഇങ്ങനെ.. ഇതെല്ലാം എങ്ങനെ അയാളോട് പറയും, പാതി ഓർമയും പാതി ബുദ്ധിയും നഷ്ട്ടപ്പെട്ട, നടക്കാൻ പറ്റാത്ത, വീൽ ചെയറിൽ കഴിയുന്ന ആ മനുഷ്യനോട് എ ന്ത് പറയാൻ ?

ഒടുവിൽ ക്രൂരകൃത്യം ചെയ്ത ആളുടെ മകളോടൊപ്പമാണ് കഴി യുന്നത് എന്നറിഞ്ഞാൽ, അവശേഷിക്കുന്ന ജീവൻ തന്നെ ചിലപ്പോൾ നിമിഷനേരം കൊണ്ട് ഇല്ലാതായേക്കാം. തിരിച്ചു പോയി കാൽക്കൽ വീണ് മാപ്പ് ചോദിച്ചാലോ ?

അയാളുടെ ഓർമ തിരിച്ചുകിട്ടി അയാൾ ആട്ടിപ്പായിച്ചാലോ ? മക ളെ ജോലിയിൽ നിന്നും പിരിച്ചു വിട്ടാലോ ? ഒന്നും അറിയാത്തവനെ പോലെ അയാൾ മാപ്പ് തന്നാലോ ?

എന്തൊക്കെയോ ഉറച്ച തീരുമാനങ്ങളുമായി അയാൾ സാവധാനം നടന്നകന്നു....

ഹാപ്പി മോൻ

ജനലഴിക്കു പിന്നിൽ വെയിൽ ജ്വലിച്ചു നിന്നു. വെയിൽ വരും മുൻപേ ആലോചന തുടങ്ങിയതാണ്, ഒടുവിൽ വെയിൽ വെട്ടം ചുറ്റിനും നിറഞ്ഞിട്ടും ഒരു തീരുമാനവും എടുക്കാൻ കഴിയാതെ മുറിയിലൂടെ അങ്ങോട്ടും ഇങ്ങോട്ടും. നിമ്മി ഒരു ബിന്ദുവിൽ തന്നെ കണ്ണുടക്കി, നോക്കികൊണ്ടിരുന്നു.ഒരാൾ മുറിയിൽ ഉറക്കം മറ്റു രണ്ടുപേർ വീട്ടിലെ ഓരോ ആവശ്യങ്ങൾക്കായി പോയിരിക്കുന്നു, രണ്ടു മൂന്നു ദിവസങ്ങൾക്കുള്ളിൽ തിരിച്ചെത്തും.

ബോധ മണ്ഡലത്തിന്റെ ഉള്ളറയിൽ ഇപ്പോഴും അവർ പറഞ്ഞ വാക്കുകൾ മുഴങ്ങി കൊണ്ടിരിക്കുന്നു, ഒടുവിൽ അവർ പറഞ്ഞത് 'ഒരു കുല സ്ത്രീയുടെ വിലാപമായിരുന്നോ'?

മോനെ വിഷമിപ്പിക്കരുത് !

ഇഷ്ടങ്ങളും അനിഷ്ടങ്ങളും സമരസപ്പെടുത്തി വേണം പോകാൻ ഇത് നിമ്മിയോട് മാത്രം പറഞ്ഞതല്ല, രമ്യയോടും, നിഷയോടും, ആയിഷയോടും കൂടി പറഞ്ഞതാണ്. അവർ നാലു പെൺകുട്ടികളായിരുന്നു അവിടെ താമസിച്ചിരുന്നത്, ആ വലിയ വീടിന്റെ പുറകുവശത്തെ വലിയ മുറിയായിരുന്നു അവരുടേത്. പുറകിലെ മതിലിനോട് ചേർന്നുള്ള വലിയ വരാന്ത, ചുറ്റും മരങ്ങൾ, ഇരുന്നു പഠിച്ചു മുഷിയുമ്പോഴും അല്ലാത്തപ്പോഴും അവിടെ തന്നെയാണ് കൂടുതൽ സമയവും, നടക്കാനും ഇരിക്കാനും സൊറ പറയാനുമുള്ള ഒരിടം. യാതൊരു ശല്യവുമില്ല മരങ്ങളുടെ തണലും പക്ഷികളുടെ കലപില ശബ്ദവും എല്ലാം കൂടെ ഏതോ ഒരു ഉദ്യാനത്തിലെന്നപോലെ പുറമെ നിന്നും യാതൊരു ശല്യവുമില്ലാത്ത സുരക്ഷിത കേന്ദ്രം എല്ലാം കൊണ്ടും, മനോഹരമായ ഒരു ആവാസകേന്ദ്രം.

ഏതോ ഒരു വേലക്കാരി എപ്പോഴെല്ലാമോ സഹായിക്കാൻ വരും, എങ്കിലും എല്ലാം ചേച്ചി അമ്മയുടെ നിയന്ത്രണത്തിൽ, വേലക്കാരിക്ക് അവിടുത്തെ അഥിതികളായ നാലു കുട്ടികളോടും സംസാരിക്കാനുള്ള അവകാശം പോലുമില്ല. സമയത്തിന് ആഹാരം മേശപ്പുറത്തു എത്തിക്കുക അതാണ് അവരുടെ ജോലി, ഓരോരുത്തരുടെയും സൗകര്യ

പ്രകാരം കഴിക്കുക, എല്ലാവർക്കും എല്ലാറ്റിനും പൂർണ സ്വാതന്ത്ര്യം ഉണ്ട്. ചേച്ചിയമ്മ എന്ന ഒറ്റസ്ത്രീയുടെ വാക്കിലും നാക്കിലും ആരും വീണുപോകും ആരെയും വരച്ച വരയിൽ സ്നേഹത്തിന്റെ പട്ടുനൂല് കൊണ്ട് പൂട്ടിയിടും. വാടക ഒന്നാം തീയതി തന്നെ നിർബന്ധമില്ല, അഞ്ചു ദിവസത്തെ ഗ്രേസ് പീരിയഡിനുള്ളിൽ കൊടുത്താൽ മതി, എല്ലാവരും സമയത്തിന് തന്നെ കൊടുത്തിരിക്കും, മാസാവസാനത്തിന് മുൻപേ തന്നെ, ഇടയ്ക്കു സ്നേഹത്തിൽ പൊതിഞ്ഞ ചെറിയ ഒരു ഓർമ്മപ്പെടുത്തൽ.

MBA പൂർത്തിയാക്കാൻ വേണ്ടി മാത്രം നിൽക്കുന്ന നാലുകുട്ടികൾ നിരവധി പ്രൊജക്റ്റ്കൾ, ഗ്രൂപ്പ് ഡിസ്കഷൻ എന്നു വേണ്ട എപ്പോഴും തിരക്ക്തന്നെ ഇനിയും കുറച്ച്മാസങ്ങൾ കൂടി കഴിയണം. അതിനിടക്ക് നിരവധി പ്രൊജക്റ്റ്കൾ പൂർത്തിയാക്കണം, എല്ലാവരും അതിന്റെ തിരക്കിൽ.... അറിയപ്പെടുന്ന സ്ഥാപനത്തിൽ തന്നെ പഠിക്കണമെന്ന വാശിയിൽ, ആഗ്രഹത്താൽ ഇറങ്ങി തിരിച്ചവർ നാലുസുന്ദരികൾ, സ്വന്തം വീടും സ്ഥലവും ദൂരെ ആണെങ്കിൽ കൂടി, അവർക്കീവീടും പരിസരവും നന്നേ ബോധിച്ചു. സാമ്പത്തിക കാര്യങ്ങൾ മുഴുവൻ നോക്കുന്നത് ഹാപ്പി മോനാണ്, ഹാപ്പിമോൻ എന്നും വളരെയേറെ തിരക്കുള്ള ഒരാൾ , കാണാമറയത്തു നിന്നുകൊണ്ട് എല്ലാ കാര്യങ്ങളും ചെയ്യുന്ന ഒരാൾ...

ചേച്ചിയമ്മ എന്ന ഒരാളുടെ നിയന്ത്രണത്തിലാണീ കാര്യങ്ങൾ നടക്കുന്നത്, മറ്റൊരു മുറിയിൽ വേറെയും ജോലിക്കാരായ രണ്ട് സ്ത്രീകൾ വാടകക്ക് താമസിക്കുന്നു. അവർ അവരുടേതായ ചില ലോകത്ത്, വൈകുന്നേരങ്ങളിൽ ചിലപ്പോഴെല്ലാം അവർ ഒത്തു ചേരാറുണ്ട്, അവരും വാടക ഓൺലൈനിൽ തന്നെ യാണ് നടത്തുന്നത്..

ഒരിക്കൽ അവർ ഭക്ഷണം കഴിച്ചു കൊണ്ടിരുന്നപ്പോൾ ചോദിച്ചു ആരാണീ ഹാപ്പി മോൻ...

'മോൻ' എന്ന ഒറ്റവാക്ക് ഉത്തരത്തിൽ അവർ അവസാനിപ്പിച്ചു പിന്നീട് ഒന്നും പറഞ്ഞില്ല..

ദിവസങ്ങളും ആഴ്ചകളും പലതും കഴിഞ്ഞു. ഇടയ്ക്കു എപ്പോഴൊക്കെയോ ആരോ വാടക സമയത്തിനു കൊടുത്തില്ല, മനപ്പൂർവമോ അല്ലാതായോ, ചേച്ചിഅമ്മയോട് വിവരങ്ങൾ ധരിപ്പിച്ചു.

കൂടാതെ താടിവച്ച വെളുത്തു ചുവന്ന മനോഹരമായ മുഖത്തിനുടമ വിളിക്കുകയും മനോഹരമായ ഭാഷയിൽ പലതും പറഞ്ഞു, തീയതി നീട്ടിക്കൊണ്ടിരുന്നു. ഒടുവിൽ നിമ്മിക്ക് അതൊരു ഹരമായിരുന്നു അവളുടെ അക്കൗ ണ്ടിൽ നിന്നുമായിരുന്നു നാലുപേരുടെയും പേയ്

മെന്റ് പോയികൊണ്ടിരുന്നത് മറ്റുള്ളവർ അവൾക്ക് നേരിട്ടോ അല്ലെങ്കിൽ സാവധാനമോ വാടക കൊടുത്തുകൊണ്ടിരുന്നു. എങ്കിലും ഇടക്കെല്ലാം അവൾ മനപ്പൂർവം പേയ്മെന്റ് താമസിപ്പിക്കാറുണ്ട്, എങ്കിലേ ഹാപ്പിമോൻ ലൈനിൽ വരൂ.. കാണണം സംസാരിക്കണം, അത്രയേ ഉള്ളൂ.

ഇടക്കെപ്പോഴോ ആരും കാണാതെ ഹാപ്പിമോനുമായി ഒരു വീഡിയോ കാളും, നടത്തി ആദ്യമായി ചെയ്ത വീഡിയോ കാളിൽ രണ്ടുപേരും ഏറെ സന്തുഷ്ടരായിരുന്നു. പിന്നീട് എപ്പോഴോ ഹാപ്പിമോന്റെ നമ്പർ മറ്റുള്ളവരിലേക്കും എത്തി, ചിലപ്പോൾ ചിലരെല്ലാം വാടക നേരിട്ട് കൊടുക്കാമെന്നു വരെ പറഞ്ഞു, കാരണം ഹാപ്പിമോന്റെ ഫോൺ കാളിന് വേണ്ടിയും., മെസ്സേജിനു വേണ്ടിയും മറ്റ് പലരും കൊതിച്ചിരുന്നു. പിന്നീട് അറിഞ്ഞോ അറിയാതെയോ അവർക്കിടയിൽ ഒരു മത്സരം തന്നെ നടന്നു, ഗോപികമാർക്കിടയിലെ ഗോപനെപോലെ... അവരുടെ ഇടയിൽ സ്വപ്നങ്ങൾ തന്നെ നാണിച്ചു നിന്നു.

ചേച്ചിയമ്മ പറഞ്ഞത് അവർ ഓർത്തു മോൻ എപ്പോഴും തിരക്കിലായിരിക്കും ഒരുപാട് ജോലികൾ ഉണ്ട്..

IT മേഖലയിലെ അതിവിദഗ്ധൻ ചെറുപ്പം മുതലേ കാർട്ടൂൺ കണ്ടും വീഡിയോ ഗെയിം കളിച്ചും, കമ്പ്യൂട്ടർ അവന്റെ ഇഷ്ടതോഴനായിരുന്നു... അതവനെ മറ്റൊരു ലോകത്തിലേക്കു കൊണ്ടു പോയി അതിൽ നിന്നാണ് ഈ മേഖലയിലേക്ക് അവൻ കയറി വന്നത്, ഒരു മുറിയിൽ ഇരുന്നു എല്ലാ ടെക്നിക്കൽ പ്രോബ്ലെംസും മോൻ പരിഹരിക്കും.

നിങ്ങൾ നാലുപേരും അവനെ സ്നേഹിച്ചോളൂ എനിക്കൊരു കുഴപ്പവുമില്ല ! മോൻ മിടുക്കനാണ് അവൻ അവന്റെ ജോലികളുമായ് ഒരു വിളിപ്പാടകലെ കാണും, വലിയ ഒരു കമ്പനിയിൽ IT സെക്ഷനിലെ ടെക്നിക്കൽ അഡ്വൈസർ ആണ്, എത്ര ജന്മം കാത്തിരുന്നാലും ഇത് പോലൊരു മോനെ കിട്ടില്ല... ഞാൻ തന്നെ അവനെ അവിടെ പോയിട്ടാണ് കാണുന്നത്, മോന്റെ തിരക്കിന്റെ ആധിക്യം മൂലം... ചേച്ചിയമ്മ പറഞ്ഞു നിർത്തി.

നഷ്ടബോധത്തിന്റെ കാർമേഘങ്ങൾ ഉരുണ്ടു കൂടിയ നിമിഷങ്ങൾ, ചേച്ചിയമ്മയുടെ വീട്ടിലെ ഓരോരുത്തരും വെന്തുരുകിയ നിമിഷങ്ങൾ, അസ്വസ്ഥതയുടെ വേലിയേറ്റങ്ങൾ, അവളുടെ അടഞ്ഞ മിഴികളിലെ കരിഞ്ഞ സ്വപ്നങ്ങൾ... തന്റെ സ്വന്തം ചേച്ചിയുടെ വിവാഹം കഴിഞ്ഞു ഏറെ നാളത്തെ കാത്തിരിപ്പിനു ശേഷം, കിട്ടിയ വലിയ സൗഭാഗ്യം, വീട്ടിൽ എല്ലാവർക്കും വളരെ സന്തോഷം, പക്ഷെ ചേച്ചിയുടെ ഉള്ളിലെ ശിശുവിന് എന്തെല്ലാമോ പ്രശ്നങ്ങൾ അത് അവർ ആരോടും പറഞ്ഞി

ല്ല സ്വയം മറച്ചു വച്ചുകാരണം പത്തു വർഷത്തെ കാത്തിരിപ്പിനു ഒടുവിൽ കിട്ടിയ സൗഭാഗ്യം...

ഒടുവിൽ വലിയ ഒരു സർജറിയിലൂടെ കിട്ടിയ കുട്ടി, പൂർണ്ണനല്ലാത്ത ആരോഗ്യവാനായ ഒരാൺകുട്ടി, മുഖം കൈകൾ എല്ലാം മനോഹരം, എന്നാൽ ഇരുകാലുകളും മുട്ടിനു താഴെ അപ്രത്യക്ഷം, ജന്മനാ...

എല്ലാവരും ചേച്ചിയെ ആശ്വസിപ്പിക്കാൻ ശ്രമിച്ചു കൊണ്ടിരുന്നു.. ചേച്ചിയമ്മുടെ ചേച്ചിയുടെ ബോധം വീണ്ടുകിട്ടാൻ അൽപ്പം സമയമെടുത്തു, അൽപ്പമല്ല ദിവസങ്ങളോളം ഒടുവിൽ കുട്ടിയുമായി മടങ്ങി... ഇനി ഒരു കുട്ടിക്ക് ജന്മം നൽകാൻ കഴിയാത്ത അവസ്ഥ, സ്വയം വെന്തുരുകിയ നിമിഷങ്ങൾ.

ഏറെ നാളത്തെ പരിചരണം ചേച്ചിയമ്മയിൽ മാറ്റങ്ങൾ വരുത്തി, ആകെയുള്ള കുട്ടി ഇങ്ങനെ, മറ്റൊരു കുട്ടിക്ക് ജന്മം കൊടുക്കാനും കഴിയില്ല. എല്ലാവരുടെയും സമ്മത പ്രകാരം അവർ ഒടുവിൽ സമ്മതിച്ചു. ഒടുവിൽ ചേച്ചിയമ്മയേയും അയാൾ നിയമപ്രകാരം വിവാഹം കഴിച്ചു, സ്വന്തം ചേച്ചിയുടെ അനുവാദത്തോടെ...

ചേച്ചിയും അനുജത്തിയും വേറെ വേറെ വീടുകളിൽ തന്നെ താമസം ഉറപ്പിച്ചു... അധികകാലം കഴിയും മുൻപേ അയാൾ വിടവാങ്ങി, വിധിയുടെ വിളയാട്ടം.

അതിൽ കുട്ടികളില്ല സ്വയം വെന്തുരുകിയ നിമിഷങ്ങൾ... നന്നേ ചെറുപ്പം മുതൽ എപ്പോഴും ചിരിച്ചുകൊണ്ടിരിക്കുന്ന ഒരു സുന്ദരൻ, അവൻ ജനിച്ച സമയത്ത് ആകാശത്തു നക്ഷത്രങ്ങൾ പതിവിലും കൂടുതൽ ശോഭിച്ചിരുന്നു, മേഘ ശകലങ്ങൾ അവനെ നോക്കി പുഞ്ചിരിച്ചിരുന്നു, ആരാലും കൊതിച്ചു പോകുന്ന ഓമന മുഖം... അതുകൊണ്ട് തന്നെ അവന് 'ഹാപ്പിമോൻ' എന്ന പേര് ആരൊക്കെയോ നിർദ്ദേശിച്ചു. നീണ്ട കാലത്തെ ചികിത്സക്ക് ശേഷം ഇപ്പോൾ ഈ രൂപത്തിലായി...

ചേച്ചിയമ്മുടെ വലിയ കഥ വളരെ അടുപ്പമുള്ളവർക്ക് മാത്രം അറിയാം. വലിയ വീട്ടിൽ വരുമാനത്തിനായി കുട്ടികളെ താമസിപ്പിച്ചു, കുട്ടികളില്ലാത്ത ചേച്ചിയമ്മക്ക് അതൊരാശ്വാസമായി, നിരവധി കുട്ടികളുടെ അമ്മയാകാൻ കഴിഞ്ഞു...

ഹാപ്പി മോനുമായി പലരും അടുക്കാൻ ശ്രമിച്ചു കൊണ്ടിരുന്നു, എല്ലാവരോടും ഒരേ സ്നേഹം, ആരോടും അധികമായി ഒരടുപ്പവും കാണിച്ചില്ല, നീണ്ട മൂക്കും ചെറിയ കറുത്തിരുണ്ട താടിയും ഉള്ള വെളുത്ത മുഖം... നേരിൽ കാണുവാൻ പലരും ശ്രമിച്ചു... ആർക്കും പിടികൊടുക്കാതെ അയാൾ തന്റെ ജോലി തുടർന്നു കൊണ്ടിരുന്നു....

രമ്യയും, നിഷയും, ആയിഷയും അറിയാതെ ചാറ്റ് ചെയ്യാൻ ശ്രമി

ച്ചു കൊണ്ടിരുന്നു.. എങ്കിലും നിമ്മിയുടെ ശ്രമങ്ങൾ ഫലം കണ്ടു എന്നുവേണം പറയാൻ, ഇടവേളകളിൽ വിശ്രമ വേളകളിൽ അവർ നാലുപേരും പലതിനെ കുറിച്ചും സംസാരിച്ചു കൊണ്ടിരുന്നു, അവരുടെ സംഭാഷണങ്ങൾക്കിടയിലും പലപ്പോഴും അനുവാദം ചോദിക്കാതെ തന്നെ ഹാപ്പിമോൻ കയറിവരാറുണ്ടായിരുന്നു, നിമ്മി പലപ്പോഴും ഹാപ്പിമോന്റെ പ്രൊഫൈൽ പിക്ചർ സൂം ചെയ്തു കണ്ടുകൊണ്ടിരുന്നു.

പെൺകുട്ടികളുടെ മനസ്സിൽ ഉടക്കിയ സുന്ദര മുഖം, അസ്വസ്ഥതകളുടെ വേലിയേറ്റത്തിനൊടുവിൽ, എല്ലാവരും ഉറങ്ങിയശേഷം നിശ്ശബ്ദതയുടെ വലക്കണ്ണികൾ ഭേദിച്ചു രാത്രിയുടെ, ഇരുളിന്റെ മറവിൽ ഹാപ്പി മോനുമായി കൂടുതൽ അടുക്കുവാൻ ശ്രമിച്ചു... പക്ഷെ ഒടുവിൽ നിരാശയായിരുന്നു ഫലം.

ഗ്രാമത്തിൽ നിന്നും വന്ന നാലുസുന്ദരികൾ, അവർക്ക് ഈ വീടും, ചേച്ചിയമ്മയും ഹാപ്പിമോനും ഒഴിവാക്കാൻ പറ്റാത്ത എന്തോ ഒന്നുപോലെ.. അടർത്തി മാറ്റാൻ പറ്റാത്തതു പോലെ.. ഇവിടെ എങ്ങനെ എത്തിപ്പെട്ടു.. എല്ലാം ഒരു നിമിത്തം...

കിഷോർ എന്ന ചേച്ചിയമ്മയുടെ അകന്ന ബന്ധു പലപ്പോഴും അവിടെ വരാറുണ്ടായിരുന്നു, സന്ദർശന ഉദ്ദേശം മണത്തറിഞ്ഞ ഉടനെ തന്നെ അവന്റെ സന്ദർശനത്തിനു ഒരു കടിഞ്ഞാണിട്ടു.

ചേച്ചിയമ്മയുടെ എല്ലാ കാര്യങ്ങളും നോക്കുന്ന ആൾ എന്തു കൊണ്ട് ഇവിടെ വരുന്നില്ല, പലപ്പോഴും അവർക്കിടയിൽ പല രൂപത്തിലും ഭാവത്തിലുമുള്ള ചോദ്യ ശകലങ്ങൾ കടന്നു വരാറുണ്ടായിരുന്നു, പെൺകുട്ടികൾ താമസിക്കുന്ന സ്ഥലമല്ലേ ചേച്ചിയമ്മയുടെ ശക്തമായ നിർദ്ദേശങ്ങൾ കാണുമായിരിക്കും. എങ്കിലും ഇടക്ക് ഒന്ന് വരാമായിരുന്നു മുഖം കാണിക്കാമായിരുന്നു കൂട്ടത്തിൽ ആയിഷയുടെ പരിഭവം പറച്ചിൽ...

ചേച്ചിയമ്മ ഈ ജോലി തുടങ്ങിയിട്ട് നാളുകൾ ഏറെയായി ഇതുപോലെ എത്ര എത്ര പെൺകുട്ടികൾ വരുകയും പോവുകയും ചെയ്തിരിക്കുന്നു അവരെ എല്ലാം സ്നേഹിക്കാൻ തുടങ്ങിയാലോ, അവർ എല്ലാം മോന്റെ പിന്നാലെ കൂടിയാലോ...

നിങ്ങൾ നാലുപേരും അവനെ സ്നേഹിച്ചോളൂ എനിക്കൊരു വിരോധവുമില്ല, മോൻ മിടുക്കനാണ് അവന്റെ ജോലിയുമായി എപ്പോഴും ഒരു വിളിപ്പാടകലെ കാണും. പിന്നെ എന്താണ് ഇങ്ങോട്ട് വരാത്തത് ? ന്യായമായ സംശയങ്ങൾ, ചിലരെല്ലാം വീണ്ടും ചോദിച്ചു, എപ്പോഴും തിരക്കിലാണ്, ഞാൻ തന്നെ അവനെ അവിടെ പോയിട്ടാണ് കാണുന്നത്. നീണ്ട കാത്തിരിപ്പിനൊടുവിൽ പ്രതീക്ഷകൾ എല്ലാം പൂവണി

യാൻ പോകുന്നു, മോൻ ഇങ്ങോട്ട് വരുന്നുണ്ടത്രേ. ദിവസവും സമയവും പറയും ഉടനെ.

ചേച്ചിയമ്മ സന്തോഷത്തോടെ പിന്നെ എന്തെല്ലാമോ പറഞ്ഞുകൊണ്ടിരുന്നു.

നാലുകുട്ടികളും പെട്ടിയും ചെറിയ ബാഗുകളും മറ്റും പാക്ക് ചെയ്തു, നാലുപേരുടെയും പെണ്ണ് കാണൽ ചടങ്ങ് പോലെ ഓരോരുത്തർക്കും എത്ര ഒരുങ്ങിയിട്ടും തീരുന്നില്ല, സ്വയം ഒരുങ്ങുന്നു ഒപ്പം കൂട്ടുകാരികളെയും ഒരുക്കുന്നു. പക്ഷെ ഇനിയും സമയമുണ്ട്.

സമയത്തിന്റെ കാര്യത്തിൽ മോൻ എന്നും കണിശക്കാരനാണ് ഓർമകളുടെ സ്നേഹത്തിന്റെ വലിയ ഒരുചരട് കടും കെട്ടില്ലാതെ, നേരെ തിരിച്ചായിരുന്നെങ്കിൽ നേർത്ത ചരടിൽ കോർത്തിണക്കാവുന്ന എത്ര എത്ര പെൺകുട്ടികൾ ഒന്നിനും ഒരിക്കലും അവസരം കിട്ടിയില്ല.

കണ്ണുനീരുപ്പില്ലാത്ത ജീവിതം ജീവിതമാണോ ? ഓരോ അനുഭവത്തിലൂടെയും ഒരുപാട് പഠിക്കണം കാണാമറയത്തെ പ്രേമം ഏതു മഴയത്തും കിളിർക്കാത്ത പുല്ലു പോലെ, തളിർക്കാത്ത ചെടികൾ പോലെ.

ദിവസങ്ങൾ പലതും കടന്നു പോയി, പ്രൊജക്റ്റ് വർക്കുകൾ തീരാറായി രണ്ടു വർഷത്തെ കഠിനാധ്വാനത്തിന് പരിസമാപ്തി കുറിക്കുവാൻ ഏതാനും നാളുകൾ മാത്രം. എക്സാമെല്ലാം കഴിഞ്ഞ് ഒരുദിവസം മോനെ കാണുവാനുള്ള ഒരു ശ്രമം നടത്തി ചിലരെല്ലാം, പക്ഷെ വിജയിച്ചില്ല.

അടുത്ത ദിവസം രാവിലെ തിരിച്ചു പോകണം. പെൺകുട്ടികൾ പോകുന്ന വിവരം ആരും അറിയാതെ ചേച്ചിയമ്മ ഹാപ്പിമോനെ അറിയിച്ചു പോകുന്ന സമയവും കൃത്യമായി പറഞ്ഞു. അവസാന നിമിഷം എല്ലാവരെയും ഞെട്ടിച്ചു കൊണ്ട് ആ സന്തോഷ വാർത്ത എല്ലാവരോടുമായി പറഞ്ഞു ചേച്ചിയമ്മ.

'ഹാപ്പിമോൻ വരുന്നുണ്ട്.' നിങ്ങളെ കാണുവാൻ.

കേട്ടപാതി, ഓരോരുത്തരും, മേക്കപ്പുകൾ പുനഃക്രമീകരിച്ചു, ഓരോരുത്തരുടെയും വേഷ വിതാ നങ്ങൾമാറ്റി, ഏറ്റവും പുതിയത്, ഫാഷനബിൾ ആയിട്ടുള്ള പലതും ധരിക്കുന്ന തിരക്കിൽ, അവർ തമ്മിൽ ഒരിക്കലും ഇല്ലാത്ത ഒരു മത്സരം തന്നെ നടന്നു. ഏതോ ചില ഫാഷൻ പരേഡിന് പോകും പോലെ. എത്ര ഒരുങ്ങിയിട്ടും മതിവരാതെ നിമ്മി, ഒപ്പം മറ്റു മൂന്നു പേരും. ചിരകാല സ്വപ്നം പൂവണിഞ്ഞ പോലെ പുറത്തെ പ്രകാശത്തിന് കൂടുതൽ ഭംഗി വന്നുവോ, ഒഴുകി വരുന്ന നേർത്ത കാറ്റിൽ ആരോ പരിമളം കോരി ഒഴിച്ചപോലെ.

ഓരോരുത്തരും യാത്ര പറയാനുള്ള തയ്യാറെടുപ്പിൽ, ചെറുതും വ

ലുതുമായ ബാഗുകളുമായി പുറകിലത്തെ വലിയ മുറിയിൽ നിന്നും പുറത്തേക്കിറങ്ങി, മൗനത്തിൽ പൊതിഞ്ഞ നിമിഷങ്ങൾ, എല്ലാവരും ആകാംക്ഷയുടെ മുൾമുനയിൽ. ചേച്ചിയമ്മ പറഞ്ഞത് പ്രകാരം ഏത് നിമിഷവും എത്തിച്ചേരാം. ഒടുവിൽ എപ്പോഴോ വലിയ ഒരു വാഹനം ഓടിക്കിതച്ചു പാർക്കിങ്ങിൽ എത്തി, നീണ്ട കാത്തിരിപ്പിനു വിരാമം. എല്ലാവരുടെയും കണ്ണുകൾ വാഹനത്തിലേക്ക് മുൻപിൽ ഡ്രൈവർ മാത്രം. പുറകിലെ ഒരു ഭാഗം സീറ്റ് പൂർണ്ണമായി ഇളക്കി മാറ്റിയിരിക്കുന്നു, അവിടെ ഹാപ്പി മോന്റെ വലിയ കറുത്ത സിംഹാസനം...

ഡ്രൈവർ പുറകിലെ ഡോർ തുറന്നു കൊടുത്തു, ഡ്രൈവർ സ്വയം നിയന്ത്രിക്കുന്ന വീൽ ചെയറിന്റെ ലോക്കുകൾ ഓരോന്നായി വിടുവിച്ചു സാവധാനം പുറത്തേക്ക്...

അരക്കു താഴെ മുഴുവനും വെളുത്ത തുണികൊണ്ട് മൂടിയിരിക്കുന്നു, മനോഹരമായ വീൽ ചെയർ, മൊബൈൽ ഫോണും, കണ്ണടയും ഗ്ലാസും മറ്റും വെക്കാൻ പ്രത്യേകസ്ഥലം ക്രമീകരിച്ചിരിക്കുന്നു.

സുന്ദരനായ ഒരു ചെറുപ്പക്കാരൻ, കാഴ്ച്ചക്ക് ഒരു കുഴപ്പവും ഇല്ല, ഓരോ വീഡിയോ കാളിലും അതു പ്രത്യേകമായി ക്രമീകരിച്ചിരുന്നു മുഖം മാത്രമേ കാണൂ.

ജീവിതദർശനങ്ങൾ ആത്മാവിന്റെ ആഴത്തിൽ ഇറങ്ങിപ്പോയ നിമിഷങ്ങൾ സ്വയം വെന്തുരുകിയ നിമിഷങ്ങൾ അസ്വസ്ഥതയുടെ വേലിയേറ്റങ്ങൾ വെള്ളിടി വെട്ടിയ പോലെ ഇടതടവില്ലാതെ ഓരോരുത്തരിലും. ആരും ഒന്നും സംസാരിക്കുന്നില്ല. പരസ്പരം നോക്കുന്നു, എല്ലാകണ്ണുകളും നിറഞ്ഞൊഴുകുന്നു.. വലിയ ഷോക്കിൽ നിന്നും ആരും മോചിതരായില്ല. അവിശ്വസനീയമായ കാഴ്ച കണ്ട് നാൽവർ സംഘം തൊട്ടടുത്ത ഭിത്തിയിൽ പിടിച്ചു നിന്നു. പലതും പറയാൻ കരുതി വച്ച മനസ്സുകളെ ആരോ താഴിട്ട് പൂട്ടിവച്ചു. അനങ്ങാനാവാതെ നിൽക്കുന്ന പ്രതിമ പോലെ, നാലു സുന്ദരികൾ. വലിയ സങ്കടക്കടൽ, തീരങ്ങളില്ലാത്ത വലിയ കടൽ.

ആകാശത്തിന് ഭ്രാന്ത് പിടിക്കുമോ ? ഭൂമിക്കോ ? പുഴ ശാന്തമായി ഒഴുകുന്നു പക്ഷെ മനസ്സ് എന്നകടൽ ഇരമ്പിക്കൊണ്ടിരിക്കുന്നു ഹാപ്പി മോന്റെ മൗനം മയിൽപ്പീലിയായി തഴുകി വരുന്നു, മഴ പെയ്ത മണ്ണിന്റെ ആദ്രത പോലെ മൃദുലം...

ചിരിയും കരച്ചിലും ജോഡികളാണോ, രാപ്പകലുകൾ നീണ്ട കാത്തിരിപ്പിനൊടുവിൽ ഇങ്ങനെ ഒരു സംഗമം...

ഹാപ്പിമോൻ എന്നും ഹാപ്പിയായി ഇരിക്കട്ടെ !

വളഞ്ഞു പുളഞ്ഞ് പിന്നെയും

ഇന്നലെ വരെ കണ്ടതൊന്നുമല്ല ഇന്ന് കാണുന്നത്, നാളെ കാണാനിരിക്കുന്നതും വളരെ വ്യത്യസ്തം എല്ലാം ഒരു വക വളഞ്ഞു പുളഞ്ഞു ഒന്നും നേരെ അല്ലാത്ത രീതിയിൽ...

മൺമറഞ്ഞ വലിയ മുതുമുത്തച്ഛൻ നട്ട നിരവധി കമുകുകൾ തല ഉയർത്തിനിൽക്കുന്നു ആടിയും പാടിയും സമചിഹ്ന കുറിയിട്ടും ഗുണിതം വരച്ചും. തോട്ടത്തിന്റെ ഒത്ത നടുക്ക് ഒരേഒരു കമുക് വളഞ്ഞു പുളഞ്ഞു ആകാശം മുട്ടെ, ആൾക്കൂട്ടത്തിൽ നിൽക്കുന്ന ഒറ്റയാൻ പോലെ തലയെടുപ്പോടെ അതിലൂടെ ഓടി കയറുവാൻ ശ്രമിക്കുന്ന അണ്ണാൻ കൂട്ടങ്ങൾ ഒന്നല്ല രണ്ടല്ല നിരവധി. നൂറുകണക്കിന് കമുകുകൾക്കിടയിൽ എന്തേ ഒന്നിങ്ങനെ ? വളഞ്ഞു പുളഞ്ഞ്?

ജാലകപ്പഴുതിലൂടെ ഒഴുകി വരുന്ന കാറ്റ് എന്നാലും എന്താണ് ഇങ്ങനെ ഒന്ന്, ഒന്ന് മാത്രം നിരവധി എണ്ണത്തിനിടയിൽ.. എത്ര ആലോചിച്ചിട്ടും ഒരു പിടിയും കിട്ടുന്നില്ല, ഓരോരോ ജന്മങ്ങൾ അങ്ങനെയല്ലേ. തറവാട്ടിലുള്ളവർ ഇങ്ങനെ പുതിയ ഒരു ജന്മത്തെപ്പറ്റി പലതും പറഞ്ഞിരുന്നു ജാതകം നോക്കി. ജ്യോൽസ്യൻ പൂർത്തിയാക്കിയില്ല.. ഇതുവരെയും കാണാത്ത എന്തോ ഒന്ന്...

ജ്യോൽസ്യനെ മാറ്റി പരീക്ഷിച്ചു എന്നിട്ടോ ഒരു പ്രയോജനവും കിട്ടിയില്ല നോക്കിയത് മതി ഇനി നോക്കണ്ട... കാരണവൻമാരുടെ ഉപദേശം. അന്ന് തന്നെ തീരുമാനിച്ചു...

അവന്റെ ജന്മം ഇങ്ങനെ ഒന്നാണല്ലോ. ഒരിക്കലും മാറ്റം വരുമെന്ന് തോന്നുന്നില്ല കാരണം തലവര, എന്നൊക്കെ കാരണവർമാർ പറയാറില്ലേ അത് തന്നെയെന്നു പലകുറി ഉറപ്പിച്ചു. അന്വേഷണം പലവഴിക്കു നടക്കുന്നു. നാട്ടിലും പുറത്തും, ഒന്നും പറയാറായിട്ടില്ല. എന്ത് തുമ്പു കിട്ടുന്നോ അതിനെ ആശ്രയിച്ചിരിക്കും.

അടുത്ത ദിവസം സർക്കിൾ ഇൻസ്പെക്ടറുടെ കീഴിൽ വലിയ ഒരു അവലോകനം ഉണ്ട്, അതിലറിയാമായിരിക്കും കേസിന്റെ പുരോഗതി. എല്ലാം കേശു അമ്മാവന്റെ ശക്തമായ ഇടപെടലാണ് അല്ലെങ്കിൽ ഇപ്പോഴും വഞ്ചി കരയിൽതന്നെ...

എത്രയെന്ന് വച്ചാ വിളിക്കുക, എപ്പോഴും മൊബൈൽ ഓഫായിരിക്കും, ചിലപ്പോൾ റിങ്ട്യൂൺ പോലെ എന്തോ ? പിന്നെ യാതൊരനക്കവുമില്ല, ഇതിപ്പോ കുറച്ച് ദിവസമായില്ലേ ? പണ്ടെല്ലാം ഒരു ദിവസം രണ്ടു ദിവസം, എവിടെ പോകുന്നു എന്തിനു പോകുന്നു? പല ചോദ്യങ്ങൾക്കും ഉത്തരം കിട്ടാറില്ല.

കുടുംബത്തിലെ ആകെപ്പാടെ ഉള്ള ഒരു ആൺ തരി, അവനിൽ നിന്നും വേണം അടുത്ത തലമുറ ജന്മമെടുക്കാൻ... തലമുറ മാറുമ്പോൾ സകലതും മാറും, എന്നാശ്വസിക്കുന്ന ചിലർ. അച്ഛനോടും അമ്മാവനോടും ഒരേ ഉത്തരം ഒരേ മറുപടി രാത്രി വൈകി വരുന്ന മകനെ ഒരു രീതിയിലും നിയന്ത്രിക്കാൻ കഴിയാത്ത അവസ്ഥ, എല്ലാറ്റിനും ഒരുതരം വഴുവഴുക്കൻ ഉത്തരങ്ങൾ, കൂടാതെ ഉത്തരം കിട്ടാത്ത നിരവധി ചോദ്യങ്ങൾ ഒന്നിന് പുറകെ ഒന്നായി.

ഒരു നിഴലായി എന്നും ഒപ്പമുണ്ടായിരുന്ന അച്ഛൻ, ഒരിക്കലും ചെയ്യാൻ പാടില്ലാത്തത്, അവിഹിത ബന്ധങ്ങൾ അതും ഒരു മേൽക്കൂരക്കുള്ളിൽ വലിയ വീട്ടിലെ അരമന രഹസ്യങ്ങൾ , അത് ക്ഷമിക്കാം, പക്ഷെ ഇതിന്റെ പേരിൽ അമ്മയുടെ ശകാരം മടുത്തു ആത്മഹത്യ... അതിന്റെ മുറിവുകൾ, നാണക്കേടുകൾ വേറെയും.

അവന്റെ ജീവിതം അറിഞ്ഞിട്ടോ അല്ലാതെയോ കോളേജിൽ ആർട്സ് ക്ലബ് സെക്രട്ടറി എഴുതി അവതരിപ്പിച്ച സ്കിറ്റ്, എല്ലാവർക്കും ഇഷ്ടമായി, ഒടുവിൽ അത് അവന്റ കഥയാണെന്ന് ആരോപറഞ്ഞു പരത്തി.. അത് ശരിയായിരുന്നു.

കൂട്ടുകാർക്കിടയിലെ പരിഹാസം, മുറുമുറുപ്പ് ഒടുവിൽ സ്വന്തം പിതൃത്വത്തെ തന്നെ ചോദ്യം ചെയ്യുന്ന അവസ്ഥ. അതിനെക്കുറിച്ചും ആരും അറിയാതെ ഒരന്വേഷണം നടത്തി സത്യം അറിയണമല്ലോ. പഴയ ജോലിക്കാരിൽ ജീവിച്ചിരിക്കുന്ന ഒരാളെ കണ്ടെത്തി, ജീവിച്ചിരിക്കുന്ന ഏകവ്യക്തി ആരോഗ്യം ക്ഷയിച്ചെങ്കിലും ഓർമക്ക് ഒരു കുറവുമില്ല. എങ്ങനെയും അങ്ങേരെ വശത്താക്കണം. നീണ്ട ആലോചനകൾ ഒടുവിൽ. അങ്ങേരുടെ മനസ്സിലേക്ക് കേറാൻ ഒരേ ഒരു വഴിയേ ഉള്ളു നല്ല സ്കോച് വിസ്കി മാത്രം, ഒരു തരത്തിൽ സംഘടിപ്പിച്ചു.

സമയവും സന്ദർഭവും നോക്കി അവരുടെ വീട്ടിലെത്തി ആരും കാണാതെ, ആരെയും അറിയിക്കാതെ. കൂടുതൽ മുഖവുരയൊന്നും നൽകാതെ തന്നെ കാര്യത്തിലേക്ക് കടന്നു. രണ്ട് പെഗ്ഗ് അകത്തു ചെന്നപ്പോൾ കാര്യങ്ങളുടെ ചുരുളഴിഞ്ഞു.

അപവാദത്തിന് അർത്ഥമുണ്ടെന്നു മനസ്സിലാക്കിയ നിമിഷങ്ങൾ.. സ്വന്തം പിതാവല്ലെങ്കിലും അച്ഛന്റെ ആത്മഹത്യ ന്യായമാണെന്ന തോ

ന്നൽ. എങ്കിലും മനസ്സിൽ ഒരു വിങ്ങൽ എവിടെയോ ബാക്കി നിൽക്കുന്നു.

ജീവിതം, കലങ്ങി മറിഞ്ഞ പുതുമഴയത്തു ഒഴുകി വരുന്ന കല്ലും മണ്ണും ചെളിയും അടങ്ങിയ മലിനമായ ജലം പോലെ. ഒന്നിനും ശ്രദ്ധ കൊടുക്കാൻ കഴിഞ്ഞില്ല, ശ്രദ്ധിക്കേണ്ടതിനു പോലും. ഒടുവിൽ അമ്മയോട് പോലും വെറുപ്പ് തോന്നിയ നിമിഷങ്ങൾ, വീട്ടിൽ വരുമ്പോഴെല്ലാം, പലതും പറഞ്ഞ് വഴക്കുകൂടും ഒടുവിൽ ഒരു ഇറങ്ങിപ്പോക്ക്, പിന്നീട് എപ്പോഴെങ്കിലും കടന്നു വരും.

പണ്ടേ അവനിഷ്ടമില്ലാത്ത പേരായിരുന്നു 'ഗീതേഷ്' അമ്മയുടെ പേര് 'ഗീത' അതിൽ നിന്നാണത്രെ അത് രൂപംകൊണ്ടത്. അച്ഛന്റെ പൊറുതി മുഴുവൻ അമ്മ വീട്ടിലും...

സ്വന്തമായി ഒരു തൊഴിലും വശത്താക്കാത്ത ഒരുകുഴിമടിയൻ, സമ്പന്നമായ അമ്മ വീടിനെ ചുറ്റിപ്പറ്റിയുള്ള ജീവിതം.

ചെറുപ്രായത്തിൽ ഒന്നും മനസ്സിലായില്ല ഗീതേഷിനു പ്രായം കൂടിയതനുസരിച്ചു എല്ലാം മനസ്സിലായി അതോടെ അവന്റെ സ്വഭാവം തന്നെ മാറി മറിഞ്ഞു. ഒപ്പം ജീവിതഗതിയും.

അച്ഛനുള്ളപ്പോളും അമ്മയോടും അച്ഛനോടുമുള്ള അനിഷ്ടം വെട്ടിത്തുറന്നു പറഞ്ഞു. പണത്തിനു വേണ്ടിയുള്ള വഴക്ക്. വഴക്കടിച്ചാണ് പലതും നേടുന്നത്. ഇക്കുറി അമ്മ മൗനം പിടിച്ചു നിന്നു ഒടുവിൽ അവൻ പലതും പറഞ്ഞു. പറയാൻ പാടില്ലാത്തതു കൂടി.

'എടീ ഗീതമ്മേ' ദേഷ്യത്തിന്റെ ഉച്ചകോടിയിൽ മാത്രം ഉപയോഗിക്കുന്ന വാക്ക്.

'ഗീതമ്മ പണ്ട് സുഖിപ്പിച്ചപ്പോഴും, സുഖിച്ചപ്പോഴും കിട്ടിയ കാശൊക്കെ എവിടെ ഒളിപ്പിച്ചു വച്ചിരിക്കുന്നു.'

അതിൽ കുറച്ച് തന്നാൽ മതി. മകന്റെ ചോദ്യത്തിനു മുൻപിൽ ഉത്തരം മുട്ടിയ അമ്മ.

ഒരു മകൻ അമ്മയോട് ഒരിക്കലും പറയാൻ കൊള്ളാത്ത വാക്കുകൾ. ഒന്നും പറയാതെ കുറച്ച് പണം കൊടുത്തു പറഞ്ഞയച്ചു.. ഇങ്ങനെയും ഒരു ജന്മം, ഗീത മനസ്സിൽ പറഞ്ഞു. പടിയിറങ്ങി നടന്നകലുന്ന മകനെ നോക്കി നെടുവീർപ്പെട്ടു. അതിന് ശേഷവും പലപ്പോഴും പലതും പറഞ്ഞ് കാശു മേടിക്കുക ഒരു പതിവായിരുന്നു. വലിയ തറവാടിന്റെ അവസാനത്തെ കണ്ണി.. ജനിച്ചു പോയില്ലേ സ്വന്തം വയറ്റിൽ.

ടൗണിനോട് ചേർന്നുള്ള തട്ടുകടയാണ് ഗീതേഷിന്റ സങ്കേത കേന്ദ്രം നേരം ഇരുട്ടും മുന്നേ ചേക്കേറുന്ന സംഘം, കൃഷ്ണേട്ടൻ എന്ന സാധു മനുഷ്യന്റെ ചെറിയ വീടാണ് അവരുടെ ആവാസ കേന്ദ്രം. മുന്നിൽ തട്ടുകട, പുറകിൽവീട്. തട്ടു കടക്കാർക്കിടയിലെ മത്സരത്തിൽ വിജയം

എപ്പോഴും കൃഷ്ണേട്ടനാണ്, അടുത്തുള്ള തട്ടുകട പൂട്ടിക്കാനും പുതിയത് വരാതിരിക്കാനും, ഗീതേഷും കൂട്ടുകാരും മുന്നിൽ.

ടൗണിൽ നടന്ന ചില അടിപിടി കേസുകൾ, മോഷണം, എന്തിനേറെ കൊലപാതകം വരെ, എന്നുവേണ്ട ചിലതിലെല്ലാം ഇവർക്ക് പങ്കുണ്ടോ എന്നൊരു സംശയം. ഫിംഗർപ്രിന്റ് പരിശോധിക്കണം എങ്കിലേ വ്യക്തത വരൂ. അമ്മയുടെ വലിയ തറവാട്ടിൽ ചെറിയ ഒരു സംഘം കയറി കൂടി നിയമപ്രകാരം. മുറികൾ പരിശോധിച്ചു, പരമാവധി ഫിംഗർ പ്രിന്റുകൾ എടുത്തു. ആർക്കും ഒരു സംശയവും തോന്നാതെ.

മകനെ കണ്ടെത്തേണ്ടേ, തറവാട്ടിലെ പ്രായമായവരുടെ ചോദ്യങ്ങൾക്ക് ഒരേ ഉത്തരം മാത്രം. മകനെ കണ്ടെത്തേണ്ടേ ?

ഉത്തരം കേട്ടപ്പോൾ, ചോദിച്ചവർ തന്നെ തല കുലുക്കി സമ്മതിച്ചു.

അന്വേഷണത്തിന്റ ഭാഗം, ചോദ്യങ്ങൾ എല്ലാം ഒറ്റ ഉത്തരത്തിൽ നിർത്തി.

കേശു അമ്മാവന്റെ വരവിനായി കാത്തിരുന്നു, രാത്രി വൈകി അമ്മാവൻ വന്നു ഒന്നും പറഞ്ഞില്ല. നാളെ പറയാം എന്ന ഒറ്റ ഉത്തരത്തിൽ നിർത്തി.

സർക്കിൾ ഇൻസ്പെക്ടരുടെ വിളിക്കായി കാത്തിരുന്നു ഒടുവിൽ അതും വന്നെത്തി... പല കേസിന്റെയും ഫിംഗർ പ്രിന്റുമായി സാമ്യം ഉണ്ട് ഉറപ്പിക്കാറായിട്ടില്ല, ആളെ കിട്ടണം.

ഒരു സ്പെഷ്യൽ ടീം സേലത്തുണ്ട്, മറ്റൊരു ടീം മൈസൂരിൽ പോകാൻ തയ്യാറെടുക്കുന്നു അന്വേഷണം നടക്കുന്നു.

'എല്ലാം എനിക്കു പറയാൻ പറ്റില്ല.' സർക്കിൾ ഓഫീസറുടെ വാക്കുകൾ...

കേശു അമ്മാവന്റ നല്ല ഒരു കൂട്ടുകാരന്റെ ഏറ്റവും ഇളയ അനിയനാണ് സർക്കിൾ. കൂടുതൽ ചോദിച്ചാൽ പ്രശ്നമാവും. ഒരുപാട് ശല്യം ചെയ്താൽ, പിന്നെ ഒന്നും പറയാതെ പോയാലോ?

എന്തിനും ക്ഷമനല്ലതാണ്, ഊണും ഉറക്കവുമില്ലാത്ത സ്വന്തംപെങ്ങൾ, നേരിടാൻ അൽപ്പംവൈഷമ്യം എല്ലാം ഉള്ളിൽ ഒതുക്കി.

എപ്പോഴും ശൂന്യമായ മനസ്സ് വേദനയുടെ ഉറവകൾ, ചിലപ്പോൾ ഒരു ചാറ്റൽ മഴയുടെ നനവാർന്ന കുളിരു പോലെ.

താഴെ തൊടിയിൽ പണിക്കാർ ചപ്പുചവറുകൾ കത്തിക്കുന്നു. മുകളിലത്തെ മുറിയിൽ നിന്നും താഴേക്ക് നോക്കുമ്പോൾ ആകാശത്തേക്ക് ഉയർന്നുയരുന്ന പുകച്ചുരുളുകൾ വളഞ്ഞു പുളഞ്ഞുപോകുന്ന പാമ്പു പോലെ.

സന്ധ്യ കനത്തു തുടങ്ങി, മുഖം വീർപ്പിച്ചി രിക്കുന്നു, ഇരുട്ട് ഭദ്രകാ

ളിയെപ്പോലെ മുടി അഴിച്ചിടാൻ ഒരുങ്ങുന്നു.

തറവാടിന്റെ ശാന്തത എന്നോ നഷ്ടപ്പെട്ടിരിക്കുന്നു. ഒരാൾ മൂലം, എല്ലാം ഒരിക്കൽ ശെരിയാകും എന്നാൽ എപ്പോൾ ? ഒന്നും ശെരിയാകാത്ത എത്രയോ ദിവസങ്ങൾ, മാസങ്ങൾ വർഷങ്ങൾ...

ഉത്തരം കിട്ടാത്ത ചോദ്യങ്ങൾ..

വല്ലപ്പോഴും വരാറുള്ള ഗീതേഷിന്റ കൂട്ടുകാരൻ ജഗദീഷ് കുറച്ച് കാലങ്ങൾക്ക് ശേഷം രാവിലെ തന്നെ വീട്ടിലെത്തി സുഖ വിവരങ്ങൾ അന്വേഷിച്ചറിഞ്ഞു. പണ്ട് അവർ തമ്മിൽ വലിയ കൂട്ടായിരുന്നു..

സ്നേഹത്തിന്റെ ഇഴ അടുപ്പത്തിൽ കഴിഞ്ഞിരുന്ന കാലം, കോളേജ് ജീവിതത്തിലെ വലിയ ഒരു കണ്ണി, ഇണങ്ങിയും പിണങ്ങിയും കഴിഞ്ഞ നാളുകൾ, പിന്നീട് എപ്പോഴോ പരസ്പരം പാരകൾ പണിതു, അങ്ങോട്ടും ഇങ്ങോട്ടും, ഒടുവിൽ പിന്നെയും ഇണങ്ങിയും പിണങ്ങിയും...

ഇപ്പോഴത്തെ അവസ്ഥ ഒരു പിടിയും ഇല്ല, ചോദിച്ചാൽ നേരു പറയില്ല. ഇപ്പോഴത്തെ ചില കുട്ടികൾ അങ്ങനെയാ..

അടുത്ത സംസ്ഥാനത്തു ഒളിവിൽ കഴിയുന്ന ഗീതേഷിനു കാര്യങ്ങളുടെ ഒരു കിടപ്പ് പിടി കിട്ടി.

എല്ലാം നേരത്തെ പ്ലാൻ ചെയ്തപോലെ തന്നെ നടത്തിയാലോ ? ഗീതേഷും സംസ്ഥാനത്തിന് പുറത്തുള്ള കൂട്ടുകാരും തല പുകഞ്ഞു ആലോചിച്ചു കൊണ്ടിരുന്നു. പിടിച്ചു നിൽക്കണമെങ്കിൽ പണം വേണം അതും ഒളിവിൽ, മറ്റൊരു സംസ്ഥാനത്ത് കൂടി ആകുമ്പോൾ, മൈസൂരിലുള്ള സ്വർണക്കടകൾ നോക്കി വച്ചു.

എല്ലാം വളരെ റിസ്ക് പിടിച്ച പരിപാടി. മൂവർ കൂട്ടം ലോഡ്ജിലെ മുറി വലിച്ച് അടച്ചു് ലോക്ക് ചെയ്ത മുറിയിൽ ഇരുന്ന് രഹസ്യമായി പലതും പ്ലാൻ ചെയ്തു. മദ്യ ലഹരിയിൽ എടുത്ത പല തീരുമാനങ്ങളും പ്രായോഗികമല്ലെന്ന തിരിച്ചറിവ് പിന്നീട് ആണ് ഉണ്ടായത്.

പണമുണ്ടാക്കാനുള്ള പല പരിപാടിയെ ക്കുറിച്ച് വീണ്ടും ചിന്തിച്ചു കൊണ്ടിരുന്നു പ്ലാൻ ചെയ്തത് ഒന്നും വിജയിച്ചില്ല, ഒടുവിൽ സ്വന്തം വീട് തന്നെ ടാർജറ്റ് ചെയ്തു.

എളുപ്പത്തിൽ മോഷ്ടിക്കാൻ പറ്റിയ സ്ഥലം സ്വന്തം വീട് തന്നെ വീടിനെ കുറിച്ചും ജോലിക്കാരെക്കുറിച്ചും ഇത്രയും നന്നായി അറിയുന്ന മറ്റൊരാളില്ല. വീട്ടിലെ ഇപ്പോഴത്തെ അവസ്ഥയെക്കുറിച്ച് എല്ലാ വിവരങ്ങളും അപ്പോൾ തന്നെ ഗീതേഷിനെ അറിയിച്ചു.

പണം കണ്ടെത്താനുള്ള വഴിയിൽ നാടും വീടും ഒന്നും ഒരു പ്രശ്നമേ അല്ല, എങ്ങിനെയും അത് നേടുക അത്ര തന്നെ.

ഒരിക്കൽ ഗീതേഷ് ജഗദീഷിനെ ഒന്ന് ചതിച്ചതാണ്, കോളേജിലെ

ഓരോ പ്രശ്നങ്ങൾ... അഭിമാനത്തിന് കിട്ടിയ വലിയ പ്രഹരം.

ചതിക്കു ചതി തന്നെ, ജഗദീഷ് പോലീസിൽ അറിയുന്ന ഒരാളോട് വിവരം എല്ലാം പറഞ്ഞു, എന്നാൽ വരുമെന്ന് പറഞ്ഞ ദിവസം ഗീതേഷ് വന്നില്ല, ഒരു സംശയത്തിന്റ പേരിൽ പിടിച്ചാൽ പലതും പുറത്തു വരും. പിന്നെ ഒരുപാട് കാലം അകത്തു തന്നെ...

രണ്ടു ദിവസം കഴിഞ്ഞുള്ള ഒരു ദിവസം വരാമെന്നേറ്റു, എന്നാൽ പിന്നീട് അതും അവർ മാറ്റി, അന്ന് രാത്രി തന്നെ വന്നു ആരും അറിയാതെ, ജഗദീഷിനോട് പോലും പറയാതെ തന്നെ.

ഒരാൾ പുറത്തു കാവൽ നിന്നു, വീടിനെക്കുറിച്ചും അവിടുത്തെ ഓരോ മുറിയും മുക്കും മൂലയും നന്നായി അറിയുന്ന ഗീതേഷ് തന്നെ എല്ലാറ്റിനും മുൻ കൈ എടുത്തു. ഏതാണ്ട് പാതി രാത്രി കഴിഞ്ഞനേരം, ഒരു കള്ളനെ പോലെ.. അല്ല കള്ളനായി തന്നെ സ്വന്തം വീട്ടിൽ കയറേണ്ടി വന്നു.

പണ്ട് മുതലേ പടിപ്പുര വാതിൽ അടക്കാറില്ല, വലിയ വീടിന്റെ പാരമ്പര്യം..

പിന്നെ വിശാലമായ മുറ്റം, പതിയെ പുറകിൽ എത്തി പുറകുവശത്തെ വാതിൽ തുറന്നു പണ്ട് ആദ്യമെല്ലാം വൈകി വരുമ്പോൾ ആരും അറിയാതെ കയറി കൂടാറുള്ള ഒരിടം,അതിന്നും പഴയതുപോലെ തന്നെ. അകത്തു കടന്നതും ഒരാളനക്കം, വീട്ടിൽ സ്ഥിരമായി താമസിക്കുന്ന വേലക്കാരിയുടെ കാൽ പെരുമാറ്റം. പെട്ടെന്ന് പഴയ അലമാരിയുടെ പുറകിൽ ഒളിച്ചു. ശ്വാസഗതികൾ നന്നേ ബുദ്ധിമുട്ടി വലിച്ചു വിട്ടു സാവകാശം...അൽപ്പം കാത്തിരുന്നു. ഇടക്ക് ഏതോ ചില കുഞ്ഞു എലികളുടെ ഓട്ടമത്സരം ഗീതേഷിന്റെ മുന്നിലൂടെ, മങ്ങിയ വെളിച്ചത്തിൽ എലിയുടെ തിളങ്ങുന്ന കണ്ണുകൾ....

വീണ്ടും കാത്തിരുന്നു കുറെ സമയം സ്വന്തം വീട്ടിൽ ഒരു മോഷ്ടാവായി കയറിക്കൂടി ആദ്യമായി, അമ്മയുടെ സ്വർണം മോഷ്ടി ക്കാനായുള്ള വലിയ കാത്തിരുപ്പ്.

വേലക്കാരി പോയി കതകടച്ചു കിടന്നു. പിന്നെയും ഒരുപാട് സമയം കാത്തിരുന്നു, ആളനക്കങ്ങൾ ഇല്ലെന്നു ഉറപ്പുവരുത്തി, പതുക്കെ അമ്മയുടെ മുറിയിൽ കടന്നു കൂടി. അമ്മ നല്ല ഉറക്കമാണ്, അരണ്ട വെളിച്ചത്തിൽ അമ്മയുടെ മുഖം, ക്ഷീണിച്ചവശയായിരിക്കുന്നു. താക്കോൽ തലയിണയുടെ അടിയിൽ ആണ് സൂക്ഷിക്കുന്നത് അത് പണ്ടും അങ്ങിനെ തന്നെ. പതുക്കെ ഒരു ശബ്ദവും ഉണ്ടാക്കാതെ, പഴയ അലമാരി തുറന്ന് കുറച്ച് സ്വർണം മാത്രം എടുത്തു... ഇതുമതി ധാരാളം... മനസ്സിൽ പറഞ്ഞു. കുറച്ച് അധികകാലത്തേക്ക് ഇത് മതി സുഖ

മായി കഴിയാൻ. ഒരുതരത്തിൽ പുറകിലെ അകത്തു കടന്ന അതേ വാതിലിലൂടെ പുറത്തു കടന്നു ആരും അറിയാതെ... പുറത്തു കാത്തു നിന്ന കൂട്ടുകാരനോടൊത്തു സ്ഥലം വിട്ടു. പിറ്റേ ദിവസം മോഷണ വിവരം വീട്ടുകാരും നാട്ടുകാരും അറിഞ്ഞു പോലീസ് എത്തി.

വളരെ കാലങ്ങൾക്ക് ശേഷം വീട്ടിൽ വന്ന ജഗദീഷിനെ പോലീസ് തേടിപിടിച്ചു. ചോദ്യങ്ങളുടെ മുൾ മുനയിൽ നിർത്തി.

എങ്ങിനെയൊക്കെയോ മൈസൂരിൽ എത്തി ആരും അറിയാതെ, നേരെത്തെ തന്നെ കണ്ടു വച്ചിരുന്ന മാർവാടിയുടെ സ്വർണക്കടയിൽ നേർക്കുനേർ, മോഷ്ടിച്ചു ഒരു വലിയ സ്വർണ മാല മാത്രം എടുത്തു കൊടുത്തു, മുഴുവനും ഒരുമിച്ച് കൊണ്ടു പോയാൽ പിടിക്കപ്പെടും. സാധനം കണ്ട മാത്രയിൽ മാർവാടി തിരിച്ചും മറിച്ചും ഒന്ന് നോക്കി, ഒപ്പം മുഖത്തേക്കും.

'എന്താ വേണ്ടത് ?' മാർവാടിയുടെ ചോദ്യം, സാധനം വാങ്ങലും പണയവും എല്ലാം ഉണ്ട്.

'വിൽക്കാൻ വേണ്ടിയാണ്.' ഗീതേഷ് പറഞ്ഞു...

നിമിഷങ്ങളുടെ കാത്തിരിപ്പിനൊടുവിൽ, ഒരു കെട്ട് നോട്ടുമായി മാർവാടി മുന്നിൽ. ഗീതേഷിന്റെ കണ്ണ് തള്ളിപ്പോയി..

ഒരിക്കൽ പിടിക്കും അതുറപ്പ് അതുവരെ അടിച്ചു പൊളിക്കാം, ഇനി മറ്റൊന്നും ആലോചിക്കാനില്ല, ജയിലിൽ പോയാൽ ഇതൊന്നും നടക്കില്ലല്ലോ. എങ്കിലും ഉള്ളിന്റെ ഉള്ളിൽ എന്തോ പോലെ അമ്മയുടെ പഴയ ആഭരണങ്ങൾ, തനിക്കു പകരം രാജേഷ് പോലീസിന്റെ പിടിയിൽ, എത്ര കാലം അവൻ പിടിച്ചു നിൽക്കും.

ഇനി അവൻ നമ്പർ കൊടുത്താലോ? പോലീസും സംഘവും ഇവിടെ എത്തിയാലോ? മൊബൈൽ ഫോണിന്റെ സിം മാറ്റി, പുതിയത് എടുത്തു. കൂടാതെ താവളവും മാറ്റണം, എപ്പോഴാ പിടി വീഴുക എന്ന് പറയാൻ പറ്റില്ലല്ലോ.

പുതിയ താവളത്തെക്കുറിച്ച് ചിന്തിക്കുകയും പലതും പ്ലാൻ ചെയ്യുകയും ചെയ്തുകൊണ്ടിരുന്നു. പോലീസ് അവരുടെ വഴിയേ, അവരുടെ ജോലിയിൽ മുഴുകിയിരുന്നു.

സേലത്തു തിരഞ്ഞു മടുത്ത പോലീസ് ടീം മറ്റു സ്ഥലങ്ങളിലേക്ക് അന്വേഷണം വ്യാപിപ്പിച്ചു കൊണ്ടിരുന്നു.

അതിനനുസരിച്ചു ഗീതേഷും കൂട്ടുകാരും താവളങ്ങൾ മാറ്റിയും, വേഷം മാറിയും പലയിടത്തും കറങ്ങികൊണ്ടിരുന്നു. അപ്പോഴും അന്വേഷണ സംഘങ്ങളുടെ തിരച്ചിലിന് ഒരു കുറവും ഉണ്ടായിരുന്നില്ല.

ദൈവത്തിന്റെ വിരൽ

ദൃശ്യവും അദൃശ്യവുമായ നിരവധി സംഭവങ്ങൾ നമുക്ക് ചുറ്റും നാം അറിഞ്ഞും അറിയാതെയും നിരന്തരം സ്പർശിച്ചും അല്ലാതെയും കടന്ന് പോകുന്നുണ്ട്. പ്രതികരണ ശേഷി നഷ്ടപ്പെട്ട ഒരു സമൂഹത്തിന്റെ തിരുശേഷിപ്പുകളിലെ ഒരു സൂക്ഷ്മാണുവാണോ ഞാൻ? ചിന്തകൾ ദേശകാല അതിർത്തികൾ ഭേദിച്ച് എവിടെയെല്ലാമോ പാഞ്ഞു പോയിക്കൊണ്ടിരുന്നു. ഒരു തരം പിടികിട്ടാ പുള്ളിയെപോലെ!

മുത്തച്ഛന്റെ വാക്കുകൾ ഓർത്തെടുത്തു 'ചിലതെല്ലാം അങ്ങിനെയാ, കൂടുതൽ ആലോചിച്ചിട്ട്, ഒരു കാര്യവും ഇല്ല കുട്ടീ', ഒരു പാട് വർഷങ്ങൾക്ക് മുൻപ്, കോളേജിൽ നിന്നും വൈകിവന്ന കാരണങ്ങൾ വിവരിച്ചപ്പോൾ ഓരോ വിഷയങ്ങളെ പറ്റിയുള്ള ചർച്ചയുടെ ബാക്കി പത്രം. മുത്തച്ഛൻ മൺമറഞ്ഞിട്ട് ഏതാണ്ട് രണ്ട് വ്യാഴവട്ടക്കാലം കഴിഞ്ഞിരിക്കുന്നു, എങ്കിലും എപ്പോഴെല്ലാമോ മുത്തച്ഛന്റെ ഓർമ്മകൾ തനിക്കു ചുറ്റും വട്ടം ചുറ്റുന്നു, നൃത്തം വക്കുന്നു പ്രത്യേകിച്ചും പ്രതിസന്ധി ഘട്ടങ്ങളിൽ പലപ്പോഴും. നല്ല ഉയരമുള്ള, തലമുടി നരച്ച സുമുഖനായ വയസ്സൻ മുത്തച്ഛൻ ഓർമകളിലെ ഒരു വലിയ തണലായി ഇന്നും...

ചില്ലു ഫ്രെയിമിന് അകത്തുള്ള ചിരിക്കുന്ന അച്ഛനെമാത്രമേ കണ്ടിട്ടുള്ളു ഞാൻ, അമ്മ പലപ്പോഴും ആ ഫോട്ടോക്ക് മുൻപിൽ ഏറെ നേരം നോക്കി നിൽക്കുന്നത് കാണാമായിരുന്നു. ഓർമവച്ച നാൾ മുതൽ എന്തിനും ഏതിനും മുത്തച്ഛൻ ഒപ്പമുണ്ടാവും.

നൂൽ വണ്ണമുള്ള വരമ്പിലൂടെ ധൃതിയിൽ പോകുമ്പോഴും, വെള്ളത്തിൽ ചാടി തിമർക്കുമ്പോഴും, ഇന്നുവരെ ആരും തരാത്ത വലിയ ഒരു സുരക്ഷാ വലയം തന്നെ, വലിയ ഒരു സെക്യൂരിറ്റിക്കാരനെ പോലെ രണ്ട് കണ്ണുകളും പുറകെ... ഒപ്പം ദൈവത്തിന്റെ വിരൽ പോലെ നീട്ടി തരുന്ന വിരലുകൾ, സുരക്ഷിതത്തിന്റെ അവസാന വാക്ക്, പിടിവള്ളി ഒരിക്കലും തകരാതെ മുറിയാതെ... പിന്നിട്ട കാലത്തിന്റെ ഓർമ്മകൾ തുടികൊട്ടുന്ന ഏതോ ഒരു അവാജ്യ ലോകത്ത് കൂടി ഏറെക്കാലം നടന്നു നീങ്ങി. നേരായ വഴിയിലൂടെ പലതും പരതി നോക്കി നേരിന്റെ

മുഖവും നേരുകേടിന്റെ മുഖവും തമ്മിലൊരു വടം വലി ഒടുവിൽ പലതിനെയും എതിർക്കാനും സംസാരിക്കാനും കഴിഞ്ഞ നാളുകൾ എതിർപ്പുകളെ അവഗണിക്കാതെ പലതും പൊരുതി നേടിയ കഴിഞ്ഞു പോയ ഒരു കാലഘട്ടം.

കൊച്ചു വള്ളത്തിൽ കൊമ്പനെ പിടിക്കാൻ പോകുന്ന അമരത്തിലെ മമ്മൂട്ടി എന്ന മഹാനടനെ പോലെ പ്രപഞ്ചത്തിലുള്ള സകലതിനെയും വെട്ടി പിടിക്കാനുള്ള ഒരു തരം ആർജവം.

നേടിയില്ലെങ്കിലും ശ്രമിക്കണമെന്ന ഒരു വാക്ക് പ്രോത്സാഹനം അതൊന്നുകൊണ്ട് മാത്രം ഇവിടെ വരെയെത്തി. മുൻപോട്ടുള്ള ഓരോ വാക്കും അളന്നു മുറിച്ച് കൃത്യതയോടെ, എങ്കിലും എവിടെയെല്ലാമോ കാലിടറി, വീഴാൻ നേരം ആരൊക്കെയോ താങ്ങി പല പ്രാവിശ്യം. പക്ഷെ ഇവിടെ മാത്രം ഒന്നും ചെയ്യാൻ കഴിയുന്നില്ല.

അനിയന്ത്രിതമായ മനസ്സിന്റെ ചിന്താ മണ്ഡലങ്ങളിൽ നിന്ന് എവിടേക്ക് നീങ്ങണം എങ്ങനെ നീങ്ങണം ഏതോ ഒരു മാന്ത്രിക ശക്തിയുടെ കരുത്തിൽ, ഒരു കാന്തിക വലയംപോലെ പലതും നേരും നെറികേടും തമ്മിലൊരു യുദ്ധം.

എപ്പോഴും നടുക്ക് അദൃശ്യനായ എന്തോ ഒന്ന് ഒരു യഥാർത്ഥ ട്രാഫിക് കൺട്രോളരെപ്പോലെ, മുത്തച്ഛന്റെ നീണ്ട കൈകൾ, മനോഹരമായ നീണ്ട വിരലുകൾ...

മനഃപൂർവമല്ലാത്ത നരഹത്യയാണ് കേസ്. കേസ് തുടങ്ങിയിട്ട് നാളുകൾ ഏറെയായി, ഊരി പോരാനുള്ള സകല പഴുതുകളിലൂടെയും ഒരു സഞ്ചാരം തന്നെ നടത്തി, അറിഞ്ഞോ അറിയാതെയോ ഇന്നുവരെ ഒരു തെറ്റും... ഇല്ല...

കൊലപാതകം പോലെയുള്ള വലിയ ഒരു ക്രൂര കൃത്യം, ആരും പൊറുക്കുകയില്ല, ലോകവും നീതിപീഠവും. ഒടുവിൽ നിയമം നിയമത്തിന്റെ വഴിക്കു തന്നെ പോകട്ടെയെന്നു കരുതി, അതുകൊണ്ടെന്താ ലോകം ഇന്നും എന്നെ ഒരു വലിയ കുറ്റവാളിയായി കാണുവാൻ ശ്രമിക്കുന്നു. എത്ര ശ്രമിച്ചിട്ടും ആ നശിച്ച ദിവസം മനസ്സിൽ നിന്നും മാഞ്ഞു പോകുന്നില്ല, മറക്കാൻ ശ്രമിക്കും തോറും ഓർമയിൽ തെളിഞ്ഞു വരുന്നു.

ഒരിക്കൽ എല്ലാം പറഞ്ഞു പിരിഞ്ഞതാണ് എങ്കിലും.

ഒരു സായംസന്ധ്യയിൽ ഇഴയടുപ്പത്തിന്റ നൂലുകൾ ഓരോന്നായി പൊട്ടിച്ചു..

വ്യത്യസ്ഥമായ പേരിനുടമയായ അവളെ ഞാൻ 'ജോച്ചു' എന്നാ

ണ് വിളിച്ചിരുന്നത്, അവൾക്കും അതിഷ്ടമായിരുന്നു, ഈ പേരിൽ അവളെ വിളിക്കുന്ന ലോകത്തിലെ ഏക വ്യക്തി ഞാനായിരുന്നു.

ഞാൻ പറഞ്ഞു 'നമുക്ക് പഴയ പോലെ ആകാം.'

അവൾക്ക് ഒന്നും മനസ്സിലായില്ല, ഒടുവിൽ, ഒരു പാട് സമയത്തെ ചർച്ചകൾക്കും സംഭാഷണങ്ങൾക്കും ഒടുവിൽ, അവൾ സമ്മതിച്ചു

'ഒരു കണ്ടിഷൻ മാത്രം' അവൾ പുതിയ ചർച്ചക്കുള്ള വാതിൽ തുറന്നു.

'എന്താണ് പറയൂ' ഞാൻ ചോദിച്ചു.

'വേണ്ട വിവാഹം വേണ്ട, നല്ല സുഹൃത്തുക്കൾ.'

അല്പം പരിഭവം എവിടെയോ നിഴലിച്ചിരുന്നു. ഒരു കാര്യം, അവൾ വീണ്ടും ഓർമപ്പെടുത്തി, ഫോണിൽ തുടരാം, സമയം കിട്ടുമ്പോഴെല്ലാം, കൂടാതെ മെസ്സേജകളും ആവാം.. സാഹചര്യം പോലെ...

ഒടുവിൽ അവൾ തന്നെ മറ്റൊരാളെ കണ്ടെത്തി എന്റെ ഒരു പഴയ സുഹൃത്ത്, വീട്ടുകാർ അറിഞ്ഞു ചെയ്തത്...

മനോഹരമായ ജീവിതം... പ്രകൃതിയെ പ്രണയിച്ചവൾ, പൂക്കളെ, ചെടികളെ, മരങ്ങളെ, പൂമ്പാറ്റയെ എന്ന് വേണ്ട പ്രപഞ്ചത്തിലെ സകലത്തിനെയും, അതിനു പറ്റിയ ഒരു സ്ഥലം അവൾ തന്നെ കണ്ടെത്തി, അവൾക്കുവേണ്ടി മാത്രം രൂപം കൊണ്ട ഏതോ ഒരു ലോകം പോലെ.

ഓരോ ദിവസവും ഒരു വിളി അതുമല്ലെങ്കിൽ ഒരു മെസ്സേജ് അത് പതിവായിരുന്നു. ഇതിനിടയിൽ എപ്പോഴോ എന്തെല്ലാമോ താളം തെറ്റി . ഭർത്താവിന്റെ വഴികൾ നേരെയല്ല എന്നു മാത്രം പറഞ്ഞു നിർത്തി.

പൊരുത്തക്കേടിന്റ ആൾ രൂപം, ഒരു പാട് നന്നാക്കി എടുത്തു അവൾ. പിന്നെയും നന്നാക്കാൻ ശ്രമിക്കും തോറും പിടിവിട്ട എന്തോ ഒന്നുപോലെ.

തർക്കങ്ങളും വഴക്കുകളും പതിവായിരുന്നു എന്നവൾ പണ്ടേ പറയുമായിരുന്നു. സ്നേഹങ്ങൾ ഇഷ്ടവായ്പ്പുകൾ എല്ലാം മടക്കി ഒതുക്കി വച്ചു. നാളുകൾ കഴിയും തോറും അവരുടെ ഇടയിൽ അനിഷ്ടങ്ങളുടെ കൂമ്പാരം, സംസാരം തീരെ ഇല്ല. എല്ലാം മൗനത്തിന്റ മൂടുപടമണിഞ്ഞ ലിപികളിൽ പകർത്തി. ഓരോ അക്ഷരങ്ങൾക്കും കണ്ണീരിന്റെ നനവ് ഉള്ള പോലെ, ഓരോ വാചകങ്ങളും ഒരിക്കലും അവസാനിക്കാത്ത പോലെ ! ഓരോ വരികളിലും അവളുടെ പിടക്കുന്ന മനസ്സ്. അക്ഷരങ്ങൾ ഒന്നിന് പുറകെ ഒന്നായി നിരന്തരം മലമുകളിൽ നിന്നും ഉതിർന്നു വീഴുന്ന ശക്തമായ പാറ കൂട്ടങ്ങൾ പോലെ, എന്റെ ഹൃദയ വാതിൽക്കൽ തട്ടി തടഞ്ഞു പറ്റി ചേർന്നു നിന്നു. എല്ലാറ്റിനും സാന്ത്വ

നമേകാൻ ഒടുവിൽ ഒരു ദിവസം വരാമെന്നേറ്റു.

വളവും തിരിവും ഊട് വഴികളും താണ്ടി എത്തിയപ്പോഴേക്കും, തികച്ചും വൈകിപ്പോയി. അവൾക്കു ഒരുരീതിയിലും പിടിച്ച് നിൽക്കാൻ കഴിഞ്ഞില്ലത്രെ. വഴക്കിന്റെ മൂർദ്ധന്യാവസ്ഥയിൽ അവളത് ചെയ്തു. ചോരയിൽ കുളിച്ചു ഇഴയാൻ ശ്രമിക്കുന്ന ഒരാൾ.

അല്ല അതവളുടെ ഭർത്താവല്ല, നാട്ടു വെളിച്ചത്തിൽ വ്യക്തമായി കണ്ടു. താടി വച്ച കൂർത്തമുഖമുള്ള ഒരു ചെറുപ്പക്കാരൻ അവളുടെ ഭർത്താവിന്റെ മറ്റൊരു കൂട്ടുകാരൻ. ഇയാളെക്കുറിച്ച് അവളൊരു സൂചന തന്നിരുന്നു.

ഭർത്താവിന്റെ സമ്മതപ്രകാരം എത്തിയതാണ്, അവസാനം അയച്ച മെസ്സേജുകൾ പൂർണമായും വായിക്കാൻ കഴിഞ്ഞില്ല, 'ഞാൻ എന്തു ചെയ്യും എനിക്ക് ഇഷ്ടമില്ലാത്ത ഒരാൾ ഇവിടെ എത്തിയിട്ടുണ്ട്' അവളുടെ മെസ്സേജ് നേരെത്തെ തന്നെ വന്നിരുന്നു നേരെത്തെ വായിക്കാൻ കഴിഞ്ഞില്ല.

എന്നാലും ഇങ്ങനെ സംഭവിക്കുമെന്ന് ഒരിക്കലും കരുതി ഇല്ല.

സാക്ഷികൾ ഇല്ല, cctv ഇല്ല, ഒളിഞ്ഞോ മറഞ്ഞോ കണ്ടവരില്ല. എല്ലാം കണ്ടും കേട്ടും നിൽക്കുന്നത് മൂകമായ പ്രകൃതി മാത്രം ! വിവാഹം എന്ന പവിത്രതയെ ചോദ്യം ചെയ്ത നാളുകൾ ഒരിക്കൽ അവളുടെ ഭർത്താവുമായി കൊമ്പ് കോർത്തു അതൊരു പഴങ്കഥ.

എപ്പോഴാണ് പ്രശ്നങ്ങളുടെ തുടക്കം ഓർമിക്കുവാൻ കഴിയുന്നില്ല, അധികകാലമായില്ല. താമസിക്കുവാൻ ഏകാന്തമായ ഒരിടം, ധാരാളം മരങ്ങളും ചെടികളും പക്ഷികളും കൂട്ടിനു വേണം. ഒടുവിൽ അവൾ തന്നെ കണ്ടെത്തിയ ഒരിടം...

കൂട്ടുകാരോടൊത്തു പട്ടണത്തിലെ പുറം പണിക്ക് പോയ നാൾ മുതൽ സ്റ്റാർ ഹോട്ടലിലേക്ക് പല പല സാധനങ്ങളും എത്തിക്കുന്ന ഡെലിവറി ടീമിൽ ഒരാളായി കയറിപ്പറ്റി. വെറും സഹായി, സഹായി പിന്നീട് എപ്പോഴോ ഹോട്ടൽ ഗസ്റ്റിന്റെ സ്വകാര്യതയിലേക്ക് ആരും അറിയാതെ കയറി കൂടി.

വലിയ സ്രാവുകളുടെ കുത്തഴിഞ്ഞ സ്വകാര്യ കുടുംബ ജീവിതത്തിന്റെ ആരും അറിയാത്ത പിന്നാമ്പുറങ്ങൾ, വീക്ക് എൻഡിൽ അവർ അത് ആഘോഷിച്ചിരുന്നു ഒരുപറ്റം വിവാഹിതരായ ചെറുപ്പക്കാരും ചെറുപ്പകാരികളും ഇഷ്ടമുള്ളവർ ഇഷ്ടമുള്ളവരോടൊപ്പം രാത്രിമുഴുവനും .... ചിന്തനീയം !

ആദ്യമാദ്യം ഒന്നും വിശ്വസിച്ചില്ല, ഇങ്ങനെയൊക്കെ നടക്കുമോ ?

സ്വയം ചിന്തിച്ചു...നടക്കുമായിരിക്കാം, ചിന്തകളെ കുറേ ദിവസത്തേക്ക് അതിന്റെ വഴിക്കു വിട്ടു ഒടുവിൽ ആ ചിന്തകൾ അയാളുടെ മനസ്സിനെ മ ദിച്ചു കൊണ്ടിരുന്നു.

ഇടവഴിയിലൂടെ ഉള്ള യാത്ര ഭീതികരം. നേരിൽ കണ്ടത് ഇപ്പോഴും മനസിൽ ആശ്വസിപ്പിക്കാൻ കണ്ടെത്തിയ സമയം, ഇടവഴിയിൽ നി ന്നും മറ്റൊരു വഴിയിലേക്ക് തിരിഞ്ഞു, ആരോ തന്നെ പിൻതുടരും പോ ലെ! നേരിയ ഇരുട്ടാണെങ്കിലും നിഴൽ പോലെ ആരോ പുറകിലുണ്ട്. മുത്തച്ഛന്റെ അതേ രൂപം, വെളുത്ത താടി വെള്ളഷർട്ട് വെള്ളമുണ്ട്, സംസാരം തീരെ ഇല്ല തൊട്ടു മുൻപിൽ കൈ എത്തും ദൂരത്ത് നീണ്ട വിരലുകൾ നീട്ടി തന്നു, പിടിക്കാൻ ശ്രമിക്കും തോറും അകന്നകന്നു പോകുന്നു എങ്കിലും മുൻപിലുണ്ട് തൊട്ടു മുൻപിൽ...

ഇതളുകൾ

നിറഞ്ഞ നീലാകാശത്തെ അതിരുകൾ ഇല്ലാത്ത നക്ഷത്രങ്ങൾ, അവർക്കും പറയാനുണ്ടാവും, ഒരുപാട് കഥകൾ. ആരോടും പറയാത്ത ആരും കേൾക്കാത്ത ഒരുപാട് കഥകൾ. ഊതി വിട്ട പുകച്ചുരുളുകൾ അന്തരീക്ഷത്തിൽ ഉയർന്നു നിൽക്കുന്ന മേഘ പടലങ്ങളിൽ എവിടെയോ വിലയം പ്രാപിച്ചു. നഗരത്തിൽനിന്നും അധികം ദൂരമില്ലാത്ത മനോഹരമായ ഇരുപത്തേഴ് നിലകളുള്ള വലിയ കെട്ടിട സമുച്ചയത്തിന്റെ, ഏറ്റവും മുകളിലത്തെ ഒരു ഫ്ളാറ്റ്. ഇത്പോലുള്ള ഒരു ആകാശ വിതാനത്തു ഒറ്റക്ക് താമസിക്കണമെന്ന് പണ്ടേ തീരുമാനിച്ചുറപ്പിച്ചതാണ്. അന്നെല്ലാം തീരുമാനങ്ങൾ പകുതി വീതമായിരുന്നല്ലോ. മറ്റേ പാതിയെ തൃപ്തിപ്പെടുത്താതെ, ഒരിക്കലും കാലുകൾ മുൻപോട്ട് വയ്ക്കാൻ കഴിഞ്ഞിരുന്നില്ല.

വിവാഹം കഴിഞ്ഞ മധുവിധു നാളുകൾ, ഇഷ്ടാനിഷ്ടങ്ങൾ പകുത്തെടുത്തു, മോളുടെ ജനനം വരെയും. കാലം കഴിയുംതോറും സന്തോഷേട്ടന്റ താല്പര്യങ്ങൾക്ക് ഒരുപാട് ഏറ്റക്കുറച്ചിലുകൾ. ഓരോന്നും അടിച്ചേൽപ്പിക്കുന്ന ഒരുതരം മൂരാച്ചി സ്വഭാവം, ഇഷ്ടമില്ലാത്തത് കണ്ടും കേട്ടും മടുത്തു. ആകെ യുള്ള പെൺകുഞ്ഞിനെ ഓർത്ത്മാത്രം നാവടക്കി. ദൈവം അനുഗ്രഹിച്ചു നൽകിയ സൗന്ദര്യം, ആരോഗ്യം, അത് തന്റേത് മാത്രം.

ജീവിതം ഒന്നേ ഉള്ളൂ, അതിങ്ങനെ സംശയത്തിന്റയും പകയുടെയും, വെറുപ്പിന്റെയും, അസ്വാതന്ത്ര്യത്തിന്റെയും നിഴലിൽ നിർത്തുന്നത് എന്തിന് ?

ആർക്കുവേണ്ടി ?

സ്വതന്ത്രമായി ഒഴുകി അകലുന്ന പുകച്ചുരുളുകളെ നോക്കി കൊണ്ടിരുന്നു. താഴെ ദൂരെ പൊട്ടുപോലെ ഓടി അകലുന്ന വാഹനങ്ങൾ, മനുഷ്യർ, ഒന്നിന് പുറകെ ഒന്നായി നിരവധി.

വർഷങ്ങൾക്ക് മുൻപ് സഹപ്രവർത്തകരുടെ ബാങ്ക് അക്കൗണ്ട് തുറക്കാനും, മറ്റാവശ്യങ്ങൾക്കുമായി ബാങ്കിൽ പല തവണ കയറി ഇറങ്ങിയതാണ് സുനിത.

പിന്നീട് എപ്പോഴോ മിഴികളുടെ മിന്നലാട്ടം, എവിടെയെല്ലാമോ കൊ

ളുത്തി വലിച്ചു. അറിയപ്പെടുന്ന ബാങ്കിൽ പുതുതായി വന്ന ഒരു ജോലിക്കാരൻ, പുതിയ ജോലിയുടെ ചടുലതയിൽ എല്ലാ സഹായവും ചെയ്തു തന്നു.

ഇടപാടുകൾ അക്കൗണ്ടിലൂടെ ആയിരുന്നെങ്കിലും, സന്തോഷ് കുമാറിന്റെയും സുനിതയുടെയും മൗനാക്ഷരങ്ങൾ കൊണ്ടുള്ള തുടക്കം വളരെ പെട്ടെന്നായിരുന്നു.

ദീർഘകാലത്തെ പ്രണയത്തിനൊടുവിൽ ജീവിതയാത്ര ഒരുമിച്ചാക്കി.

തുടക്കത്തിലെല്ലാം സുനിതയുടെ കഴിവുകളെ പ്രോത്സാഹിപ്പിക്കുന്നതിൽ എന്നും മുൻപിലായിരുന്നു. പാട്ടും നൃത്തവും ആയിരുന്നു പ്രധാന പരിപാടി.

പിന്നീടെപ്പോഴോ നൃത്തം പാതി വഴിയിൽ മുറിഞ്ഞു പോയി. പാട്ട് മതി എന്ന ഒരു ധാരണയിൽ എത്തി ചേർന്നു. പിന്നീട് അതും വേണ്ട എന്ന എന്ന ഒരു തീരുമാനത്തിൽ സന്തോഷ്.

വലിയ വഴക്കോ ബഹളങ്ങളോ ഇല്ലാത്ത അനിഷ്ടങ്ങളുടെ ഒരു പരമ്പര തന്നെ, മകളെ ഓർത്ത് മാത്രം നാവടക്കി. കാലം എങ്ങിനെയോ അതിന്റെ സഞ്ചാര പാതയിൽ. ഒരു ഒത്തുതീർപ്പു വേണ്ട അതും മറ്റുള്ളവരുടെ സഹായത്താൽ, അത് പിന്നീട് കടപ്പാടാകും.

വേണ്ട ഒന്നും വേണ്ട, മകളെ മാത്രം മനസ്സിൽ കണ്ടു. പ്രായമായ മകൾക്ക് എല്ലാം അറിയാമായിരുന്നു, അവളത് പരസ്യമായും രഹസ്യമായും പലതും പറയുവാൻ മടിച്ചില്ല.

ഒരിക്കൽ അവൾ തീർത്തു പറഞ്ഞു. 'നിങ്ങൾ ഒരുമിച്ചായാലും അല്ലെങ്കിലും, എന്റെ സ്നേഹത്തിന് ഒരു കുറവും ഉണ്ടാവില്ല.'

നിങ്ങളുടെ ഇഷ്ടം പോലെ, മനസ്സിന് സന്തോഷം തരുന്നത് എന്താണോ അത് ചെയ്തോളു...!

മകളുടെ വിവാഹം കഴിഞ്ഞ് വിദേശത്തേക്ക് പോകും മുൻപേ, അച്ഛനോടും അമ്മയോടും മാറി മാറി സംസാരിച്ചു. ഒരു പാട് കാലത്തെ കൂട്ടലിനും കിഴിക്കലിനും ഒടുവിൽ ഒന്നുറപ്പിച്ചു സുനിത. വലിയ വലിയ പൊട്ടിത്തെറിക്കുമുൻപേതന്നെ സ്വന്തം അക്കൗണ്ടിൽ കിടന്ന പണം കൊണ്ട്, സന്തോഷറിയാതെ തന്നെ ഒരു ഫ്ളാറ്റു ബുക്ക് ചെയ്തു.

പൊതുവേദിയിൽ പാടുവാനുള്ള ഒരവസരവും സുനിത നഷ്ടപ്പെടുത്തിയില്ല. ഒരോ പ്രോത്സാഹനങ്ങളും ആവേശം പതിൻ മടങ്ങാക്കി. സഹപ്രവർത്തകരുടെ മക്കളുടെ ബർത്ത്ഡേ മറ്റു ചടങ്ങുകൾ.... എല്ലാം കഴിഞ്ഞുള്ള രാത്രി സഞ്ചാരവും, മറ്റുള്ളവരോടുള്ള, ഇടപെടലും, ഇഴ അടുപ്പങ്ങളും, സന്തുവിന്റെ വെറുപ്പിന്റെ തോതു ഇരട്ടിപ്പിച്ചു.

പല രാത്രികളിലും, മുറു മുറുപ്പും അതിന്റ ബാക്കിപത്രവും, മല വെ

ള്ള പാച്ചിൽ പോലെ, കുത്തി ഒഴുകി വരാറുണ്ട്.

അതൊന്നും ഗൗനിക്കാതെ എങ്ങനെയോ കാലം കടന്നുപോയി.

ജോലി കാര്യങ്ങൾ എല്ലാം ഒരു യന്ത്രം കണക്കെ മുൻപോട്ട്. ജില്ലാ ട്രഷറിയിലെ ജോലി, വിരമിച്ചാലും ആ ജീവനാന്ത പെൻഷൻ. മകളോട് ഒരനിഷ്ടവും സന്തോഷ് ഇത് വരെയും കാണിച്ചിട്ടില്ല, എന്തിനും ഏതിനും ഏറെ കാര്യമാണ്, എന്നാൽ സുനിതയോടുള്ള അനിഷ്ടം, എവിടെയോ കെട്ടിപ്പൊക്കിയ വലിയ മതിൽ പോലെ. കൂടുതൽ ഒരുങ്ങിയാൽ സംശയം, അതുപാടില്ല, ഇത് പാടില്ല, സൗന്ദര്യം ഇനിയും കൂടിയാൽ ? എപ്പോഴും ഒരു സംശയത്തിന്റെ നിഴലിൽ.

രാത്രിയിൽ വരുന്ന ഫോൺ കാളുകൾ, സൗഹൃദ സംഭാഷണങ്ങൾ പോലും ഒളിഞ്ഞിരുന്നു ശ്രദ്ധിക്കുന്ന ഒരു സംശയ രോഗിയെപ്പോലെ എത്ര കാലം ഇങ്ങനെ ?

പരസ്പര വിശ്വാസമില്ലാത്ത രണ്ട് ജന്മങ്ങൾ! ഏത് നിമിഷവും പൊട്ടിത്തെറിക്കാവുന്ന ഒരു പഴകിയ വലിയ ജല സംഭരണി പോലെ !

വലിയ വീട്ടിലെ കിടപ്പുമുറി പകുത്തെടുത്തുള്ള കിടപ്പ് അവസാനിപ്പിക്കാൻ സമയമായി. കിടപ്പ് മറ്റൊരു മുറിയിലേക്ക് മാറ്റി എപ്പോൾ വേണമെങ്കിലും ഉറങ്ങാം, എപ്പോൾ വേണമെങ്കിലും ഉണരാം.

മറ്റൊരു അടുക്കളക്ക് സാധ്യത ഇല്ലാത്തത്കൊണ്ട്, അതുമാത്രം ഷെയർ ചെയ്തു. സ്വയം പാചകം ചെയ്തു മുഴുവനും കഴിച്ചു തീർക്കും . സംസാരം തീരെ ഇല്ലാത്ത ദിവസങ്ങൾ, ഒച്ചയും അനക്കവും ഇല്ലാത്ത രണ്ട് ജന്മങ്ങൾ. ഒരേ വീട്ടിൽ മൗനാക്ഷരങ്ങൾക്ക് മൂക സാക്ഷി ചുറ്റുമുള്ള ചുവരുകൾ മാത്രം.

ഒരു തീരുമാനം എടുക്കാൻ കഴിയാത്ത നിരവധി രാവും പകലും. നല്ല ഒരു ജോലി ഉള്ളതുകൊണ്ട് അത്രയും സമയം അതിൽ മുഴുകും. സഹപ്രവർത്തകർ ഒരുപാട് പേരുണ്ടെങ്കിലും, ആരുടെയും സ്വകാര്യതയിൽ കടന്നു കയറാറില്ല. അത്തരം കാര്യങ്ങളെ കുറിച്ച് സംസാരിക്കാറില്ല. ഇനിവയ്യ ഒരിക്കലും ചേരാത്തതായിരുന്നു എന്ന തിരിച്ചറിവ് വൈകിയാണ് ബോധമണ്ഡലത്തിലെ സൂക്ഷ്മാണുവിലേക്കു ചേക്കേറിയത്.

അറിയപ്പെടുന്ന ബാങ്കിലെ ചെറുപ്പക്കാരനായ പുതിയ ജോലിക്കാരന് ഇത്രയും വലിയഒരു വികൃതമുഖം ഉണ്ടെന്ന തിരിച്ചറിവിന് അല്പം വൈകി.

ഇനി വയ്യ ഒരിക്കലും ചേരാത്തത് അങ്ങനെ തന്നെ ഇരിക്കട്ടെ ! ഒരുപാട് ദിവസത്തെ ചിന്തകൾക്കൊടുവിൽ സുനിത ഒരു തീരുമാനം എടുത്തു. ഒരു ദിവസം ജോലിക്ക് പോകുന്നതിന് മുൻപായി ഒരു കുറിപ്പെഴുതി മേശപ്പുറത്തു വച്ചു.

'ഇന്നു വൈകുന്നേരം എട്ടു മണിക്ക് ഒരുമിച്ചിരുന്നു സംസാരിക്കണം, പലതും തീരുമാനിക്കാനുണ്ട്, ഇത് ഇങ്ങനെ തുടരാനാവില്ല.'

കൃത്യം എട്ടുമണിക്ക് തന്നെ, ഒരു മേശയുടെ ഇരുവശത്തുമിരുന്നു മുഖത്തോട് മുഖം നോക്കി, ഏറെ നേരത്തെ മൗനാക്ഷരങ്ങൾ കൊണ്ട് പലതും പറയാതെ പറഞ്ഞു.

എങ്കിലും രണ്ട് പേരിലും പരിഭ്രമം ഇല്ലാതില്ല. ആർക്കും പ്രയോജനമില്ലാത്ത ഒരുപാട് നിമിഷങ്ങൾ പരസ്പരം മുഖത്തോട് മുഖം നോക്കി ഇരുന്നു.

സമയം ആരെയും കാത്തു നിൽക്കാതെ മുന്നോട്ടു പോയിക്കൊണ്ടിരുന്നു. സീലിംഗ് ഫാനിന്റെ മൂളൽ ശബ്ദം മുറിയിലാകെ, പരസ്പരം തുറിച്ചു നോക്കുന്ന നാലു കണ്ണുകൾ, വർഷങ്ങൾക്ക് മുൻപ് ഒന്ന് കാണുവാൻ വേണ്ടി മാത്രം, ആവശ്യത്തിനും അനാവശ്യത്തിനും ബാങ്കിന്റെ കൗണ്ടറിൽ ക്യൂ നിന്ന നാളുകൾ.

ക്ലോക്കിന്റെ സൂചി ഒന്നടിച്ചു, അരമണിക്കൂർ പിന്നിട്ട വിവരം വിളിച്ചറിയിച്ചു. ക്ഷമ കെട്ട ഏതോ ഒരു പല്ലി മുകളിൽ ഇരുന്നു ബഹളം കൂട്ടി അങ്ങോട്ടും ഇങ്ങോട്ടും ഓടിക്കൊണ്ടിരുന്നു.

ഒടുവിൽ സുനിത തന്നെ സംഭാഷണത്തിനു തുടക്കമിട്ടു

'നമുക്ക് പിരിയാം.'

സുനിത തുടർന്നു.

'ഒരിക്കൽ ഇത് സംഭവിക്കുമെന്ന് നേരത്തെ തന്നെ കരുതിയതാണ്.'

സന്തോഷിന്റ തൊണ്ടവരണ്ടപോലെ , വാക്കുകൾ വരുന്നില്ല ചുണ്ടുകൾ കടിച്ചു പിടിച്ചുകൊണ്ടിരുന്നു...

വീണ്ടും നീണ്ട മൗനം.

സുനിത തുടർന്നു. 'ജോലിയുണ്ട്, ശമ്പളം ഉണ്ട്, വേറെ കല്യാണം കഴിക്കണമെങ്കിൽ അതും ആകാം, നിയമ പ്രകാരം നമുക്ക് മറ്റു കാര്യങ്ങളിലേക്ക് നീങ്ങാം. ബന്ധുക്കൾ, നാട്ടുകാർ എന്തും പറഞ്ഞോട്ടെ, ഇങ്ങനെ ജീവിച്ചു മരിക്കണമെന്ന് താല്പര്യം ഇല്ല.' ഞാൻ പണ്ടേ പറയാറില്ലേ.

'ജീവിതം ഒന്നേ ഉള്ളൂ എന്ന്.'

എനിക്കിനി പലതും ചെയ്യാനുണ്ട്... സുനിത പലതും പറഞ്ഞു കൊണ്ടിരുന്നു. സന്തോഷിന്റെ കരുവാളിച്ച മുഖം കണ്ടതായി ഭാവിച്ചില്ല, പോകുവാൻ നേരം അവൾ ഒന്ന് കൂടി പറഞ്ഞു.

'എല്ലാം പെട്ടെന്ന് വേണം.'

മറക്കാൻ ശ്രമിക്കുന്ന പലതും ക്ഷണിക്കപ്പെടാതെ കടന്നു വരും വളരെ അപ്രതീക്ഷിതമായി...

പഴയ ഓർമ്മകൾക്ക് വിരാമമിട്ട്, സിഗരറ്റിന് തീ കൊളുത്തി പുക ഊതി കൊണ്ടിരിക്കെ, കാളിങ് ബെല്ലടിച്ചു.

അതെ നൂർജഹാൻ തന്നെ, എല്ലാറ്റിനും നൂറിന്റെ പരിപൂർണ പിന്തുണ എപ്പോഴും, ചെറുപ്രായം മുതലുള്ള ചങ്ങാത്തം, പങ്കു വയ്ക്കാത്തതായി ഒന്നുമില്ല. സൂര്യന് താഴെയുള്ള എന്തും, അവളും അങ്ങനെ തന്നെ. ഈ വലിയ കെട്ടിടത്തിന്റെ താഴത്തെ നിലയിൽ അവളും ഒരു ഫ്ളാറ്റ് എടുത്തിട്ടുണ്ട്.

സ്വന്തമായി 'മുഖം' എന്നറിയപ്പെടുന്ന ഒരു നല്ല പാർലർ നടത്തി വിജയിച്ചവൾ. ഭർത്താവ് ഉപേക്ഷിച്ചവൾ കാരണം ശൂന്യം, വട്ടപ്പൂജ്യം ഒരു കുഞ്ഞിന് ജന്മം കൊടുക്കാൻ കഴിഞ്ഞില്ലത്രേ...

അയാൾക്ക് താൽപ്പര്യം മറ്റു പലരോടുമായിരുന്നു. എന്തിനിതു തുടരണം? അവളുടെ വർഷങ്ങളോളം ഉള്ള ചോദ്യം... ഒടുവിൽ അയാൾ അവളെ ഒഴിവാക്കി.

ചെറുപ്പത്തിന്റെ വിവരക്കേടിൽ നാൽപ്പത്തി എട്ടു മണിക്കൂർ നേരം കൂട്ടുകാരനോടൊപ്പം ജില്ല വിട്ടൊരു യാത്ര, പോലീസിന്റെ ശക്തമായ ഇടപെടൽ മൂലം ആരുമറിയാതെ തിരിച്ചെത്തിച്ചു. പണ്ടത്തെ നൂറിന്റെ അധികം ആർക്കും അറിയാത്ത കഥ ഓർമ വന്നു.

ധൃതിയിൽ പോയി ഡോർ തുറന്നു, കണ്ട പാടെ പരസ്പരം കെട്ടിപിടിച്ചു.

'പുരുഷസ്പർശനത്തിന്റെയും രതിയുടെയും സ്മൃതിയിൽ തന്നെയായിരുന്നു ഇരുവരും. ഇടക്കെല്ലാം അവർ ഒരുമിച്ചു കൂടാറുണ്ട്. മാനസിക ഉല്ലാസം കിട്ടുന്ന എന്തിനും അവർ തയ്യാർ. ലിംഗഭേദങ്ങളിൽ നിന്നും വിടുവിച്ച് അവരുടേതായ ഇഷ്ടത്തിന്റെ, പ്രണയത്തിന്റെ തീവ്രമേച്ചിൽപ്പുറങ്ങളിൽ, പരസ്പരം കോർത്തിണങ്ങിയ രണ്ട് സർപ്പങ്ങളെ പോലെ... ഇരുപത് മെല്ലിച്ച നേർത്ത വിരലുകൾ രണ്ട് പെൺഉടലുകളിലൂടെ എവിടെയൊക്കെയോ സഞ്ചരിച്ചു കൊണ്ടിരുന്നു. പൗഡറിന്റെയും, പൂട്ടിയുടെയും, ലിപ്സ്റ്റിക്കിന്റെയും ഗന്ധം മുറിയാകെ. അനുഭൂതിയുടെ നിമിഷങ്ങൾ പരസ്പരം രുചിച്ചറിഞ്ഞു മതിയാവോളം. ചുട്ടു പൊള്ളുന്ന വികാരത്തിന്റെ കൊടുമുടിയിൽ ലെസ്ബിയൻ രതി സാഗരത്തിന്റെ ലഹരിയിൽ പലതും മറന്ന നിമിഷങ്ങൾ...

നൂറിന്റെ ജീവിതത്തിലും, ബന്ധം വേർപെടുത്തിയ ശേഷവും ഒരു പാട് പൊട്ടലും ചീറ്റലും ഉണ്ടായിരുന്നു.

പണ്ടേ നോട്ടമിട്ട പലരും നേരിട്ട് മുന്നിൽ പ്രത്യക്ഷപ്പെടാനും ചോദിക്കാനും മുതിർന്നു. നൂർ ഒന്നിനെയും ഗൗനിച്ചില്ല. സ്വന്തമായി ജോലി ചെയ്തു മുൻപോട്ട്, ഭർത്താവ് ഇല്ല മക്കളില്ല, വേണ്ടപ്പെട്ട അപൂർവം ചി

ലർ മാത്രം, അതുമതി ജീവിതം ധന്യമാകാൻ.

വിവിധതരം കസ്റ്റമേഴ്സ്, അപൂർവം വാക്കിങ് കസ്റ്റമേഴ്സ് എപ്പോഴും കാണും. സ്ഥിരമായി മറ്റുചിലർ, അതിലൊരു V I P സൂസൻ സാം എബ്രഹാം. വലിയ ഒരു റിസോർട്ടിന്റെ നടത്തിപ്പ് അവർക്കാണ്. പലതരം ഫങ്ക്ഷൻ ആണവിടെ എല്ലാറ്റിനും സൂസൻ സാമിന്റെ പ്രെസെൻസ് വേണം, ഏത് തരത്തിലുള്ള പരിപാടിക്കും അവർ റിസോർട്ടിൽ അവസരമൊരുക്കും.

ഒഴിവു സമയങ്ങളിൽ ഒന്നുകിൽ താഴെ നൂറിന്റെ ഫ്ളാറ്റിൽ, അല്ലെങ്കിൽ ഇരുപത്തിയേഴാം നിലയിലുള്ള സുനിതയുടെ ഫ്ളാറ്റിൽ. രണ്ടു പേർക്കും കൂടി ഒരു ഫ്ളാറ്റ് എന്ന ചിന്തയിൽ നിന്നാണ് പുതിയ രണ്ട് ഫ്ളാറ്റ് എന്ന ആശയം ഉടലെടുത്തത് താഴെയും മുകളിലുമായി.

ഒന്ന് പ്രധാന പാതക്ക് അഭിമുഖമെങ്കിൽ മറ്റേത് പുറകിലെ പൂന്തോട്ടത്തിനഭിമുഖം...

നൂറിന് കല്യാണ സീസൺ ആയാൽ വളരെ തിരക്കാണ്, മൂന്ന് അസിസ്റ്റന്റ്മാർ സ്ഥിരമായുണ്ട്. കൂടാതെ ത്രെഡിങ്, വാക്സിങ്, ബ്ലീച്ചിങ്, ഫേഷ്യൽ പിന്നെ മുടി ഇഷ്ടാനുസരണം ഒതുക്കൽ. അങ്ങിനെ പലതിനും പരിചയസമ്പന്നർ ഒപ്പമുണ്ട്.

എല്ലാ നവവധുവിന്റെയും അവസാനത്തെ ടച്ചിങ് നൂറിന്റെ പ്രത്യേക നിരീക്ഷണത്തിലാണ്, കണ്ണുകളിലെ വശ്യതയും ചുണ്ട് ചുവപ്പിക്കലും കൂടിയായാൽ ഏറെക്കുറെ പൂർണമായി.

തൊട്ടടുത്തു മറ്റു പാർലറുകൾ ഉണ്ടെങ്കിലും 'മുഖം' ഒന്ന് വേറെ തന്നെ. പുതിയ ഒരുങ്ങിയ മുഖങ്ങൾ പാർലറിന്റെ സൈറ്റുകളിൽ പ്രത്യക്ഷപ്പെടും. പതിവിലും തിരക്കേറിയ ദിവസം നൂറിന്റ നിർദ്ദേശപ്രകാരം സുനിതയും പാർലറിൽ എത്തി, അതിരാവിലെ തന്നെ. അല്പം പ്രായമായ ഒരു സ്ത്രീ, എങ്കിലും തുടിക്കുന്ന യൗവ്വനം മുഖത്ത് നിഴലിച്ചിരുന്നു.

പുതിയ കസ്റ്റമറെ സുനിതയെ ഏൽപ്പിച്ചു, വളരെ മനോഹരമായി എല്ലാം ചെയ്തു, വലിയ ഉള്ളുള്ള മുടി മനോഹരമായി വാരി കെട്ടി ഏതാനും മണിക്കൂറിനുള്ളിൽ കതിർ മണ്ഡപത്തിലേക്ക് കയറേണ്ടവൾ... ഒടുവിൽ നൂറിന്റെ പ്രത്യേക നോട്ടവും ടച്ചിങ്ങും കഴിഞ്ഞ് ആ വധുവിനെയും യാത്രയാക്കി. വരും ദിവസങ്ങളിൽ വളരെ തിരക്കായിരിക്കും, വിവാഹ വേദിയിലേക്ക് കാലെടുത്തു കുത്താൻ തയ്യാറായി നിൽക്കുന്ന നിരവധി കുട്ടികൾ... അനുവദനീയമായ സമയപരിധിക്കുള്ളിൽ അവരവരുടെ ഇഷ്ടങ്ങളും നൂറിന്റെ പ്രവൃത്തി പരിചയവും കൂടി സമരസപ്പെടുത്തി സന്തോഷത്തോടെ പറഞ്ഞു വിടുകയാണ് ചെയ്യുന്നത്.

പാർലറിൽ വരുന്ന ഒരോ സുന്ദരിമാരെയും കൂടുതൽ സുന്ദരിമാരാക്കി പറഞ്ഞയക്കുക, അതിൽ എത്ര പേർ മനോഹരമായ ജീവിതം മുന്നോട്ടു കൊണ്ട് പോകും, എത്ര പേർ പാതി വഴിയിൽ ഇട്ടെറിയും, അതൊന്നും നൂറിന്റെ വിഷയമല്ല.

സന്തോഷുമായി പിരിഞ്ഞിട്ട് മാസങ്ങൾ കുറെ ആയി, മോളുടെ വൈകി വരുന്ന ഫോൺ വിളിയിൽ എപ്പോഴെല്ലാമോ അവളുടെ അച്ഛൻ സന്തോഷ് കടന്നു വരാറുണ്ട്.

ഒരുപാടുകാലം ഒരുമിച്ചു ജീവിച്ചതല്ലേ... അതിരാവിലെ പതിവില്ലാതെ നൂറിനെ സഹായിക്കാൻ പുറപ്പെട്ടതിനാൽ ക്ഷീണം കാരണം ചെറുതായി ഒന്ന് മയങ്ങി.

മയക്കത്തിലും ഓർമകളുടെ തേരോട്ടം എവിടെയൊക്കെയോ.. മോളുടെ ഫോൺ വിളി പതിവിലും നേരത്തെ, കൂട്ടത്തിൽ, കേൾക്കാൻ ആഗ്രഹിക്കാത്തത് അവൾ പറഞ്ഞു.

'ഇന്ന് അച്ഛന്റെ രണ്ടാം വിവാഹമായിരുന്നു.'

ഒട്ടും പ്രതീക്ഷിക്കാതെ...

ബന്ധം വേർപെടുത്തിയെങ്കിലും, വിളിക്കാറില്ലെങ്കിലും, എവിടെയോ വേദനിക്കുന്നു. ആരൊക്കെയോ കുത്തി മുറിവേൽപ്പിക്കും പോലെ. പിന്നെയും പിന്നെയും...

ഒടുവിൽ നിർബന്ധിക്കാതെ തന്നെ കാണുവാൻ ആഗ്രഹിക്കാത്ത ആ ഫോട്ടോ കൂടി അവൾ അയച്ചുതന്നു.

വർഷങ്ങൾക്ക് മുൻപ് താനിരുന്ന സ്ഥലത്ത് മറ്റൊരുവൾ, അതേ അത് അവൾ തന്നെ. അതിരാവിലെ മണിക്കൂറുകളോളം തേച്ചു മിനുക്കിയ അതേ മുഖം...

മുടിവാരി പൊക്കി കെട്ടിയ, സ്വർണ്ണ മൂക്കുത്തി അണിയിച്ച, എത്ര ചുവപ്പിച്ചിട്ടും ചുണ്ടിന്റെ നിറം പോരെന്നു പറഞ്ഞവൾ. അവൾ തന്നെ, താൻ അതിരാവിലെ ഒരുക്കിയവൾ തന്നെ...

തന്റെ മുൻ ഭർത്താവിന്റെ രണ്ടാം വിവാഹത്തിന്, വധുവിനെ ഒരുക്കേണ്ടി വന്ന ഏക ഹതഭാഗ്യ ഞാനാവും, സുനിതയുടെ കയ്യിലിരുന്ന ഫോൺ ഊർന്നു താഴേക്ക് വീണു... അപ്രതീക്ഷിതമായി ഇരുട്ടത്തു കിട്ടിയ പ്രഹരം പോലെ ....

കാല ഭേദത്തിന്റെ ഇരുൾ നഗരത്തിൽ പെട്ടപോലെ, ഈലോക ജന്മത്തിന്റെ ആധിയും വ്യാധിയും ഒരുമിച്ചു ആവാഹിച്ചു വന്നപോലെ. അധമ കൃത്യങ്ങളുടെ മനസ്സാക്ഷി കുത്തോടു കൂടിയ മുഷിഞ്ഞ രാത്രി!

ബോധനിലാവിന്റെ ഉൾവരതയുടെ കാമനാമയൂരങ്ങൾ. മൗനത്തിന്റെയും വിഷാദത്തിന്റെയും ചുഴികൾ ചുറ്റിനും.

ക്ഷണിക്കപ്പെടാത്ത അതിഥി പോലെ എപ്പോഴോ കയറി വന്ന ചില

അപ്പൂപ്പൻ താടികൾ ബാൽക്കണിയിൽ കിടന്ന് അങ്ങോട്ടും ഇങ്ങോട്ടും ഓടി കളിക്കുന്നു.

വെളിച്ചത്തിന്റെയും ഇരുളിന്റെയും ഇതളുകൾ കൊഴിയുകയാണോ?

ദുരനുഭവങ്ങളുടെ ചാകരയാണോ ഇനി കാണാനും കേൾക്കാനും പോകുന്നത് ?

അവർ രണ്ടു പേരും കൂടുതലും ഒത്തു ചേരാറുള്ളത് സുനിതയുടെ ഇരുപത്തിഏഴാം നിലയിലെ ഫ്ളാറ്റിലാണ്.

ഫ്രിഡ്ജിൽ ഇരുന്ന തണുത്ത ബിയർ കുപ്പികൾ പൊട്ടിച്ചു ഗ്ലാസ്സിലേക്ക് പകർന്നു, നുരഞ്ഞു പൊങ്ങിയ ബിയർ തുള്ളികളെ ചിയേർസ് പറഞ്ഞു ചുണ്ടോടുപ്പിച്ചു.

ഒറ്റ വലിക്കു ഒരോ ഗ്ലാസ് അകത്താക്കി അടുത്ത ഗ്ലാസുകൾ നിറയുകയും ഒഴിയുകയും ചെയ്തുകൊണ്ടിരുന്നു.

ബാൽക്കണിയിൽ കിടന്ന കസേരകൾ ഹാൻഡ്റീലിന്റെ അടുത്തേക്ക് വലിച്ചടുപ്പിച്ചു. ദൂരെനിന്നും ഒഴുകിവരുന്ന തണുത്ത കാറ്റ്. സിഗരറ്റ് കത്തിച്ചു പുകച്ചുരുളുകൾ ആകാശത്തേക്ക് ഊതി വിട്ടു.

ഇരുട്ടിന്റെ മറപറ്റി വന്ന കാറ്റേറ്റ് സിഗരറ്റിന്റെ പകുതിയും എരിഞ്ഞു തീർന്നു. രണ്ട് പേരും ഏതോ ലോകത്ത് വിഷാദത്തിന്റെ നീലിച്ച നിറങ്ങൾ....

സന്തോഷിന്റെ രണ്ടാം ആദ്യ രാത്രിയുടെ ആദ്യയാമങ്ങൾ ആരംഭിച്ചുണ്ടാവും. എരിഞ്ഞടങ്ങിയ സിഗരറ്റ് കുറ്റി വലിച്ചെറിഞ്ഞു. പുതിയ ഒരു സിഗററ്റിന് തീ കൊളുത്തി സുനിത.

നൂർജഹാൻ വിദൂരതയിലെ നൂൽവെട്ടം കണ്ട് അതിൽ തന്നെ നോക്കി നിന്നു. ദൂരെ നിന്നും ഒഴുകി വരുന്ന തണുത്ത കാറ്റ് ജാലകത്തിനുള്ളിലെ വലിയ കർട്ടനെ അലോസരപ്പെടുത്തിക്കൊണ്ടിരുന്നു.

ഇളകി ആടുന്ന കർട്ടൻ തുണി എല്ലാം കണ്ടും കേട്ടും ചിരിക്കും പോലെ !

ആത്മനിന്ദയുടെ വേവ് സുനിതയെ പിൻതുടർന്നു കൊണ്ടിരുന്നു. താൻ അവഹേളിക്കപ്പെട്ടോ ?

ഇല്ല ഒരിക്കലുമില്ല, നൂറു അവൾക്കു ആത്മധൈര്യം നൽകി.

അവർ നിസ്സംഗതയുടെ പുതപ്പിനുള്ളിൽ ഊളി ഇട്ട് കൊണ്ട് പുറത്തെ നിറം മങ്ങിയ വെളിച്ചത്തിലേക്കു മിഴികൾ പായിച്ച്, ദൂരക്കാഴ്ചകളിൽ സമരസപ്പെട്ടുകൊണ്ടിരുന്നു.

എങ്കിലും സന്തോഷ് തന്നെ പരാജയപ്പെടുത്തിയോ ?

ഇല്ല ഒരിക്കലുമില്ല. നൂർജഹാന്റെ തെന്നിമാറുന്ന നേർത്ത വിരൽ സ്പർശനങ്ങൾ സുനിതക്കു ആശ്വാസം നൽകികൊണ്ടിരുന്നു.

സംസാരിക്കുന്ന പ്രതിമകൾ

തോരാത്ത പെയ്ത്തിൽ നിലം പതിക്കുന്ന മാർദ്ദവമായ മഞ്ഞ പൂക്കൾ, മനോഹരമായ പൂക്കൾ ഒന്നല്ല രണ്ടല്ല നിരവധി, മഴവെള്ളപ്പാച്ചിലിൽ മലർന്ന് കിടന്ന് ഒഴുകി വരുന്നു! ഒരു വലിയ മഞ്ഞ വിരിപ്പ് പോലെ.

കിതച്ചു വരുന്ന ഓരോ മഴയിലും ചെരിഞ്ഞിറങ്ങുന്ന ആകാശ നൂൽ മഴകൾ കുളിരണിയിച്ചു കൊണ്ടിരുന്നു.

മണ്ണും മനസ്സും നിറഞ്ഞു കുതിർന്ന നിമിഷങ്ങൾ, ഇടയ്ക്കു തണുത്ത കാറ്റടിക്കുമ്പോഴുള്ള കുളിരിന്റെ സുഖാനുഭൂതി ഒന്ന് വേറെ തന്നെ.

ചിരിച്ചു കൊണ്ട് ഓടി അകലുന്ന അരുവി, ഈ അരുവിയിലെ ജലം ഒന്ന് വേറെതന്നെ ഓരോ ശിൽപ്പത്തിന്റെയും രക്തമാണ് ഒഴുകി അകലുന്നത്. ഇരുട്ടിൽ സഞ്ചരിക്കുന്ന അരുവി ആരോടോ മത്സരിക്കും പോലെ ! മുൻപേ ഒഴുകി അകന്ന പൂക്കൾ, പുറകെ വരുന്ന പൂക്കളെ നോക്കി ചിരിക്കുന്നു, മനസ്സിൽ. ഞാനാണല്ലോ മുന്നിൽ, വിളിച്ചു പറയാത്ത, അറിയിക്കാത്ത ഒരു മത്സരം പോലെ !

രാത്രിയുടെ അരണ്ട വെളിച്ചത്തിൽ തെന്നി മാറുന്ന കുഞ്ഞു പരൽ കൂട്ടങ്ങൾ ഒന്നിന് പുറകെ ഒന്നായി! ശക്തമായി പെയ്തിറങ്ങുന്ന മഴ അരുവിയുടെ കൈ വഴികൾ നിറഞ്ഞുകവിയുന്നു. ഒപ്പം പശയുള്ള കളിമണ്ണ് നിറഞ്ഞ പാട ശേഖരങ്ങളിലേക്ക് നനഞ്ഞു പടരുന്നു.

ഓരോ മൺതരിയും നിർവൃതി അടയുന്നു, അടുത്ത കാലത്തൊന്നും ഇല്ലാത്ത ഒരു പെയ്ത്ത്, എങ്കിലും ഓരോ മൺ തരികളുടെയും സന്തോഷം ഒന്നു വേറെ തന്നെ.

ഓരോ ശിൽപ്പത്തിന്റെയും കോശങ്ങളായി ചേരാമല്ലോ. അവരുടെ ആത്മസന്തോഷം ആരറിയാൻ, ഓരോ ശിൽപ്പത്തിന്റെയും ആരും ശ്രദ്ധിക്കാത്ത സൂക്ഷ്മ കണങ്ങൾ. ആരാലും അവഗണിക്കപ്പെടുന്നവർ ഒരിക്കൽ നാലാൾക്ക് മുൻപിൽ തല ഉയർത്തി നിൽക്കും, അതാണ് ശില്പം, ഒരു ശിൽപ്പിയുടെ കരവിരുതിന്റെ പരിണിത ഫലം.

എല്ലാം കഴിഞ്ഞു മേലോട്ട് നോക്കിയപ്പോൾ മുഖം കോടി നിൽക്കുന്ന നിരവധി നക്ഷത്രങ്ങൾ. എല്ലാം കണ്ടും കേട്ടും മൗനിയായി നിൽക്കും പോലെ ! അവർക്ക് എന്തെല്ലാമോ പറയാൻ ഉള്ളത് പോലെ കാ

ലംതോറും ഭൂമിയുടെ ഭാഗം വെട്ടി കീറുന്നു, വേദനിക്കുന്ന ഭൂമിയുടെ പരിദേവനം ആരറിയാൻ, ഇടക്കെല്ലാം വിവിധ രൂപത്തിൽ ഭൂമി തന്റെ പരിദേവനം അറിയിച്ചു കൊണ്ടിരുന്നു.

ഒരുപിടി, പിന്നെ അനേകം പിടി മണ്ണ് അത് ചിന്തയുടെയും ഭാവനയുടെയും കരവിരുതിന്റെയും പൂർണതയിൽ മനുഷ്യൻ മറ്റൊരു മനുഷ്യനെ മെനഞ്ഞെടുക്കുന്നു

തന്റെ ശരീരം പോലെ, തന്റേതായ എല്ലാം നൽകി കൊണ്ട് അതിലൂടെ ഉയർന്നു വരുന്ന ഒരു ജന്മം ജീവനില്ലെങ്കിലും, ജീവിക്കാൻ സംസാരിക്കാൻ മനുഷ്യരോട് അടുത്തിടപെടുവാൻ തയ്യാറായി നിൽക്കുന്ന പ്രതിമകൾ.

സ്നേഹവും സാന്ത്വനവും തലോടലും കിട്ടിയാൽ അവക്ക് ജീവൻ വക്കും സംസാരിക്കും. സ്വന്തം കരവിരുത്കൊണ്ട് മണ്ണ് കുഴച്ചുണ്ടാക്കിയ മനോഹരമായ ചെറിയ വീട് മേൽക്കൂര പരിപൂർണമായും ഓലയിൽ, താഴെ ഒഴുകി അകലുന്ന ജലപ്രവാഹം, മഴയത്തു കുളിച്ചു നിൽക്കുന്ന മരങ്ങൾ മഴ തോർന്നിട്ടും തല തോർത്താതെ ആടിയും പാടിയും ചിരിച്ചു നിൽക്കുന്ന മരങ്ങൾ, ശിഖിരങ്ങൾ, ഇലകളിൽ നിന്നും ഇറ്റിറ്റു വീഴുന്ന ജലകണങ്ങൾ, മഴ തോർന്നിട്ടും മരങ്ങൾ പെയ്തുകൊണ്ടിരുന്നു.

രാത്രിയുടെ നിശ്ശബ്ദതയിൽ കൊഴിയുന്ന ഓരോ മഞ്ഞു കണികകളും. അവസാനം അവ തനിയെ ഭൂമിയിലേക്ക് ഊർന്നിറങ്ങുന്നു.

അടപ്പില്ലാത്ത വലിയ പേടകം പോലെ എന്തിനെയും സ്നേഹത്തോടെ സ്വീകരിക്കാൻ തയ്യാറായി നിൽക്കുന്ന ഭൂമി, മഞ്ഞ് ആയാലും വെയിലായാലും. കുന്നിൻ ചെരുവും കൈത്തോട് ചെറിയ ജലാശയം ചതുപ്പ് നിലം നനവാർന്ന മണ്ണ്, ഭൂമിയെ ഉന്മാദിനി ആക്കി, ദേഹത്ത് വെള്ളം ഒഴിച്ച് നിൽക്കുന്ന ഒരു സ്ത്രീയെപോലെ... എന്നിൽ നിന്നും എന്തെല്ലാം എടുക്കാമോ, അതെല്ലാം എടുത്തോളൂ എന്ന ഭാവത്തിൽ.

മണ്ണ്, ജലം, സസ്യങ്ങൾ കാലം കടന്നു പോയ എത്രയോ എണ്ണിയാൽ തീരാത്ത വർഷങ്ങൾ. ഓരോ മൺതരിയും ഓരോ വടവൃക്ഷവും ഇലകളും കായ്കളും പൂക്കളും ശിഖിരങ്ങളും ഇലച്ചാർത്തുകളും നിറഞ്ഞ ഭൂമിയുടെ ഒരു ചെറിയ ഭാഗം വെട്ടി കീറി എടുത്ത് ഭൂമിയുടെ ആത്മാംശം പറ്റിച്ചേർന്ന ഒരു പിടി മണ്ണ്.

സ്വയം വേദന സഹിച്ച് തന്നിൽ നിന്നും അടർത്തി എടുത്തു മണ്ണിനോടിഴകി ഇഴ ചേർന്ന് മണ്ണിൽ ലയിച്ചു പുതിയ മണ്ണായി അത് പ്രതിമക്ക് ജീവനും രക്തവും ഊർജവും നൽകുന്നു.

തന്റെ ജീവൻ നൽകി പടുത്തുയർത്തുന്ന ഓരോ ശില്പവും തല ഉയർത്തി തന്നെ നിൽക്കും അത് ചില്ലു പേടകങ്ങളിൽ വയ്ക്കാതെ, നിരപ്പായ പ്രതലത്തിൽ ഭൂമിയോട് ചേർന്ന് വെക്കുമ്പോൾ, ശിൽപ്പത്തിന് സ്വയം ജീവൻ വക്കുന്നു.

ഓരോ ശിൽപ്പങ്ങൾക്കും ഉയിര് കൊടുക്കുന്ന നനവാർന്ന മണ്ണ് ചിരഞ്ജീവിയെ പോലെ തലയുയർത്തി ഗമയോടെ നിൽക്കുന്ന ശിൽപ്പങ്ങൾ. നിരവധി ശിൽപ്പങ്ങൾ അയാളുടെ കരവലയത്തിൽ കൂടി ലോകത്തിന്റെ മുൻപിൽ. പലതിനും പ്രതീക്ഷിക്കാത്ത അംഗീകാരങ്ങൾ, സമ്മാനങ്ങൾ, എങ്കിലും ഇനിയും അർഹിക്കുന്ന വലിയ അംഗീകാരങ്ങൾ അകലെ ! പല അംഗീകാരത്തിനായും അയാളുടെ മനസ്സ് കൊതിച്ചിരുന്നു... വലിയ അംഗീകാരങ്ങൾ ഇനിയും അകലെ. എങ്കിലും ശില്പി തന്റെ ജോലി തുടർന്നുകൊണ്ടിരുന്നു, ഓരോദിവസവും പുതുമയാർന്ന മനോഹരമായ ശില്പങ്ങൾ എങ്ങനെ ഉണ്ടാക്കാം എന്ന ചിന്തകൾ അയാളുടെ ഉറക്കം തന്നെ ഇല്ലാതാക്കി..

ടൗൺ ഹാളിലെ ഒരു വലിയ എക്സിബിഷന് ഓരോ സ്റ്റാളിന്റെ മുൻപിലും ഓരോ പ്രതിമ സ്ഥാപിക്കാൻ സംഘാടകർ തീരുമാനിച്ചു.

ശിൽപങ്ങൾ മനോഹരമായി രൂപകൽപ്പന ചെയ്യുന്ന ശിൽപ്പിയെ തന്നെ ഏൽപ്പിച്ചു. നിരവധി ശിൽപ്പങ്ങൾ തീർത്തു ഒടുവിൽ ഒരു ശില്പത്തിന് കുറവുണ്ടായി.

എത്ര ശ്രമിച്ചിട്ടും അത് പൂർത്തിയാക്കാൻ കഴിഞ്ഞില്ല രാവും പകലും അതിന് വേണ്ടി ശ്രമിച്ചു കൊണ്ടിരുന്നു. ഒരു രീതിയിലും അത് പൂർത്തിയാക്കാൻ കഴിഞ്ഞില്ല.

ഒടുവിൽ അയാൾ ഒരു തീരുമാനമെടുത്തു. സ്വയം ചായം പൂശി അവസാനത്തെ സ്റ്റാളിന്റെ മുൻപിൽ പോയി നിന്നു.

ഒരുപാട് സമയം പലരും വരികയും പോവുകയും ചെയ്തു കൊണ്ടിരുന്നു പുതിയ പ്രതിമയെ എല്ലാവർക്കും ഏറെ ഇഷ്ടമായി, പലരും വന്ന് ഫോട്ടോസ് എടുക്കുകയും, പ്രതിമയ്ക്ക് ചുറ്റുമുള്ള അതിർത്തികൾ ഭേദിച്ചു ഒപ്പം നിന്നും കെട്ടിപ്പിടിച്ചും ഫോട്ടോകൾ എടുത്തു.

നിരവധി പ്രതിമകൾ അവിടെ ഉണ്ടായിരുന്നെങ്കിലും എല്ലാവരും ഈ പ്രതിമക്ക് ചുറ്റുമായിരുന്നു.

ഒടുവിൽ സുന്ദരിയായ പ്രായം തികഞ്ഞ ശില്പ എന്ന പെൺകുട്ടി ശിൽപിയുടെ സൗന്ദര്യത്തിൽ ലയിച്ചു കെട്ടിപ്പിടിക്കുകയും കവിളിലും ചുണ്ടിലും ഉമ്മവെക്കുകയും ചെയ്തു കൊണ്ടിരുന്നു.

ആരും കേൾക്കാതെ എന്തെല്ലാമോ സംസാരിച്ചു, പ്രതിമയും ആരും

കേൾക്കാതെ എന്തെല്ലാമോ സംസാരിച്ചു, അവർക്കിടയിൽ എന്തെല്ലാമോ...

സ്ത്രീയുടെ സ്പർശനവും ഗന്ധവും ശിൽപിയിലെ പുരുഷനെ ഉണർത്തി, അയാൾ പറഞ്ഞു.

'പോകൂ കുട്ടി, ഞാനൊരു പച്ചയായ മനുഷ്യനാണ്, മഞ്ജയും മാംസവുമുള്ള ജീവനുള്ള മനുഷ്യൻ പിന്നീട് കാണാം സംസാരിക്കാം ഇപ്പോൾ പോകൂ.'

ശില്പ പിന്നീടെപ്പോഴോ അയാളുടെ ജീവിതത്തിന്റെ ഭാഗമായി, ഓല മേഞ്ഞ ചെറിയ വീടിന്റെ വിളക്കായി ശില്പിയുടെ തുണയായി.

ശില്പ ഓരോ പുതിയ ശില്പങ്ങളുടെയും വിധികർത്താവായി, അഴകളവുകൾ പറഞ്ഞു കൊടുക്കുന്ന നല്ല ഒരു സഹായി, അയാളും അത് ആഗ്രഹിച്ചിരുന്നു.

പ്രത്യേകിച്ച് ആരോരും ഇല്ലാത്ത രണ്ടുപേർ പരസ്പരം തുണയായി. കറകളഞ്ഞ കളി മണ്ണും പശയും, നിറങ്ങളും കൂട്ടി അവർ ശിൽപ്പങ്ങൾ നിരന്തരം ഉണ്ടാക്കികൊണ്ടിരുന്നു, എല്ലാം ചൂടപ്പം പോലെ വിറ്റു തീർന്നു. പലപ്പോഴും അവർക്ക് ഓർഡർ അനുസരിച്ചുള്ള ശില്പങ്ങൾ തീർക്കാൻ അവർ നന്നേ പാടുപെട്ടു.രാവും പകലും അവർ നിരന്തരം ജോലി ചെയ്തു കൊണ്ടിരുന്നു.

ഊണോ ഉറക്കമോ മറ്റ്ജീവിത ചര്യകളോ അവരെ ഒരു തരത്തിലും അലോസരപ്പെടുത്തിയില്ല. അതി രാവിലെ തുടങ്ങുന്ന ജോലികൾ രാത്രി വൈകിയും പിന്നെ അടുത്ത പ്രഭാതവും കഴിഞ്ഞും തുടർന്നു കൊണ്ടിരുന്നു.. മണ്ണെടുക്കാനും ശിൽപിയെ സഹായിക്കാനുമായി ഏതാനും സഹായികൾ അവരും ഇവരുടെ ജീവിതചര്യകൾ പാലിച്ചുപോന്നു.

ഏതാനും ദിവസത്തെ ചിന്തകൾക്കും, മൗനങ്ങൾക്കുമൊടുവിൽ മനോഹരമായ പുതിയ ഒരു ശിൽപ്പത്തിന് തുടക്കമിട്ടു. പൂർത്തിയായ ശില്പത്തിന് മുൻപിൽ പ്രപഞ്ചം തന്നെ കീഴടങ്ങിയ പോലെ. പലതരത്തിലുള്ള, പക്ഷികൾ നിരന്തരം ചാഞ്ഞും ചെരിഞ്ഞും നോക്കിക്കൊണ്ടിരുന്നു.

പലരാത്രികളിലും അയാൾ കിരീടം വെച്ച രാജകുമാരനെ സ്വപ്നം കണ്ടിരുന്നു അരിച്ചെടുത്ത പശയുള്ള മണ്ണും തെളിവാർന്ന ജലവും കൂടി തന്റെ കരവലയത്തിൽ രൂപം കൊണ്ട മനോഹര ശിൽപ്പം.

ശക്തമായ ഉടൽ നീട്ടി പിടിച്ച ശക്തമായ കൈകൾ, ബലിഷ്ഠമായ കാലുകൾ, തിളങ്ങുന്ന കണ്ണുകൾ, തലയിൽ മനോഹരമായ കിരീടം അതിന്റെ മുകളിൽ കൂർത്ത മുള്ളുകൾ, എത്തി വലിഞ്ഞു ആകാശത്തേ

ക്ക് നോക്കിക്കൊണ്ടിരിക്കുന്നു.

നാനാവശത്തും തിളങ്ങുന്ന നീലവജ്രങ്ങൾ അതിന്റെ പ്രകാശം താഴ്വാരത്തിനും അപ്പുറം നാനാദിക്കിൽ നിന്നും കാണുവാൻ വിധം തല ഉയർത്തി നിൽക്കുന്ന മനോഹരമായ ഒരു രാജകുമാരൻ.

നിരവധി പ്രതീക്ഷകൾ സൃഷ്ടിച്ച, ഏതോ ഒരു രാത്രി ഭൂമി കുലുക്കാമോ മറ്റെന്തെല്ലാമോ സംഭവിച്ചു ഒന്നും ഓർക്കാൻ കഴിയാത്ത രാത്രി...

അതിരാവിലെ മുതൽ ശിൽപ്പിയെ കാണാനില്ല, എപ്പോഴോ അപ്രത്യക്ഷമായി.

മടിച്ചു മടിച്ചു ഇരുട്ട് പുറത്തേക്കിറങ്ങി പുറത്തെ വെളിച്ചം എവിടെയോ പോയി ഒളിച്ചു. കിരീടം വെച്ച പ്രതിമയിൽ നിന്നും പ്രകാശം വന്നുകൊണ്ടിരുന്നു, എപ്പോഴോ പലതും സംസാരിക്കാൻ പ്രതിമ ശ്രമിച്ചു കൊണ്ടിരുന്നു. നേരെ നോക്കിയാൽ പ്രതിമ ഒന്നും സംസാരിക്കില്ല മൗനത്തിലായിരിക്കും പുറം തിരിഞ്ഞു നിന്നാൽ സംസാരിക്കും, സംസാര പ്രിയൻ തന്റെ പ്രിയതമന്റെ അതേ മുഴങ്ങുന്ന ശബ്ദം. ഒരശരീരി പോലെ പ്രതിമയിൽ നിന്നും ഒഴുകി വരുന്നു. ശില്പ പലതും ആലോചിച്ചു കൊണ്ടിരുന്നു. വെറുതെ ഒരിക്കലും സംസാരിക്കില്ല, വ്യക്തമായ ഓരോ ചോദ്യത്തിനും വ്യക്തമായ ഓരോ ഉത്തരങ്ങൾ അത്ര മാത്രം.

ശരീരം അപ്രത്യക്ഷമായി, ആത്മാവ് കിരീടം വച്ച പ്രതിമയിൽ, പ്രതിമക്ക് പതിവിലും തിളക്കം കൂടുതൽ ഇത് കണ്ട് ചുറ്റുമുണ്ടായിരുന്ന പ്രതിമകൾ പരസ്പരം തുറിച്ചു നോക്കി കൊണ്ടിരുന്നു.

ശിൽപക്ക് അതിശയവും ആശ്ചര്യവും വർധിച്ചു ചുറ്റുമുള്ള ഓരോ ശില്പത്തിനും ജീവൻ വച്ചു.

അവൾ പതിയെ ഓരോന്നിനോടും സംസാരിക്കാൻ തുടങ്ങി അവരുടെ വ്യത്യസ്തമായഭാഷ അവൾക്കു മാത്രമേ മനസ്സിലാക്കാൻ കഴിഞ്ഞുള്ളു.

സഹായികളായ ഓരോരുത്തരുടെയും മുഖത്തോട് മുഖം നോക്കി. അവർക്കൊന്നും മനസ്സിലായില്ല. അടുത്തടുത്തു നിൽക്കുന്ന പണി തീർന്ന പൂർത്തിയായ ഓരോ ശിൽപ്പങ്ങളും പരസ്പരം മുഖത്തോട് മുഖം നോക്കി. അവരുടെ രൂപത്തിനും ഭാവത്തിനും നിരവധിയായ മാറ്റങ്ങൾ. ചിലതെല്ലാം ചലിക്കാൻ ശ്രമിച്ചുകൊണ്ടിരുന്നു.

ശിൽപിയുടെ അസാന്നിധ്യത്തിലും ശില്പ അവയെ പരിപാലിച്ചു കൊണ്ടിരുന്നു.

മങ്കി തൊപ്പിയും മഫ്ളറും

ബസ്സിറങ്ങി ഇത്തിരി നടന്നാലെന്ത്? മനോഹരമായ കാഴ്ചയല്ലേ ചുറ്റിനും, കാലാവസ്ഥ ആണെങ്കിൽ അതിലും കേമം, ആകാശം തൊട്ടടുത്തെന്നപോലെ! മേഘങ്ങൾ താഴോട്ടിറങ്ങി മലനിരകളുടെ ഇടയിലൂടെ കൈയെത്തും ദൂരത്ത്...

ചുറ്റിനും ചെറുതും വലുതുമായ നിരവധി മലനിരകൾ ചുറ്റും പച്ചപ്പട്ടു വിരിച്ച പോലെ, മയിലിന്റെ ശബ്ദം വളരെ അടുത്തുനിന്നും, ഒപ്പം അപരിചിതരായ നിരവധി പക്ഷികളുടെയും.

ആകെപ്പാടെ മത്തു പിടിപ്പിക്കുന്ന അന്തരീക്ഷം. കോടമഞ്ഞ് അരിച്ചിറങ്ങാൻ തയ്യാറായി നിൽക്കുന്നു, ചുറ്റിലും കെട്ടി നിർത്തിയ പോലെ!

മഴ ഏതു നിമിഷവും ക്ഷണിക്കപ്പെടാത്ത അതിഥിയെ പോലെ കടന്നു വരാം. മഴ ഉമ്മകളാൽ ധന്യമായ ഭൂപ്രദേശം. താഴെക്കിറങ്ങിവരുന്ന മഴമേഘങ്ങൾക്കിടയിലൂടെ ഒരു ആകാശസഞ്ചാരം തന്നെ നടത്താം.

പുറത്തുകിടന്ന ബാഗ് നേരെയാക്കി വീണ്ടും നേരെ നടന്നു. ഒരു രാത്രി അല്ലെങ്കിൽ രണ്ടു രാത്രി, അതിനുള്ളിൽ കാര്യം സാധിച്ചു സ്ഥലം വിടണം ഒരു തെളിവും അവശേഷിപ്പിക്കാതെ.

ഏറെ നാളായി മനസ്സിന്റെ ഏതോ കോണിൽ വിങ്ങലായ് കൊണ്ടു നടന്ന, എപ്പോഴും നീറി നീറി പുകഞ്ഞുകൊണ്ടിരുന്ന, പല ഏകാന്തതയിലും, പല രാത്രികളിലും ഇതിനെക്കുറിച്ചും അതിന്റെ അനന്തരഫലത്തെ കുറിച്ചും നിരവധി തവണ തല പുകഞ്ഞു ചിന്തിച്ചു കൊണ്ടിരുന്നു.

എങ്ങനെ കൂട്ടിയാലും കുറച്ചാലും ഒടുവിലത്തെ ഉത്തരം ഒന്നുമാത്രം. ക്യാപ്റ്റൻ നരേന്ദ്ര, പണ്ടെങ്ങോ ഏതോ സായിപ്പിന്റെ കൂടെ സഹായി ആയി പ്രവർത്തിച്ചെന്നോ മറ്റോ ആരോ പറഞ്ഞറിഞ്ഞു, സായിപ്പിട്ട ഇരട്ട പേരാണത്രെ ക്യാപ്റ്റൻ. നടന്നു നടന്ന് വലിയ മതിലിന്റെ കവാടത്തിൽ എത്തി.

രാവും പകലും വാച്ച്മാൻ ഒരാൾ തന്നെ. 'മങ്കി തൊപ്പിയും മഫ്ളറും' സന്തത സാഹചാരി, കൂടാതെ വടിയും കത്തിയും നീണ്ട വലിയ ടോർച്ചും കൂടെ ഉണ്ട്.

ഉച്ച കഴിഞ്ഞാൽ പിന്നെ കോട മഞ്ഞാണ്, എപ്പോഴുമില്ല, ഇന്ന് അത്തരം ഒരു ദിവസം, എല്ലാം കൊണ്ടും അനുകൂലമെന്നു തോന്നുന്നു, കാര്യം നടത്തി എത്രയും പെട്ടന്ന് സ്ഥലം വിടണം. ഇരുചെവി പോലും അറിയാതെ.

ഏതാനും ചില പക്ഷികളും, പുൽച്ചാടികളും, അണ്ണാറക്കണ്ണന്മാരും തുറിച്ചു നോക്കുന്നു പരസ്പരം ഇമവെട്ടാതെ. നേരെ നടന്നടുത്തു പാറാവുകാരന്റെ അടുത്തേക്ക് പേരു പറഞ്ഞപ്പോഴേ മനസ്സിലായി. ടീച്ചർ നേരത്തെ തന്നെ എല്ലാം പറഞ്ഞുവച്ചിരിക്കുന്നു.

ട്രാഫിക് പോലീസുകാരന്റെ ചേഷ്ടയോടുകൂടി അനുവാദം തന്നു. 25 ഏക്കറോളം വരുന്ന വലിയ ഒരു കൃഷി ഭൂമി പകുതിയോളം പുതിയ റബ്ബർ പ്ലാന്റേഷൻ, ബാക്കി മുഴുവനും വിവിധയിനം കൃഷികൾ, അതിന്റെ ഒരു ഭാഗത്ത് പുരാതന രീതിയിലുള്ള ഒരു വീട്. പ്രധാന കവാടത്തിൽ നിന്നും ഏറെ ദൂരം നടന്നാലേ വീട്ടിൽ എത്തുകയുള്ളു.

നടക്കുന്ന വഴിയിലൂടനീളം വളർന്നു വലുതായ മരങ്ങളുടെ കൊമ്പുകളും നിരവധി ചെടികളും, ചാഞ്ഞും ചെരിഞ്ഞും ഇളകി ആടുന്ന വിവിധയിനം ഓലഞ്ഞാലി പക്ഷികൾ, കുരുവികൾ, നീണ്ട കൊക്കും ചെറിയ ഉടലുമുള്ള പുതിയ ഇനം ചില പക്ഷികളും, കൂടാതെ പേരറിയാത്ത പക്ഷികൾ വേറെയും.

ഒറ്റ നോട്ടത്തിൽ ഏതോ ഒരു പക്ഷി സങ്കേതത്തിൽ എത്തിപ്പെട്ട പോലെ. സകല ധൈര്യവും സംഭരിച്ചു മുന്നോട്ട് നടന്നു. എത്ര നടന്നിട്ടും അവിടെ എത്തുന്നില്ല.

ആരിത് ചെയ്താലും അൽപ്പം തല തിരിഞ്ഞ ബുദ്ധിയായിപ്പോയി.

മെയിൻ ഗേറ്റിൽനിന്നും ഒരുപാട് അകലെയുള്ള വീട്.

ഒടുവിൽ വീട് അടുത്തപ്പോൾ ഇടതും വലതുമുള്ള രണ്ട് വലിയ നായ്ക്കൾ, എന്നെ തുറിച്ചു നോക്കുകയും, ശക്തമായ പ്രതിഷേധം അറിയിക്കുകയും ചെയ്തുകൊണ്ടിരുന്നു.

വീട്ടു ജോലിക്കാരി ഓടിയെത്തി അവർക്കും അറിയാമായിരുന്നു എന്റെ വരവ്. വീടിന്റെ പ്രധാന വാതിലിന്റെ മുകളിൽ, വിവിധയിനം കാട്ടു മൃഗങ്ങളുടെ വലിയ കൊത്ത് പണികൾ ഒറ്റ നോട്ടത്തിൽ ഒരുതരം കാഴ്ച്ച ബംഗ്ലാവുപോലെ.

ക്യാപ്റ്റൻ നരേന്ദ്ര എന്ന ഫോറസ്റ്റ് റേഞ്ചർക്ക് പണ്ടേ മൃഗങ്ങളോട് ഏറെ പ്രിയമായിരുന്നു, മനുഷ്യരെക്കാട്ടിലും ഒടുവിൽ ഒരു മൃഗം തന്നെ അയാളുടെ ജീവൻ കൊണ്ടുപോയി.

അകത്തുകയറി വിശാലമായ സ്വീകരണമുറിയിൽ ടീച്ചർ പ്രസന്നവതിയായി ഇരിക്കുന്നു, ഇപ്പോഴും വീൽചെയറിൽ തന്നെ, ഇനി അതിൽ

നിന്നും ഒരു മോചനം ഉടനെ പ്രതീക്ഷിക്കേണ്ടെന്നാണ് ഡോക്ടർ മാർ പറഞ്ഞത്.

എല്ലാം അറിയുന്നുണ്ടെങ്കിലും ഒരുപാട് കാലങ്ങൾക്ക് ശേഷമാണ് നേരിൽ കാണുന്നത്.

ടീച്ചറുടെ സന്തോഷത്തിന് അതിരുകളില്ല... ഒരുപാടു കാലത്തിന് ശേഷമാണീ സംഗമം, പാവം ടീച്ചറുണ്ടോ അറിയുന്നു എന്റെ വരവിന്റെ ഉദ്ദേശ്യം... അറിഞ്ഞിരുന്നെങ്കിൽ...

ക്യാപ്റ്റൻ നരേന്ദ്രയുടെ മരണശേഷം, ടീച്ചർ ഇവിടെ ഒറ്റക്ക്, അതിനിടയിൽ ഉണ്ടായ സ്ട്രോക്കിൽ ഇങ്ങനെയും.

സംഭാഷണ ശകലങ്ങൾ പലതും നാലു ചുവരുകൾക്കുള്ളിൽ എവിടെയോ തങ്ങിനിന്നു. അകത്തെ ഹാളിലെ ഭിത്തിയിലും സിംഹത്തിന്റെയും കടുവയുടെയും വലിയ രൂപങ്ങൾ മനോഹരമായി നിരത്തിവെച്ചിരിക്കുന്നു.

അതിനു താഴെയാണ് സാറിന്റെയും ടീച്ചറിന്റെയും, കൂട്ടുകാരുടെയും ഫോട്ടോകൾ, റെയിഞ്ചർ ഓഫീസറുടെ വേഷത്തിലും അല്ലാതെയും...

ഒന്നിനോടും താൽപ്പര്യം തോന്നിയില്ല, ഓരോ ഫോട്ടോയും ഏതോ പ്രേതാലയത്തിലെ ഗതികിട്ടാത്ത ആത്മാവ് കണക്കെ തോന്നിച്ചു, ചൈതന്യം നഷ്ടപ്പെട്ട മുഖങ്ങൾ.

ചെമ്പു കുട്ടകത്തിലെ പുന്നെല്ല് തിളക്കുമ്പോലെ മനസ്സിന്റെ വിങ്ങലുകൾ തിളച്ചു മറിയുന്നു...

എല്ലാം ഉള്ളിലൊതുക്കി, ടീച്ചറുടെ ഓരോ വാക്കും ചലനവും ശ്രദ്ധിച്ചുകൊണ്ടിരുന്നു. ഭൂത കാലത്തിന്റെ ഊടുവഴിയിലൂടെ ഉള്ള യാത്രയിൽ എപ്പോഴോ ആവി പറക്കുന്ന ചായ മുൻപിൽ എത്തി ടീച്ചർ വളരെ സന്തോഷത്തോടെ പലതും സംസാരിച്ചുകൊണ്ടിരുന്നു. മക്കളില്ലാത്ത അവർക്ക് എന്നും എന്നെ ഏറെ പ്രിയമായിരുന്നു.

പല കാര്യങ്ങളെക്കുറിച്ചും ദീർഘമായുള്ള അവലോകനം കൃഷി, ജോലിക്കാർ, ജീവിതം, കാലാവസ്ഥ അവരെ കൺട്രോൾ ചെയ്യുന്ന ഒരുപാട് കാര്യങ്ങൾ തുടങ്ങിയവ.

അടുത്തടുത്തു താമസിച്ചിരുന്ന സമയം ഞാൻ ചെറിയ ക്ലാസ്സിൽ പഠിക്കുന്ന സമയം. അമ്മ പറഞ്ഞ സത്യമായ കാര്യങ്ങൾ രാത്രിയിലെ ചീട്ട് കളി, മദ്യപാനം, വേലക്കാരി പെണ്ണുങ്ങളെ പാട്ടിലാക്കാൻ ഉള്ള മത്സരം ഒരു അവധി ദിവസം രണ്ട് ഗ്രൂപ്പ്ആയി വലിയ വഴക്ക് കൂടുതൽ പേരും എതിർചേരിയിൽ ഒടുവിൽ എന്റെ അച്ഛന്റെ ജീവൻ എടുത്തു

ക്യാപ്റ്റൻ നരേന്ദ്രൻ എന്ന പിശാച്.

സംസാരിച്ചിരുന്ന് സമയം അതിന്റെ വഴിയേ വേലക്കാരികൾ ഭക്ഷണം എടുത്തു വച്ച്, അവരുടെ താവളത്തിൽ കയറി. ടീച്ചറുടെ മരുന്ന് ഭക്ഷണം എല്ലാം റെഡി, കിടക്കാൻ സമയമായില്ല, സമയമാകുമ്പോൾ, ജോലിക്കാരികളിൽ ഒരാൾ വന്ന് എടുത്തു കിടത്തിക്കോളും.

ഇന്ന് ഞാൻ കാരണം അൽപ്പം വൈകി. അതിർവരമ്പുകളില്ലാത്ത സന്തോഷവും, സംസാരവും, ചെറുപ്പത്തിൽ ഓർമ ഇല്ലാത്ത പലതും പറഞ്ഞു. പക്ഷെ ഒന്നും എന്നെ തൃപ്തിപ്പെടുത്തിയില്ല, അടുത്ത ഇരുപത്തി നാലുമണിക്കൂറിനുള്ളിൽ എല്ലാം ചെയ്യണം, എന്നിട്ട് പെട്ടെന്ന് രക്ഷപ്പെടണം.

സ്നേഹത്തിന്റെ നിറുകയിൽ നിർത്തി എല്ലാവരെയും ഇല്ലാതാക്കിയാലോ ?

വേണ്ട ഒന്നുകൂടി ആലോചിച്ചിട്ട് മതി, ഇവിടുത്തെ സാഹചര്യങ്ങൾ ഒന്ന് കൂടി പഠിക്കാനുണ്ട്.

അടുത്ത പ്രഭാതത്തിൽ പതിവിലും കൂടുതൽ ധാരാളം ജോലിക്കാർ വരും, ടീച്ചർ പറഞ്ഞത് ഓർമവന്നു. തോട്ടത്തിന്റെ പടിഞ്ഞാറു ഭാഗത്തെ കാടു തെളിക്കാൻ, രാവിലെ മുതൽ തോട്ടം മുഴുവൻ ഒന്ന് കറങ്ങി. പാറക്കെട്ടും നീർച്ചാലും ഉള്ള ഒരു സ്ഥലം പലയിടത്തും കറങ്ങി ഒടുവിൽ അവിടെയെത്തി.

പാതിതെളിച്ച കാട്ടിനുള്ളിൽ നിന്നും സീൽക്കാര ശബ്ദങ്ങൾ പാമ്പിനെ സൂക്ഷിക്കണമെന്നു ടീച്ചർ പറഞ്ഞത് ഓർത്തെടുത്തു..

പാമ്പ് സംസാരിക്കുമോ ? പുതുതായി പണിക്കുവന്ന സ്ത്രീയും പുരുഷനും, അവർ കാടിന്റെ ഇരുണ്ട ഭാഗത്തേക്ക് ഓടി മറഞ്ഞു.

ഇന്നലെ കണ്ട സെക്യൂരിറ്റി ചേട്ടന്റെ അടുത്തെത്തി, ഇന്നലെ കണ്ട ചിരിയെല്ലാം എവിടെയോ ഒളിച്ചിരിക്കുന്നു.

ശത്രു രാജ്യത്തുനിന്നും വന്ന ഒരുവനോടെന്നപോലെ തുറിച്ച നോട്ടം. വലിയ ഒറ്റമുറിവീട് ഒരു ഭാഗംമുഴുവൻ കർട്ടൻ ഇട്ട് മറച്ചിരിക്കുന്നു. മുറിയുടെ മൂലയിൽ ഒഴിഞ്ഞ ചാരായകുപ്പികൾ ചാഞ്ഞും ചെരിഞ്ഞും കിടക്കുന്നു.

അയാളിലേക്ക് കയറിപ്പറ്റാനുള്ള പിടിവള്ളി കിട്ടിയ പോലെ !

വൈകുന്നേരമാകുവാൻ കാത്തിരുന്നു. ബാഗിൽ കരുതിയ കുപ്പികളിൽ ഒരെണ്ണവുമായി തിരികെയെത്തി ബോക്സ് തുറന്ന്, പ്രീമിയും ബ്രാണ്ടി ഫുൾ ബോട്ടിൽ മേശപ്പുറത്തു വെച്ചു.

സെക്യൂരിറ്റി ചേട്ടന്റ കണ്ണുകളിൽ തിളക്കം, നേരത്തെ കണ്ട ആളെ

അല്ല, ഇരു കവിളുകളിലും നിറഞ്ഞു നിന്ന കൊമ്പൻമീശ ഇളകി ആടി, ഒടുവിൽ ഉറക്കെ പറഞ്ഞു 'താങ്ക്സ് മോനെ'.

സെക്യൂരിറ്റി ചേട്ടന്റെ പതിവ് ചിട്ടവട്ടങ്ങൾ കഴിഞ്ഞില്ല, തോട്ടത്തിന് ചുറ്റും വലിയ ടോർച്ചും വടിയുമായി ഒരു നടപ്പുണ്ട് പിന്നെ കുളി അങ്ങനെ പലതും. എന്നെ അടിമുടി നോക്കിയിട്ട് പറഞ്ഞു.

'മോനൊരു കാര്യം ചെയ്യ്, ഒരു ഒന്നര മണിക്കൂർകഴിഞ്ഞ് വരൂ നമുക്ക് കൂടാം.'

ഒന്നര അല്ല രണ്ടു മണിക്കൂർ ആയാലും കുഴപ്പമില്ല, ചേട്ടനുമായി ഒരു കമ്പനി അതാണ് വേണ്ടത്, അത് അരക്കിട്ട് ഉറപ്പിക്കണം അതാണ് വേണ്ടത്.

ഒന്നുകിൽ ടീച്ചർ അല്ലെങ്കിൽ ക്യാപ്റ്റന്റെ തന്നെ രക്തബന്ധത്തിൽപ്പെട്ട ആരെങ്കിലും. സെക്യൂരിറ്റി സഹോദരനാണ്. ഒരാളെയെങ്കിലും തീർത്തില്ലെങ്കിൽ അച്ഛന്റെ ആത്മാവിന് ശാന്തി കിട്ടില്ല, ഇതൊരു നിയമമല്ല. എന്റെ ഒരു വിശ്വാസം.

ഏതു നിമിഷവും മഴ പെയ്യാം മൂടി കെട്ടിയ അന്തരീക്ഷം. വാറ്റ് ചാരായം കഴിച്ചുകൊണ്ടിരുന്നവർക്ക് ബ്രാണ്ടിയുടെ മണം എങ്ങിനെ കിട്ടിയോ എന്തോ ?

ഒന്നര മണിക്കൂർ കഴിഞ്ഞപ്പോൾ മറ്റൊരാളുമായി, സെക്യൂരിറ്റി ചേട്ടൻ മുറിയിൽ റെഡിയായി ഇരിക്കുന്നു, ഭക്ഷണപദാർഥങ്ങൾ മണത്തറിഞ്ഞു എത്തുന്ന ചില ജീവികളെ പോലെ ! അടുത്തുള്ള തോട്ടത്തിലെ ഏതോ ജോലിക്കാരനാണ്, അന്നും ഇന്നും നടികർ തിലകം ശിവാജി ഗണേശന്റെ കട്ട ആരാധകൻ.

സെക്യൂരിറ്റി ചേട്ടന്റെ മുറിയിൽ രണ്ടു ചില്ലു ഗ്ലാസും ഒരു സ്റ്റീൽ ഗ്ലാസുമാണ് ഉണ്ടായിരുന്നത്.

മദ്യപിക്കുകയാണെങ്കിൽ അത് ചില്ലു ഗ്ലാസിൽ തന്നെ വേണമെന്ന് എനിക്കു നിർബന്ധമായിരുന്നു. കുറച്ച് ആസ്വാദനം ട്രാൻസ്പറന്റ് ഗ്ലാസ്സിലൂടെയും...

സെക്യൂരിറ്റിചേട്ടന്റെ മഫ്ളറും മങ്കി തൊപ്പിയും എവിടെ പോയെന്ന് കണ്ടില്ല, വളരെ സന്തോഷവാനായിരിക്കുന്നു.

ഒരു പക്ഷെ അവസാനത്തെ കൂടലായിരിക്കും. ശിവാജി ഗണേശന്റെ പല സിനിമയിലെ ഡയലോഗുകളും, സംഭാഷണങ്ങളും, ഗാനങ്ങളും ക്ഷണിക്കപ്പെടാത്ത അഥിതിയെപ്പോലെ ആ മുറിയിലും പരിസരത്തും അലയടിച്ചു കൊണ്ടിരുന്നു.

രാത്രിയുടെ വിജനതയിൽ പക്ഷികളുടെയും, മൃഗങ്ങളുടെയും, നിര

ന്തരമായ ശബ്ദങ്ങൾ. ദൂരെയുള്ള തോട്ടത്തിൽ നിന്നും പൊട്ടുപോലെ കാണുന്ന മങ്ങിയ മഞ്ഞ വെളിച്ചം. പാട്ടും സംസാരവുമായി സമയം പോയതറിഞ്ഞില്ല, ബ്രാണ്ടിയുടെ അവസാനത്തെ പെഗ്ഗും ഗ്ലാസുകളിൽ നിറഞ്ഞു, അവർ രണ്ടു പേരും ഏതോ അവാച്യമായ ലഹരിയുടെ ലോകത്ത് കാലുകൾ എങ്ങുമെങ്ങും ഉറക്കാത്തതു പോലെ.

എന്റെ ഉദ്ദേശം ആർക്കും ഇതുവരെയും മനസ്സിലായിട്ടില്ല, കാത്തിരിക്കുക നല്ല അവസരത്തിനായി.. രണ്ടു രാത്രികൾ പിന്നിട്ടിരിക്കുന്നു. അടുത്ത പ്രഭാതം ഒരുപകൽ, ഒരു രാത്രി എന്തെങ്കിലും ചെയ്തേപറ്റൂ ഒരവസരവും പാഴാക്കിക്കൂടാ, ഇപ്പോൾ ഒരുവിധം കമ്പനി ആയി.. ഒന്നുകൂടി ഉറപ്പിക്കണം പിന്നെ എല്ലാം നേരത്തെ തീരുമാനിച്ചത് പോലെ ബാഗിന്റെ അടിഭാഗത്തു കരുതിയ മൂർച്ച ഉള്ള കത്തി അവിടെ തന്നെ ഉണ്ട്, അതിന്റെ രക്തദാഹത്തിന് സമയമായില്ല, വാതിലടച്ചു അത് ബാഗിൽ നിന്നും പുറത്തെടുത്തു.

LED വെളിച്ചത്തിൽ അത് വെട്ടിത്തിളങ്ങി, എടുത്തതുപോലെ തന്നെ അത് ഉറയിൽ തിരുകി ബാഗിൽ വച്ചു.

എന്റെ സൂത്രക്കണ്ണുകളിലെ നിഗൂഢത ഇത് വരെയും ആർക്കും മനസ്സിലാക്കാൻ കഴിഞ്ഞില്ല, സംഭാഷണത്തിലും ശരീരഭാഷയിലും ഞാൻ ഏറെ ശ്രദ്ധിച്ചിരുന്നു. ഉള്ളിലെ ആധികൾക്ക് ഒരു ഇടക്കാലാശ്വാസം നൽകുവാനായി ഇടയ്ക്കിടെ ദീർഘ നിശ്വാസം..

പഴുപ്പിച്ച ഇരുമ്പ് ദണ്ഡ് പോലെ ശ്വാസഗതികൾ ജനലഴികൾക്കിടയിലൂടെ..

വൈകി ഉണർന്ന ഞാൻ പുറത്തേക്ക് നോക്കുമ്പോൾ സെക്യൂരിറ്റി ചേട്ടൻ പണിക്കാരി പെണ്ണുങ്ങളുടെ കൂടെ നടക്കുന്നു, ചിരിയും തമാശയും. കൂടാതെ അവളുടെ അഴകളവുകളെ പുകഴ്ത്തികൊണ്ടിരിക്കുന്നു.

വൈകിട്ട് കാണണേ.. ഞാൻ കാത്തിരിക്കും... ചേട്ടൻ അവളോട് പതുക്കെയാണ് പറഞ്ഞതെങ്കിലും, എനിക്കു കേൾക്കാൻ കഴിഞ്ഞു.

കഴിഞ്ഞ ദിവസത്തെ കെട്ട് വിട്ടില്ലെന്നു തോന്നുന്നു.. തെന്നി തെറിച്ചൊരു നടത്തം. ടീച്ചർ കുളിയെല്ലാം കഴിഞ്ഞ് വീൽച്ചെയറിൽ പ്രത്യക്ഷപ്പെട്ടു.

ഇന്നത്തെ ദിവസം.. ബാഗിൽ കരുതിയ ബുക്ക് എടുത്തു, ആരും അറിയാതെ എങ്ങനെ മനോഹരമായ ഒരു കൊലപാതകം നടത്താം പിടിക്കപ്പെടാതെ എങ്ങനെ രക്ഷപ്പെടാം. വായന തുടർന്നു അവസാന പേജ് എത്തുമ്പോഴേക്കും കാര്യം സാധിച്ചു ഈ മലഞ്ചെരുവിൽ നിന്നും രക്ഷപ്പെടണം പിന്നീട് എന്തു സംഭവിച്ചാലും വേണ്ടില്ല.

ഓരോ പ്രഭാതത്തിലും ഉണരുമ്പോൾ അച്ഛന്റെ ആത്മാവ് മന്ത്രിക്കും പോലെ, ഒരുപാട് കാലം ആലോചിച്ചുറപ്പിച്ചതാണ്.. എടുത്തു വളർത്തിയ, ടീച്ചറുടെ കൈകൾ, ആ മനസ്സ്, ആ നോട്ടം, സ്നേഹം, സംസാരം, വേണ്ട.

നരേന്ദ്രൻ സാറിന്റെ ജേഷ്ഠൻ സെക്യൂരിറ്റി മതി, അച്ഛൻ മനസ്സിൽ മന്ത്രിക്കുന്നു.

ഭാര്യയും മക്കളുമില്ലാത്ത ഒറ്റത്തടി.. അയാളുടെ ജീവൻ പോയാലും ദുഃഖിക്കാനും സങ്കടപ്പെടാനും ആരുമില്ലാത്തവൻ.

അയാളുടെ മരണത്തോടെ ആരും അനാഥരാവില്ല, കേസിന്റെ പുറകെ കോടതികേറാൻ ആരും തന്നെ ഉണ്ടാവില്ല, പിന്നെ അന്വേഷണങ്ങൾ... അത് അതിന്റ വഴിയേ നടക്കട്ടെ ! പോലീസ് അവരുടെ ജോലി ചെയ്യട്ടെ! CCTV ഇല്ല, തെളിവുകൾ ഇല്ല നേരിട്ട് കണ്ടവരില്ല ഒടുവിൽ...

ഇന്നു രാത്രി അവസാന ദിവസം കഴിഞ്ഞ ദിവസത്തെ ചിന്തകളെ ഒന്നുകൂടി അയവിറുത്തു. കൂട്ടലും കിഴിക്കലും വീണ്ടും പലകുറി നടത്തി..

രാത്രിയാവാൻ കാത്തിരുന്നു..

ബാഗിലുണ്ടായിരുന്ന രണ്ടാമത്തെയും അവസാനത്തെയുമായ പ്രീമിയം ബ്രാണ്ടിയുമായി സെക്യൂരിറ്റി ചേട്ടന്റ മുറിയിലെത്തി, വൈകുന്നേരത്തെ റോന്ത് ചുറ്റലും കുളിയും കഴിഞ്ഞ് വിശ്രമത്തിലായിരുന്നു അയാൾ. പുതിയ കുപ്പി കണ്ട പാടെ സിരകളിലെ ലഹരി പുറത്തേക്ക്.. നോട്ടത്തിലും ഭാവത്തിലും എന്തെല്ലാമോ പുതുമകൾ

മൂന്നാമതൊരാളെ വിളിക്കാനുള്ള സമയമോ സാവകാശമോ ഇല്ല സമയം അതിക്രമിച്ചിരിക്കുന്നു.

ചില്ലു ഗ്ലാസുകളിൽ മദ്യം നിറയുകയും ഒഴിയുകയും ചെയ്തു കൊണ്ടിരുന്നു.

പ്രകൃതിയെക്കുറിച്ചും കാടിനെ കുറിച്ചും മണ്ണിനെക്കുറിച്ചും പെണ്ണിനെ കുറിച്ചും വാതോരാതെ അയാൾ സംസാരിച്ചുകൊണ്ടിരുന്നു. ഒരു പഴയ ആപ്ത വാക്യം...

'മണ്ണും പെണ്ണും എത്ര ഒരുങ്ങിയാലും അധികമാവില്ല.'

മദ്യത്തിന്റ ഉന്മാദലഹരിയിൽ അയാളുടെ സന്തോഷത്തിനു അതിരുകളില്ലായിരുന്നു.

പതിവിലും കൂടുതൽ കഴിച്ച അയാൾ ഏതു നിമിഷവും അടി തെറ്റി വീഴാം, എങ്കിൽ എന്റെ പണി അൽപ്പം കൂടി എളുപ്പമായേനെ.. ഞാൻ മനസ്സിൽ പറഞ്ഞു. മദ്യപിച്ച് അവശനായ ഒരാളെ എങ്ങനെ അപായ

പ്പെടുത്താമെന്ന് വിശദമായി, ആ ബുക്കിൽ പറയുന്നുണ്ട്.

പെട്ടെന്ന് മറന്നുവച്ച സാധനത്തെ കുറിച്ചു ഞാൻ ഓർത്തു. ആരും അറിയാതെ ധൃതിയിൽ വീട്ടിലേക്ക് നടന്നു.

മറന്നു വച്ച സാധനം എടുക്കാൻ അൽപ്പം വൈകി തിരിച്ചു വന്നപ്പോൾ, സെക്യൂരിറ്റിയുടെ മുറിയുടെ അടുത്തെത്തിയപ്പോൾ ശക്തമായ സംഭാഷണങ്ങൾ, ഒരു സ്ത്രീ ശബ്ദം ഉച്ചസ്ഥായിൽ, എന്തെല്ലാമോ പറയുന്നു ഒന്നും വ്യക്തമല്ല.

ഏതാനും നിമിഷങ്ങൾക്കകം അവർ മുറിവിട്ടു പുറത്തേക്ക് ഓടുന്നു രാവിലെ തോട്ടത്തിൽ കണ്ട അതേ സ്ത്രീ മങ്ങിയ വെളിച്ചത്തിലും അവളെ തിരിച്ചറിഞ്ഞു, കൂടെ ആരോ ഒരാളും കൂടി.

ഞാൻ സാവധാനം ചേട്ടന്റെ മുറിയിലേക്ക് എത്തിനോക്കി, രക്തത്തിന്റെ നടുക്ക് സെക്യൂരിറ്റി ചേട്ടൻ കിടക്കുന്നു നിലക്കാത്ത രക്ത പ്രവാഹം അൽപനേരം ഞാൻ സ്തബ്ദനായി നിന്നു പോയി... നിലക്കാത്ത രക്തം. എല്ലാവരുടെയും ചോരയുടെ നിറം ഒന്നാണ്.

ഒരുപാട് വർഷം മുൻപ് എന്റെ അച്ഛന്റെ ശരീരത്തിൽ നിന്നും ഒഴുകി ഇറങ്ങിയ അതേ രക്തം. ഇനി ഞാനായി ഒന്നും ചെയ്യേണ്ടതില്ല നിലത്തു വീണ അതേ കിടപ്പ്, അനക്കമില്ല മരം വെട്ടി ഇട്ടപോലെ മുറിയിലാകെ രക്തം നിറയുന്നു, നിമിഷങ്ങൾക്കകം ഒഴുകി വന്ന രക്തം തളം കെട്ടി നിൽക്കുന്നു.

ശരീരത്തിൽ സ്പർശിക്കേണ്ടതില്ല, ഒന്നും ചെയ്യേണ്ടതില്ല. മരണം ഉറപ്പ്. അല്പസമയം കാത്തിരുന്നു യാതൊരനക്കവുമില്ല.

ശരീരത്തിൽ നിന്നും ആത്മാവ് വേർപെടുന്ന അവസ്ഥ. എത്രയോ ഡോക്ടർമാർ നേരിട്ട സങ്കീർണമായ അവസ്ഥ.

കാടിന്റെ ഏതോ വിജനതയിൽ മൃഗങ്ങളുടെ ശക്തമായ കൂട്ടക്കരച്ചിൽ, അലമുറയിട്ട് കുരക്കുന്ന നായ്ക്കൾ. ദൂരെ എവിടെയോ കുറുക്കന്റെ ഓരിയിടൽ. ഒപ്പം ഒട്ടനവധി മൃഗങ്ങളുടെ അപശബ്ദങ്ങൾ.

ശരീരത്തിൽ നിന്നും ആത്മാവ് വേർപെടുമ്പോൾ ചില മൃഗങ്ങൾക്ക് അറിയാമത്രേ. ആരോ പറഞ്ഞത് ഓർമ വന്നു.

എവിടുന്നോ ഓടിവന്ന ഈച്ചകൾ തറയിലെ രക്തം മണത്തു നോക്കുന്നു, കുടിക്കുന്നു.

നേരത്തെ കരുതി വച്ചിരുന്ന ബാഗുമായി രാത്രിയുടെ വിജനതയിലേക്ക് യാത്രയായി, ആരോടും ഒന്നും പറയാതെ, പ്രധാന പാതയിലൂടെ വരുന്ന ഏതെങ്കിലും ലോറിയിൽ കയറി രക്ഷപെടാൻ അധികം കാത്തിരിക്കേണ്ടി വരില്ല. മനസ്സ് മന്ത്രിച്ചു കൊണ്ടിരുന്നു...

നീല നിറമുള്ള വില്ലകൾ

പതിവുപോലെ ഇന്നും വൈകിയാണ് അയാൾ എത്തിയത്, പാതി ചാരിയ വാതിൽ തള്ളി തുറന്ന് അയാൾ അവളുടെ അടുത്തെത്തി. ആരുഷി ആരോടോ വളരെ ഗൗരവമുള്ള എന്തോ സംസാരിക്കുക ആയിരുന്നു.

പലതിന്റെയും ചുക്കാൻ ഇപ്പോഴും ആരുഷിയുടെ കൈകളിൽ തന്നെ. പല വലിയ ഇടപാടുകളുടെയും അവസാനത്തെ വാക്ക് ആരുഷിയുടേത് തന്നെയായിരുന്നു. സ്വന്തമായി പല ബിസിനസ്സും ചെയ്യുന്നു കൂടാതെ മറ്റുള്ളവർക്ക് വേണ്ടിയും ബിസിനസ് ചെയ്യുന്നു. ആർക്ക് എന്ത് സഹായത്തിനും ആരുഷിക്ക് ഒരു ടീം തന്നെ ഉണ്ട്. എപ്പോൾ വേണമെങ്കിലും കടന്നു വരാം, എന്തും സംസാരിക്കാം, എങ്ങനെ വേണമെങ്കിലും ഇടപഴകാം.

ആരുഷിയുടെ ബോഡി ഗാർഡ് എന്നോ, സഹായി എന്നോ മാനേജർ എന്നോ എന്ത് വേണമെങ്കിലും വിളിക്കാം.

'വിജയ്' അതാണ് അയാളുടെ പേര്.

അവർ എപ്പോഴാണ് ഒന്നായത്, എപ്പോഴാണ് അവളുടെ വലിയ രക്ഷകനായത് ? ഒരു രൂപവുമില്ല, ഏതോ ഒരു സന്നിഗ്ധഘട്ടത്തിൽ നിന്നും കൈക്കു പിടിച്ചു രക്ഷിച്ചവൻ. പിന്നീട് നടന്നതെല്ലാം, ആരും കാണാത്ത ആരും കേൾക്കാത്ത ഒരു വലിയ കഥയിലെ നായികയും നായകനും പോലെ.

ഹൃദയമറിയുന്നവരുടെ കൂടെയുള്ള യാത്രഹൃദ്യവും, പരസ്പരം മനസ്സിലാക്കാത്തവരുടെ കൂടെയുള്ള യാത്ര ഹൃദയഭേദകവും ആയിരിക്കും.

ഭൂതകാലത്തിന്റെ പ്രഹേളിക വർത്തമാനകാലം ധന്യമെങ്കിൽ ഭൂതകാലത്തെ വെറുക്കുമോ?

അവൾ പതിമൂന്നാം വയസ്സിൽ തന്നെ പുരുഷനെ അറിഞ്ഞിരുന്നു. അതും സ്വന്തം വീട്ടിൽ നിന്നും. അനുഭവങ്ങളുടെ വല്ലാത്ത കനലിൽ ഉരുകി ഉയർന്ന ഊഷ്മളത. അവിഹിതത്തിന്റ ഭാരം പേറിയ ചങ്ങലകൾ. എങ്കിലും എന്തെല്ലാമോ ഒരുപാട് ആകർഷണം അവളിലുണ്ടായിരുന്നു.

പതിമൂന്നാം വയസ്സിൽ തന്നെ പൂർണ വളർച്ച എത്തിയ പെൺകുട്ടിയുടെ വലുപ്പവും ചന്തവും ഉണ്ടായിരുന്നു അവൾക്ക്, ആരാലും ശ്രദ്ധിക്കപ്പെടുന്ന രൂപ ഭംഗി. അതൊരു ശാപമായിരുന്നു അവൾക്ക് ഒരിക്കൽ മാത്രം. പിന്നീട് അതൊരു അനുഗ്രഹമായി മാറി.

വെന്തുരുകുന്ന ചിന്തകളുടെ ചാരത്തിൽ നിന്നും ഉള്ളുരുകി വരുന്ന വാക്കുകളും പ്രവർത്തിയും.

അവൾക്ക് ജീവിതം അനുഭവങ്ങളുടെ ഒരു ഘോഷയാത്രയായിരുന്നു. ഇനിയാരും ജീവിതത്തിലേക്കു വിരുന്ന് വരാനില്ല എന്ന ഉത്തമ ബോദ്ധ്യം സിരകളിൽ എപ്പോഴും നിറഞ്ഞു നിന്നു. ഉന്മാദത്തിന്റെ ചുഴിയിൽ കെട്ടി ആടിയ ജീവിതമെങ്കിലും, നീലതടാകം പോലുള്ള മിഴികൾ. നടന്ന് അടുക്കും തോറും പാദസരത്തിന്റെ നേരിയ ശബ്ദം പെരുമ്പറപോലെ കാതിൽ.

അവളുടെ മനസ്സു വരണ്ടവേനൽ പോലെ വറ്റി വരളുമ്പോഴും ഉള്ളിലെ വെളിച്ചം, മങ്ങുമ്പോഴും, ജീവിതം മുഷിഞ്ഞു തുടങ്ങുമ്പോഴും, മനസ്സിൽ നെയ്ത് എടുത്ത പുതുജീവൻ ഉണരുമ്പോഴും, കാലം കരിവേഷം കെട്ടുമ്പോഴും, ദുഃഖത്തിന്റെ ഇളം നാമ്പ് പൊട്ടിമുളക്കുമ്പോഴും, കരയാതെ കരഞ്ഞ മുഖങ്ങൾ മരിച്ചുജീവിക്കുന്നു.

യുദ്ധ മുഖത്തെ ഒരു പട്ടാളക്കാരനെ പോലെ അവൾ പൊരുതി പലതും നേടി. ജീവിതം അവൾക്കൊരു ഹരമായിരുന്നു ഏത് പ്രതികൂല സാഹചര്യത്തെയും അവൾ നേരിടുമായിരുന്നു. ഒടുവിൽ വിജയം അവളുടേതായി.

ധാർമികതക്കോ സദാചാരമൂല്യങ്ങൾക്കോ ഒരു വിലയും കൊടുത്തില്ല, കാരണം എല്ലാ മൂല്യങ്ങളും വീട്ടിൽ നിന്നു തന്നെ തകർന്നതല്ലേ.

അതിസുന്ദരിയായ അവൾക്ക് സഹായവും അഭയവും കൊടുക്കാൻ പലരും മുന്നോട്ടു വന്നു. ജീവിതത്തിൽ ഒരുപാട് പ്രതിസന്ധികൾ അവൾ നേരിട്ടു, ആരൊക്കെയോ സഹായത്തിനുണ്ടായിരുന്നു.

ഒരിക്കൽ ഒരു വലിയ മനുഷ്യൻ അവളെ അയാളുടെ സ്വന്തം വണ്ടിയിൽ കയറ്റി അയാളുടെ വീട്ടിലേക്ക് കൊണ്ടുപോയി, അതോടെ അവളുടെ ജീവിതം പാടെ മാറി മറിഞ്ഞു. ആരും ഇല്ലാതിരുന്ന അയാൾക്കു അവളൊരു ആശ്വാസമായിരുന്നു. എല്ലാ രീതിയിലും.

ആ പുതിയ ജീവിതത്തിൽ പലതും പഠിച്ചു, കൂടാതെ പലതും അയാൾ അവളെയും പഠിപ്പിച്ചു. അയാളുടെ കാലശേഷം, അയാളുടെ മുഴുവൻ സ്വത്തിനും അവകാശി അവളായിരുന്നു. പിന്നീട് എങ്ങുന്നോ വന്ന ഒരുപാട് അവകാശികൾ. അവകാശ തർക്കങ്ങൾക്കു അതിരില്ലായി

രുന്നു. എല്ലാം കെട്ടിപ്പൊക്കിയ വ്യാജ അവകാശങ്ങൾ. കൊല്ലാനും തല്ലാനും, ഒരു കൂട്ടർ, എങ്ങിനെയോ അവൾ അവിടെ നിന്നും മാറി മറ്റൊരു പട്ടണത്തിൽ ചേക്കേറി.

പഴയ ചില ബന്ധങ്ങളിലൂടെ പലതും നേടി, ഒരു പെണ്ണെന്ന നിലയിൽ പലതിനും സഹായിക്കാൻ പലരും മുന്നിലായിരുന്നു. പക്ഷെ അവളെ മുതലാക്കാൻ വേണ്ടി മാത്രം ചിലർ.

നാടും വീടും വിട്ട് കുറേ കാലം അവൾ പുറത്തായിരുന്നു. പുതിയ ഒരു ലോകത്ത്, ജീവിതത്തിലിന്നുവരെ പഠിക്കാത്ത പലതും പഠിച്ചു. പലതും വെട്ടി പിടിച്ചു, അവൾ അറിയാതെ തന്നെ അവൾക്ക് ചുറ്റും പുതിയ ഒരു ലോകം രൂപപ്പെട്ടു കഴിഞ്ഞിരുന്നു.

അവളുടെ പേരിൽ തന്നെ പുതിയ ഒരു സാമ്രാജ്യം എപ്പോഴോ ഉദിച്ചിരുന്നു. അവളുടെ ആജ്ഞയ്ക്കായി പലരും കാതോർത്തുനിന്നു. സാവധാനം ഒരുപറ്റം വിശ്വസ്തരെ അവൾ തന്നോടൊപ്പം ചേർത്തു നിർത്തി.

ഒരു പാട് കാലങ്ങൾക്ക് ശേഷം ഒരിക്കൽ ആരുഷി തിരിച്ചെത്തി. പുതിയ രൂപത്തിൽ പുതിയ ഭാവത്തിൽ അതിന്നും തുടരുന്നു. ഏതോ ചില അധോലോക വലിയ ഗ്രൂപ്പിനൊപ്പം പ്രവർത്തിച്ച പരിചയം കൈ മുതലായി അതായിരുന്നു അവളുടെ ബലവും, ശക്തിയും.

ഇരുപത്തൊന്ന് മനോഹരമായ നീല നിറമുള്ള വില്ലകളുടെ ഒരു സമുച്ഛയം. ഒന്നൊഴികെ ഇരുപതുവില്ലകളും മെയിൻ റോഡിനോട് ആഭിമുഖം. മുഖം തിരിഞ്ഞു നിന്ന ഒരേ ഒരു വില്ല അതിലായിരുന്നു ആരുഷി താമസിച്ചിരുന്നത്.

സ്വന്തമായി വിലകൂടിയ മാര്യേജ് ഫ്രോക്ക് ഓൺ ലൈനിലൂടെ വിൽക്കുക. ഓരോന്നിനും ലക്ഷങ്ങൾ വിലവരും, വലിയ മാര്യേജ് ഫങ്ക്ഷന് വേണ്ടി മാത്രം ഉപയോഗിക്കുന്നത്, പട്ടു നൂലുകളാലും, വിലകൂടിയ മിന്നിത്തിളങ്ങുന്ന മുത്തുകളാലും മനോഹരമായി രൂപപ്പെടുത്തിയവ.

കസ്റ്റമേഴ്‌സ് മുഴുവനും വലിയ സമ്പന്നർ, അതൊരനുഗ്രഹമായിരുന്നു അവൾക്ക്. അതൊരു പിടിവള്ളിയായിരുന്നു അതിലൂടെ അർഹത ഇല്ലാത്തതു പലതും നേടി എടുത്തു. സ്വന്തമായ പലതും അവൾ നടത്തിപ്പോന്നിരുന്നു.

ഇതിന്റെ മറവിൽ എന്തൊക്കെ ചെയ്യാമോ.അതെല്ലാം.. ആരുഷി അതിൽ സന്തോഷം കണ്ടെത്തിയിരുന്നു.

നീല നിറമുള്ള വില്ലകൾ വരുന്നതിനു മുൻപ്, ഒരുപാട്കാലം മുൻപ് ആ പ്രദേശം ഒരു ചുടല പറമ്പായിരുന്നത്രെ, വളരെ അപൂർവം ആൾ

ക്കാർക്കുമാത്രമറിയുന്ന ഒരു വലിയ രഹസ്യം.

വാസ്തു നോട്ടവും മറ്റും കഴിഞ്ഞതൊടെ ചില സംശയങ്ങൾ, അവർ ഒത്തുകൂടി ആലോചനകൾ നടത്തി.

ശേഷക്രിയകൾ പലതും നടത്തി, ഉടനെ മാറില്ല സമയമെടുക്കും.

ആരോടും പറയരുതെന്ന താക്കീതുമായി, പുതിയ ഉടമസ്ഥർ, ഒരു കെട്ട് നോട്ട് തന്നെ കൊടുത്തു, അങ്ങനെ വാസ്തുവിനെ വരുതിയിൽ നിർത്തി.

വിദേശത്തുള്ള പലരും വാങ്ങിച്ചിട്ട നിരവധി വില്ലകൾ, വല്ലപ്പോഴും ഒന്നു വന്നു താമസിച്ചാലായി അത്രമാത്രം.

ആരുഷിയുടെ ഉൾപ്പെടെ അഞ്ചു വില്ലകളിൽ മാത്രമേ താമസം ഉള്ളൂ, നാലു വില്ലകളും ദൂരെ മെയിൻ ഗേറ്റിനോട് ചേർന്നത്. ആരുഷിയുടേത് പുറകോട്ടു തിരിഞ്ഞു നിൽക്കുന്ന വില്ല ഏറ്റവും ഒടുവിലത്തേത്. ഇതും വാസ്തു പരിഹാരത്തിന്റെ നിർദ്ദേശങ്ങളിൽ പ്രധാനപ്പെട്ട ഒന്നാണ്. ഇവിടെ ആര് വരുന്നു ആര് പോകുന്നു ഇതൊന്നും മറ്റുള്ളവർക്ക് അറിയില്ല, ആരും ശ്രദ്ധിക്കാറുമില്ല, ഓരോരുത്തർക്കും അവരവരുടെ കാര്യങ്ങൾ, അവരവരുടെ സ്വകാര്യതയിൽ മാത്രം മുഴുകി കൊണ്ടിരുന്നു.

ആരും ആരോടും അടുക്കാൻ ശ്രമിച്ചിട്ടില്ല. എല്ലാവരും അവരുടേതായ ലോകത്ത്.

വളരെ അപ്രതീക്ഷിതമായി കൂളിംഗ് ഗ്ലാസു വച്ച സുമുഖനായ ഒരാൾ വില്ലയിലേക്ക് കടന്നുവന്നു. സാധാരണ ആരെങ്കിലും വരുകയാണെങ്കിൽ സെക്യൂരിറ്റിക്കാരനോട് പറഞ്ഞ് അനുവാദം വാങ്ങിയാണ് വരവ്, ഇയാൾ എങ്ങനെ അകത്തു കയറി? അൽപ്പസമയം ചിന്താക്കുഴപ്പത്തിൽ...

ആരുഷി വാതിൽ തുറന്നു, മുന്നിൽ നിൽക്കുന്ന ആ വലിയ സുമുഖനായ മനുഷ്യനെ സൂക്ഷിച്ചു നോക്കി കൊണ്ടിരുന്നു.

സുന്ദരിയായ ആരുഷിയുടെ സൗന്ദര്യത്തിൽ അയാൾ ലയിച്ചു നിന്നു. ടൗണിലെ മുഴുവൻ മാഫിയ പ്രവർത്തനങ്ങളും നടത്തുന്നത് ഈ സുന്ദരിയായ സ്ത്രീയോ ? ഇവളെ ആരെങ്കിലും പുറത്ത് നിന്നും ഒറ്റയ്ക്ക് കണ്ടാൽ, സിനിമയിലെ ഒരു നായിക നടി ആണെന്നേ പറയൂ ! നിന്ന നിൽപ്പിൽ ആദിൽ ഇബ്രാഹിം പലതും ചിന്തിച്ചുകൊണ്ടിരുന്നു.

ഏതാനും മാസങ്ങൾക്കുള്ളിൽ നടക്കാൻ പോകുന്ന തന്റെ ഏക മകളുടെ വിവാഹ വസ്ത്രവും മറ്റും കാലേകൂട്ടി ബുക്ക് ചെയ്യാനും സാമ്പിൾ കാണാനുമാണ് വരവ്... എന്ന് ധരിപ്പിച്ചു, യഥാർത്ഥവരവിന്റെ പൊ

രുൾ അയാൾക്ക് മാത്രമേ അറിയൂ.

വിവരം പറഞ്ഞപാടെ ആരുഷിക്കു സന്തോഷമായി. വെബ്സൈറ്റിൽ കണ്ടു, അത് പോരാ നേരിട്ടു കാണണം.

അയാൾ വരവിന്റെ ഗൗരവം ഒന്നു കൂടി ഉറപ്പിച്ചു.

വളരെ അപൂർവ്വമായേ വീട്ടിൽ കസ്റ്റമേഴ്സ് വരാറുള്ളൂ, വന്നാൽപ്പിന്നെ അവരെ സംസാരിച്ചു വശത്താക്കാനും, മറ്റും വളരെ മിടുക്കി...

എല്ലാം ഉറപ്പിച്ച ശേഷം, അയാൾ ചോദിച്ചു.

നിങ്ങൾ അരുണിനെ അറിയുമോ ?

ഇല്ല.

ഏത് അരുൺ ?

നിങ്ങൾക്ക് അരുൺ എന്നൊരു, ഓമനപ്പേരുണ്ടോ ?

ആരുഷി ഒന്നു പരുങ്ങി,

എന്താണ് അങ്ങനെ ചോദിച്ചത് ?

ഒന്നറിയാൻ വേണ്ടി മാത്രം.

സംഭരിച്ചു വച്ചിരുന്ന ധൈര്യം എല്ലാം എവിടെയോ പോയി ഒളിച്ച പോലെ.

പട്ടണത്തിലെ ചില പ്രധാനപ്പെട്ട സംഭവത്തിന് പുറകിൽ അരുൺ എന്നൊരാളാണെന്ന് ഞങ്ങൾക്കൊരു രഹസ്യ വിവരം കിട്ടിയിട്ടുണ്ട്.

ആരൂഷി ധൈര്യം സംഭരിച്ച് ചോദിച്ചു ?

നിങ്ങൾ ആരാണ് ?

ശരിക്കും.

നിങ്ങൾക്കെന്താണ് വേണ്ടത് ?

എന്താണ് നിങ്ങളുടെ ഉദ്ദേശ്യം ?

നിങ്ങൾ ഒന്നും ഒളിപ്പിക്കാൻ ശ്രമിക്കേണ്ട, എല്ലാം അറിഞ്ഞു കൊണ്ടാണ് ഡിപ്പാർട്ട്മെന്റിൽ നിന്നും ഞാൻ വരുന്നത്.

ഞാനൊന്നു വിളിച്ചാൽ ഞങ്ങളുടെ സ്പെഷ്യൽ ടീമിലെ ഒരു വലിയ സംഘം ഇവിടെ പറന്നെത്തും, അവർ ഈ പരിസരത്ത് തന്നെ ഉണ്ട്. അയാൾ തന്റെ ഉറച്ച ശബ്ദത്തിൽ പറഞ്ഞവസാനിപ്പിച്ചു.

ഞാൻ സ്പെഷ്യൽ പോലീസിന്റ ഹെഡ് ആണ്..

എന്റെ പേര് ‘ആദിൽ ഇബ്രാഹിം ’

പോക്കറ്റിൽ നിന്നും തന്റെ ID എടുത്തു കാണിച്ചു.....

നീണ്ട മൗനങ്ങൾ, ഒരുപാട് നേരം ആരും ഒന്നും സംസാരിക്കുന്നില്ല.

ആരുഷി അകത്തു പോയി തന്റെ ആൺ തുണയെ കൂട്ടി കൊണ്ടുവന്നു.

അയാളാണ് അവരുടെ എല്ലാകാര്യങ്ങളുടെയും ചുക്കാൻ പിടിക്കുന്നത്.

സംഭാഷണം പിന്നെ അവർ തമ്മിലായി. പലതും സംസാരിച്ചു.

പോലീസിലെ ഉയർന്ന ഉദ്യോഗസ്ഥനാണെന്നും, അവർക്ക് കാര്യങ്ങൾ എല്ലാം അറിയാമെന്നും, അവരുടെ പക്കൽ തെളിവുകൾ ഉണ്ടെന്നും കാര്യത്തിന്റെ ഗൗരവങ്ങൾ പലതും പറഞ്ഞു മനസ്സിലാക്കി കൊടുത്തു.

നിരവധി കേസുകളുടെ കെട്ടുകൾ അഴിച്ചു വച്ചു.

ചിലതെല്ലാം ആരുഷി വളരെ വേഗം ഓർമിച്ചെടുത്തു, എന്നാലും ഇത്ര പെട്ടെന്ന് ഇങ്ങനെ..

പോലീസിലെ ചില പിടിപാടുകളെ കുറിച്ചോർത്തു, അവരറിയാതെ ഇങ്ങനെ ഒരാൾ...

നീതി എപ്പോഴും ദുർബലരായ സാധാരണക്കാർക്ക് അപ്രാപ്യവും, അധികാരം എപ്പോഴും അതി സമർത്ഥരായ വലിയ ഉദ്യോഗസ്ഥർക്ക് ദുർവിനിയോഗം, ചെയ്യാനുള്ള പഴുതുകൾക്കും അവസരമൊരുക്കുന്നു.

പലതും സംസാരിച്ചു ഒടുവിൽ, പ്രശ്നം പരിഹരിക്കാനുള്ള പോം വഴിക്കായി ആരുഷി നമ്പർ വാങ്ങി, അധികം വൈകാതെ ആദിൽ യാത്രയായി.

മനോഹരമായ വില്ലയുടെ മുന്നിലെ ചെടികളെയും പൂക്കളെയും നോക്കി ഇരിക്കുക പതിവായിരുന്നു ഇവിടെ ഇരുന്നാൽ ഉറക്കം വരാതിരിക്കാനാണ് ബുദ്ധിമുട്ട്. പക്ഷെ ഇന്നു ആരുഷിക്കു ഉറക്കമേ വരുന്നില്ല. ചില സന്നിഗ്ധ ഘട്ടങ്ങളിൽ സിഗരറ്റു വലിക്കാറുണ്ട്, എരിഞ്ഞടങ്ങിയ കുറ്റികൾ ടൈൽസ് പാകിയ മുറ്റത്തെ തറയുടെ മൂലയിലേക്ക് വലിച്ചെറിഞ്ഞു.

ഒരു വിധം കാര്യങ്ങൾ ഒക്കെ ആദിൽ ഇബ്രാഹിം അറിഞ്ഞിരിക്കുന്നു, അതെല്ലാം ശെരിയുമാണ്. വിജയുമായും ഇക്കാര്യങ്ങളെ കുറിച്ചു വിശദമായി സംസാരിച്ചു. പല സന്നിഗ്ധ ഘട്ടങ്ങളിലും പലതും ആരുഷി തന്നെ പരിഹരിക്കാറുണ്ടല്ലോ, അതുപോലെ ഇതും.

മന്ത്രിമാരുടെ സ്വകാര്യ പ്രശ്നങ്ങൾ, പുതിയ റിയൽ എസ്റ്റേറ്റ് സ്ഥലത്തിന്റെ വിഷയങ്ങൾ, ചില സ്ത്രീകളുടെ സ്വകാര്യ ആവശ്യങ്ങൾ.. എന്നു വേണ്ട പലതും.

ആരുഷി മനസ്സുവെച്ചാൽ എല്ലാം പരിഹരിക്കാം, വിജയിന്റെ അർത്ഥം വച്ച സംസാരം. പലകുറി പേർസണൽ ഫോണിൽ സംസാരിച്ചു. എല്ലാം ശരിയാക്കാമെന്ന് വാക്കാൽ ഉറപ്പു തന്നു. ബാക്കിയെല്ലാം നേരിട്ടു വരുമ്പോൾ, കുറച്ചു ദിവസത്തെ ഫോൺ വിളിയിൽ ആദിൽ കുരു

ങ്ങിയോ?

ഒരു ദിവസം വില്ലയിലേക്ക് ക്ഷണിച്ചു.

വരാമെന്ന് പറഞ്ഞ ദിവസം വിജയ് ആരുഷിയുടെ സിറ്റിയിലെ ഫ്ളാറ്റിലേക്ക് മാറി.

ആരുഷി അന്ന് പതിവിലും സുന്ദരി ആയി കാണപ്പെട്ടു, വരുമെന്ന് പറഞ്ഞ സമയത്തിന് മുൻപേതന്നെ നേർത്ത സ്ലീവ് ലെസ്സ് ഡ്രെസ്സുമായി വില്ലയുടെ മുൻപിൽ തന്നെ കാത്തിരുന്നു.

മഴവെള്ളം വീണ് നനഞ്ഞ മണ്ണ് എന്തിനെയും സ്വീകരിക്കാൻ തയ്യാറായി നിൽക്കുന്നു ഒരു നവവധുവിനെ പോലെ. പ്രകൃതി പോലും അനുകൂല ഭാവത്തിലും രൂപത്തിലും.

ആദിൽ സമയത്തിനു തന്നെ എത്തി. ദീർഘ നേരത്തെ സഹൃദയ സംഭാഷണങ്ങൾക്ക് ശേഷം അയാൾ ഒരു കുട്ടിയുടെ അനുസരണയോടെ അവളുടെ പിന്നാലെ അകത്തേക്ക് കടന്നു. മൂന്നു ബെഡ്റൂംമും വലിയഹാളും വലിയ ഓപ്പൺ കിച്ചനുമുള്ള ഒരു മനോഹരമായ വില്ല. മുറിയിൽ കയറിയതും ആരുഷി അയാൾക്ക് വേണ്ടി കരുതിവച്ച വില കൂടിയ ഫ്രഞ്ച് വൈൻ എടുത്തു കൊണ്ടുവന്നു കൊടുത്തു. വൈൻ ഗ്ലാസ്സിലേക്ക് പകരുമ്പോൾ അയാളുടെ ശക്തമായ കൈകളും, മനോഹരമായ മസിലുകളും അതിനു ചുറ്റും തിങ്ങി നിറഞ്ഞു നിൽക്കുന്ന രോമങ്ങളും ശരിക്കും ശ്രദ്ധിച്ചു.

അവർ പലതിനെക്കുറിച്ചും സംസാരിച്ചു കൊണ്ടിരുന്നു.

പുറത്ത് തണുത്ത കാറ്റും നേരിയ മഴയും. ജാലകത്തിലേക്ക് ഒഴുകി വന്ന കാറ്റിൽ അവളുടെ അഴിച്ചിട്ട നീണ്ട മുടികൾ അയാളുടെ മുഖത്തേക്ക് അടിച്ചു കൊണ്ടിരുന്നു.

അവർ പലതിനെക്കുറിച്ചും സംസാരിച്ചു കൊണ്ടിരുന്നു, ആദ്യ കൂടിക്കാഴ്ചയിൽ ആദിൽ പറഞ്ഞ കേസുകൾ ഒഴികെ.

വില്ലാ എക്സ്പ്പാൻഷൻ ജോലികൾ തുടങ്ങി, ഇരുപത്തി രണ്ടാമത്തെ പുതിയ വില്ലയുടെ പണികൾ ധ്രുതഗതിയിൽ. നീലനിറമുള്ള വില്ലകളുടെ പുതിയ പട്ടികയിൽ ആദിൽ ഇബ്രാഹിമിന്റെ പേരുകൂടി ആരുഷി കൂട്ടി ചേർത്തു.

ആദിൽ കുറച്ചു ദിവസം അവധിയിൽ പ്രവേശിക്കാൻ തീരുമാനിച്ചു, ഒപ്പം ആരുഷിയെയും കൂട്ടി. അവധിക്കു പോകും മുൻപ്, കേസ് ഡയറിയിൽ അന്വേഷണം തുടരുന്നു എന്നെഴുതി ചേർത്തു. അവസാനം ഒരു വരികൂടി എഴുതി.

'പ്രതികൾ ഉടൻ പിടിയിലാകും.'

റെഡി ക്രെഡി

ഇടവഴിയോട് ചേർന്നുള്ള ചെറിയ വീട്ടിലേക്ക് ഓടിക്കൂടിയവരിൽ പലരും മുൻവശത്തെ പ്രധാന വാതിലിൽ നിലയുറപ്പിച്ചു. ഏറെ നേരത്തെ കാത്തിരിപ്പിനൊടുവിലും വാതിൽപ്പാളിക്ക് യാതൊരു മാറ്റവും ഇല്ല. ചിലർ ബെല്ലടിക്കുന്നു മറ്റു ചിലർ ശക്തമായി മുട്ടുന്നു. പ്രത്യേകിച്ച് ഒരു മറുപടിയും കിട്ടാത്തതുകൊണ്ട്, വന്നവർ ഓരോരുത്തരും വീടിന്റെ പുറകുവശം ലക്ഷ്യമാക്കി വച്ചുപിടിച്ചു. പുറകുവശത്തു അടുക്കി വച്ചിരുന്ന പലതും മറിഞ്ഞു വീണുകൊണ്ടിരുന്നു. ഒപ്പം എല്ലാ സാധനങ്ങളും അലങ്കോലപ്പെട്ടു.

പൊടിപിടിച്ച പഴയ ചില്ലു ജാലകങ്ങൾ തട്ടിയിട്ടും മുട്ടിയിട്ടും യാതൊരു പ്രതികരണവും അകത്തു നിന്ന് ഉണ്ടായില്ല.

രണ്ടു മുറികളുള്ള ചെറിയ വീട്ടിൽ അവർ താമസമാക്കിയിട്ട് അധിക കാലമായിട്ടില്ല ! വർഷം തികയാൻ ഇനിയും ഏതാനും മാസങ്ങൾ കൂടി ബാക്കി കിടക്കുന്നു.

വാടക വീടാണെകിലും സ്വന്തം വീടുപോലെയാണവർ പരിപാലിച്ചിരുന്നത്, ആദ്യ നാളുകളിൽ ആഹ്ലാദത്തിന്റെ അലയൊലികൾ കേൾക്കാമായിരുന്നു എന്ന് ചെറിയ അടുപ്പക്കാരിൽ നിന്നും അറിയാൻ കഴിഞ്ഞു, തുടക്കമെല്ലാം സന്തോഷത്തിന്റെ നാളുകൾ... പിന്നീട് എപ്പോഴാണ് താളം തെറ്റിയത്, ചെറിയ അടുപ്പക്കാരിൽ നിന്നും അകലം പാലിക്കുകയും, സ്വയം ഉള്ളിലേക്കു വലിയുകയും ചെയ്തുകൊണ്ടിരുന്നു. വല്ലപ്പോഴുമുള്ള അയൽപക്ക സന്ദർശനങ്ങൾ പോലും വേണ്ടെന്ന് വച്ചു.

ഏകമകളുടെ കാര്യത്തിനായുള്ള നെട്ടോട്ടമായിരുന്നു കഴിഞ്ഞ കുറച്ചു കാലമായിട്ട്, എങ്ങിനെയൊക്കെയോ പലതും സാധിച്ചു. പല നിബന്ധനകൾക്കും വിധേയമായി.

അശോകനും ആതിരയും ഏകമകൾ ദേവൂട്ടിയും അടങ്ങുന്ന ചെറിയ കുടുംബം. മലയോര മേഖലയിൽ നിന്നുമാണ് വരവ്, തടിമിൽ ഉടമയോ, പാർട്ണറോ, ജോലിക്കാരനോ? ആർക്കും ഒരു രൂപവുമില്ല. തടിമില്ലിലെ എല്ലാ ജോലിയുടെയും അവസാന വാക്ക് അശോകന്റേത് തന്നെ!

വളരെ കുറച്ച് ജോലിക്കാർ മാത്രം, ആരോടും വലിയ അടുപ്പമില്ല, അധികം സംസാരം ഇല്ല. ജനിച്ചു വളർന്ന നാട് അല്ലാത്തതിനാൽ കൂടുതൽ പരിചയക്കാരോ സുഹൃത്തുക്കളോ ആരും തന്നെ ഇല്ല. അപരിചിതൻ ആണെങ്കിലും ആർക്കും അറിയാത്ത ചില ബന്ധങ്ങൾ അയാൾ അപൂർവ്വം ചിലരുമായി സ്ഥാപിച്ചിരുന്നു.

മകൾക്കും അപൂർവ്വം ചില കൂട്ടുകാരികൾ മാത്രം, അവർ വളരെ അപൂർവ്വമായി മാത്രം അവിടെ വന്നിരുന്നു അത്രമാത്രം.

സമയം അതിന്റെ സഞ്ചാര പാതയിൽ കിഴക്ക് ഉദിച്ചുയർന്നു നിൽക്കുന്ന സൂര്യൻ അല്പം ദിശ മാറി പുതിയ നോട്ടത്തിലും ഭാവത്തിലും ശക്തി പ്രാപിച്ചു കൊണ്ടിരുന്നു.

വീടിനു ചുറ്റും കൂടിയ ചുരുക്കം ചിലർ നിരന്തരം വാതിൽ മുട്ടിയും ബെല്ലടിച്ചും ബഹളം വച്ചു കൊണ്ടിരുന്നു. ഇതുവരെയും ഒരു പ്രതികരണവും അകത്തു നിന്നും കിട്ടിയില്ല, വാതിലുകളും, ജനാലകളും വളരെ കൃത്യമായി അകത്തുനിന്നും അടച്ചുപൂട്ടിയിരുന്നു. മൂന്നു മൊബൈൽ ഫോണുകളും നിശ്ചലം, പ്രവർത്തിക്കുന്നില്ല. ഏറെനേരം കാത്തു നിന്ന പലരും പല അഭിപ്രായങ്ങളും പറഞ്ഞു.

'പ്രധാന വാതിൽ വെട്ടിപൊളിക്കുക, അതല്ലെങ്കിൽ കുടപ്പുമുറിയിലെ ചില്ലു ജാലകം ഇടിച്ചു പൊളിക്കുക.'

പല ചിന്തയിൽ നിന്നും വന്ന പല അഭിപ്രായങ്ങളും, വീടിനു ചുറ്റും അലയടിച്ചു കൊണ്ടിരുന്നു.

'ആരും പരമാധികാരം കയ്യിൽ എടുക്കേണ്ട.' പുറകിൽ നിന്നും താടി വച്ച ചേട്ടന്റെ താക്കീത്, പോലീസിൽ വിവരം അറിയിച്ചിട്ടുണ്ട്, കൂടാതെ വീടിന്റെ ഉടമസ്ഥനെയും. അവർ ഉടനെ എത്തും.

അവർ പുറപ്പെട്ടു എന്ന പുതിയ വാർത്തയുമായി മറ്റൊരാൾ ഓടിക്കിതച്ചുവന്ന് അവരോടൊപ്പം കൂടി.

അയൽക്കാരും നാട്ടുകാരും ആകാംക്ഷയുടെ മുൾമുനയിൽ, എല്ലാവരുടെയും മുഖത്തു ആകാംക്ഷയുടെയും, ഭീതിയുടെയും നിഴലുകൾ ഏവരും മൂകരായി പരസ്പരം നോക്കിക്കൊണ്ടിരുന്നു.

എവിടെയോ ഒളിച്ചിരുന്ന ഇളം തെന്നൽ അരോചകമായി വീശിവിതറി കൊണ്ടിരുന്നു, ചിലർ മൂക്ക്പൊത്തി മറ്റു ചിലർ നെറ്റി ചുളിച്ചു, വേറെകുറച്ചുപേർ വീട്ടിൽ നിന്നും അകലം പാലിച്ചു ഇടവഴിയിലേക്ക് നീങ്ങി.

നീണ്ട കാത്തിരിപ്പു പലരിലും ആകാംക്ഷയും മുറുമുറുപ്പും ഉണ്ടാക്കി, ആരും ഒന്നും തന്നെ പരസ്യമായി പ്രകടിപ്പിച്ചില്ലെന്നു മാത്രം. ക്ഷ

മകെട്ട ചിലരെല്ലാം വീണ്ടും വീണ്ടും വാതിലും ജനാലകളും തുറക്കാനുള്ള ശ്രമങ്ങൾ തുടർന്നുകൊണ്ടേയിരുന്നു. ഏറെ നേരത്തെ കാത്തിരിപ്പിനൊടുവിൽ പോലീസും ചെറിയ വീടിന്റെ ഉടമസ്ഥനും ഒരുമിച്ചെത്തി.

പ്രധാന വാതിലിന്റെ താക്കോൽ ഒരു രീതിയിലും പ്രതികരിച്ചില്ല കാരണം അവർ ഉള്ളിൽ നിന്നും ലോക്ക് ചെയ്തിരുന്നു. കൂടാതെ അകത്തെ മുഴുവൻ കുറ്റിയും ഇട്ടിരിക്കുന്നു.

ഒടുവിൽ ഒരു തീരുമാനത്തിൽ എത്തിച്ചേർന്നു പ്രധാന വാതിൽ നിർദാക്ഷിണ്യം പൊളിക്കുക, വീട്ടുടമസ്ഥന്റെ ദയനീയനോട്ടം ആരും മുഖവിലക്കെടുത്തില്ല.

ഒടുവിൽ നിമിഷങ്ങൾക്കുള്ളിൽ പ്രധാന വാതിൽ പല കഷണങ്ങളായി.

എല്ലാവരെയും മാറ്റി നിർത്തി മൂന്നു പോലീസുകാർ അകത്തു കയറി, ശ്വാസഗതികൾ പഴയപോലെ ആയിരുന്നില്ല, എന്തിന്റെ എല്ലാമോ രൂക്ഷഗന്ധം വീട് നിറയെ.

രണ്ട് ബെഡ് റൂമിൽ ഒന്ന് തുറന്നിട്ടിരിക്കുന്നു, സാധനങ്ങൾ എല്ലാം വാരി വലിച്ചിട്ടിരിക്കുന്നു, അടുക്കളയിലും ബാത്ത്റൂമിലും അസ്വാഭാവികമായി യാതൊന്നും ഇല്ല.

ഇനി ഉള്ളത് പ്രധാന ബെഡ്റൂം ആണ്, അതും അകത്തു നിന്നും ലോക്ക് ചെയ്തിരിക്കുന്നു, ഈ സമയം പലരും അകത്തേക്ക് ഒളിഞ്ഞു നോക്കാൻ ശ്രമിച്ചു കൊണ്ടിരുന്നു, അകത്തു നിന്നും ഒഴുകി വരുന്ന രൂക്ഷ ഗന്ധം പലരുടെയും മുൻപോട്ടാഞ്ഞ കാലുകൾ, തനിയെ പുറകോട്ടു പോയി.

ഇതിനോടകം പലരും മെയിൻ ബെഡ് റൂമിനോട് ചേർന്നുള്ള ജാലകത്തിനു ചുറ്റും തടിച്ചു കൂടി, രണ്ടാമത് സ്റ്റേഷനിൽ നിന്നുംവന്ന പോലീസ്കാർ പുറത്തുള്ള ഓരോരുത്തരെയും നിയന്ത്രിക്കാൻ നന്നേ പാടുപെട്ടു.

നിമിഷംതോറും ജനങ്ങളുടെ ഒഴുക്കായിരുന്നു സ്ത്രീകളും കുട്ടികളുമടങ്ങുന്ന വലിയ ഒരുജനകൂട്ടം, ചിലർ കണ്ണുനീർ തുടയ്ക്കുന്നു, മറ്റുചിലർ അടക്കം പറയുന്നു

വീട്ടിൽ കയറിയ മൂന്നു പോലീസ് കാരിൽ രണ്ടു പേര് പുറകോട്ട്, മാസ്കും ഗ്ലൗസ്സും ധരിച്ച മൂവർ സംഘത്തിലെ രണ്ടു പേർ പുറകോട്ട് ഒരാൾക്ക് അപാരധൈര്യം, എങ്കിലും മൂവർസംഘം ഒരുമിച്ചു നിന്നു, പിന്നീട് എല്ലാവരും ഡബിൾ മാസ്ക് ധരിച്ചു, വീടിനുള്ളിലെ രൂക്ഷ ഗ

ന്ധം ജാലകങ്ങൾ തുറന്നും ഫാനുകൾ അതിന്റെ പരമാവധി വേഗത യിൽ ഓടിച്ചും രൂക്ഷ ഗന്ധത്തെ നിയന്ത്രിച്ചു കൊണ്ടിരുന്നു.

അകത്തു നിന്ന് പൂട്ടിയ കിടപ്പ് മുറിയുടെ വാതിലും പൊളിച്ചു മാറ്റി. നേരിൽകണ്ട ഭയാനകമായ കാഴ്ച്ച.

ഒരാൾ കട്ടിലിലും മറ്റുള്ളവർ താഴെയും മരിച്ചു കിടക്കുന്നു, കഴി ഞ്ഞ രാത്രിയിലെ സംഭവം ആണ്. മരിച്ചിട്ട് ഏതാനും മണിക്കൂറുകൾ മാത്രം.

അധികാരികൾ അടുത്ത നടപടിയിലേക്ക് കടന്നു, കട്ടിലിനോട് ചേർ ന്നു കിടക്കുന്ന ഭിത്തിയിൽ A4 പേപ്പറിൽ ഓക്സിജൻ 3 എന്നെഴുതി ഒട്ടിച്ചിരിക്കുന്നു, അദൃശ്യമെങ്കിലും ഭൂമിയിൽ ജീവൻ നിലനിർത്തുന്നത് ഓക്സിജൻ ആണ്, അതു പോലെ ജീവിതം നിലനിർത്താൻ പണവും അവശ്യമാണ്.

അതില്ലാതാവുമ്പോൾ കരയിൽ പിടിച്ചിട്ട മത്സ്യങ്ങൾ ഓക്സിജന് വേണ്ടി മരണ വെപ്രാളം കാണിക്കും പോലെ.

പണത്തിന്റെ പോരായ്മകൾ പരിഹരിക്കാൻ, ഏതു രീതിയിലും കാര്യങ്ങൾ പരിഹരിക്കാൻ ജില്ല വിട്ടുള്ള, സംസ്ഥാനം വിട്ടുള്ള കഴു ത്തറപ്പൻ ബ്ലേഡ് മാഫിയയുമായി വലിയ ചില ഇടപാടുകൾ നട ത്തി.. വരും വരായ്മയെപ്പറ്റി ചിന്തിക്കാതെ, തുടക്കം എല്ലാം ഹാപ്പി ഹാപ്പി, എന്നാൽ പിന്നീട് പലിശയുടെ അടവുകൾ തെറ്റിയാൽ, മാന സിക സ്ഥിതി തന്നെ ഇളക്കി മാറ്റി മറിക്കുന്ന ഒരു പറ്റം പുറകെ ഉ ണ്ടാകും.

ക്രമേണ ഇളകി ആടുന്ന പാലത്തിന്റെ തൂണുകൾ പോലെ, ഓരോ ന്നായി കട പുഴകുവാൻ തുടങ്ങും, ഒടുവിൽ നിലം പൊത്തും. ദൈവ ത്തിന്റെ ഓരോ വികൃതികൾ എന്ന് ചിലർ, മനുഷ്യർ ഓരോന്ന് ചെയ് തിട്ടു ദൈവത്തിനെ ശപിക്കുന്നു മറ്റു ചിലർ.

ജില്ലാ അതിർത്തിയിലുള്ള ഒരു കഴുത്തറപ്പൻ ബ്ലേഡ് കമ്പനിയാണ് 'റെഡി ക്രെഡി', നേരിട്ട് പോക്കറ്റിലേക്ക് പണം ക്രെഡിറ്റ് ചെയ്യുന്ന രീ തി അതാണ് റെഡി ക്രെഡി.

അത്യാവശ്യക്കാർക്ക് അവർ പറന്നെത്തി പണം പലിശക്കു കൊ ടുക്കുന്ന ഒരു പ്രവണതയും ഉണ്ട്, അവർക്കത് ജീവൻ നിലനിർത്താൻ ഉപകരിക്കുന്ന ഓക്സിജൻ പോലെയാണ്.

എല്ലാം നിയമപ്രകാരം രജിസ്റ്റർ ചെയ്ത പണമിടപാട് സ്ഥാപനം. കസ്റ്റമേഴ്സിനെ ചാക്കിട്ട് പിടിക്കാൻ സെയിൽസ് എക്സിക്യൂട്ടീവ്മാർ അവരെ കൺട്രോൾ ചെയ്യാൻ മാനേജർമാർ... എല്ലാ കാര്യങ്ങളും നൂ

തന സാങ്കേതിക വിദ്യയിലൂടെ, കാര്യങ്ങൾ സുഗമമായി നടന്നു കൊള്ളും. ഒടുവിൽ ഉറപ്പിക്കൽ എഗ്രിമെന്റിൽ ആരും ശ്രദ്ധിക്കാത്ത നിരവധി കണ്ടിഷൻസ് വേറെയും.

മാസത്തിന്റെ അവസാനം മൂന്നു ദിവസത്തെ ഗ്രേസ് പീരിയഡിനോട് കൂടി അടക്കണം, ഏതാനും ദിവസത്തിനുള്ളിൽ പലിശ നേരിട്ടോ ഏജന്റിന്റെ കൈവശമോ എത്തിക്കണം. സമയം തെറ്റിയാൽ പിന്നെ ഫോൺ വിളി, പിന്നെ ഭീഷണി, അതും കൊണ്ട് നടന്നില്ലെങ്കിൽ, സഭ്യമല്ലാത്ത സംഭാഷണ ശകലങ്ങൾ. പിന്നെ പിന്നെ കേട്ടാൽ അറക്കുന്ന സംഭാഷണശകലങ്ങൾ, തെറി അഭിഷേകങ്ങൾ എന്നിട്ടും കാര്യം നടന്നില്ലെങ്കിൽ പിന്നെ നേരിട്ടൊരു വരവ്, ശത്രുവിനെ കീഴടക്കാൻ വരുന്ന ഒറ്റയാൾ പട്ടാളം പോലെ ! ശിഷ്യൻമാർ എന്നറിയപ്പെടുന്ന ഗുണ്ടകൾ വേറെയും.

കായിക ശക്തി പരീക്ഷണം നേരിട്ടോ അല്ലെങ്കിൽ ഇത്തരം തൊഴിലിൽ പ്രാവീണ്യം നേടിയ പലരെയും ഏർപ്പാടാക്കും, അവർക്കുള്ള കൈമടക്കു നേരത്തെ തന്നെ തീരുമാനിച്ചുറപ്പിച്ചതാണ്, അതു മുടങ്ങാതെ അവർക്കു കിട്ടിക്കൊണ്ടിരിക്കും, ഒരു തുടർക്കഥ പോലെ.

വലിയ തുകയുടെ പലിശകൾ ഒരു പാടു കൊടുത്തു തീർത്തു, എന്നിട്ടും പിന്നെയും ബാക്കി. കല്ലിട്ടു നികത്താൻ ശ്രമിക്കുന്ന വലിയ ഒരു ജലാശയം പോലെ.

മുടങ്ങിയ മാസപ്പലിശ തുകകൾ അന്വേഷിച്ചു ഫോൺ വിളിയുടെ ഒരു പ്രളയം അല്ല, ഘോഷയാത്ര തന്നെ, അവർ വരുന്ന വിവരങ്ങൾ തടി മില്ലിൽ വരും മുൻപേ അശോകൻ മണത്തറിയും, പിന്നെ ഒരു മുങ്ങൽ ഇത് പല കുറി ആവർത്തിച്ചപ്പോൾ, ഒരു ദിവസം രാത്രിവൈകി ഗുണ്ടാ സംഘം വീട്ടിൽ എത്തി.

ഭംഗിയായി സംസാരിച്ചു കൊണ്ടിരുന്നവരുടെ താളം തെറ്റിയത് എപ്പോഴെന്ന് അറിഞ്ഞില്ല, അങ്ങിനെ യാണ് അതിന്റെ ഒരു രീതി, പൊടുന്നനെ വരുന്ന മല വെള്ള പ്പാച്ചിൽ പോലെ ഇരച്ചു കയറും, ശക്തമായ ഭീഷണി യും താക്കീതും നൽകി, വന്നവർ താക്കീത് നൽകി യാത്ര പറയാതെ നടന്നകലും, രാത്രിയിലെ അപശബ്ദങ്ങൾ അടുത്ത വീടുകളിലേക്കും വ്യാപിച്ചിരുന്നു.

പിന്നീട്കുറച്ചു ദിവസത്തേക്ക് ആതിര പുറത്തേക്ക് ഇറങ്ങാറില്ലായിരുന്നു വീട്ടിൽ തന്നെ കഴിച്ചു കൂട്ടി.

ദിവസങ്ങൾ കഴിയും തോറും അശോകന്റെ കണക്കു കൂട്ടൽ മുഴുവൻ പിഴച്ചു, പ്രതീക്ഷിച്ച വരുമാനം ഒന്നും തടിമില്ലിൽ നിന്നും കിട്ടി

യില്ല, പലിശയും കൂട്ടുപലിശയും നാൾക്ക്നാൾ കൂടി വന്നു. തോട്ടം തൊഴിലാളികൾക്കിടയിൽ തുടക്കമിട്ട, 'നിധി' എന്നും 'റെഡി ക്രെഡി' എന്നുമുള്ള ഓമനപ്പേരിൽ അറിയപ്പെട്ടിരുന്ന കഴുത്തറപ്പൻ രീതി ചില്ലറ ആവശ്യങ്ങൾ മുതൽ വലിയ വലിയ ആവശ്യങ്ങൾക്ക് വേണ്ടിയും പലരും ഇവരെ ആശ്രയിക്കു മായിരുന്നു.

ആരുടെയോ തലയിൽ ഉരുത്തിരിഞ്ഞ ആശയം പങ്കു കച്ചവടത്തിന്റ ഭാഗമായി അശോകൻ, പണ്ടേ കാടിനോടും മരത്തിനോടും പ്രിയമുള്ള ആൾ അതിൽ തന്നെ കടിച്ചു തൂങ്ങി നിന്നു അത് പിന്നീട് ഒരു തടിമില്ലായി രൂപം കൊണ്ടു. കട്ടിയുള്ള കാതലിനെ കീറി മുറിക്കുന്ന ഈർച്ച വാൾ നെഞ്ചിലൂടെ കയറി ഇറങ്ങി അല്പം പോലും രക്തം പൊടിയാതെ.

തൊഴിലാളികൾക്കിടയിലെ കൂടുതൽ ഓക്സിജൻ ആവശ്യമുള്ളവരെ കണ്ടെത്തി, തിരഞ്ഞുപിടിച്ച് അവരെ സ്നേഹത്തോടെ കെട്ടിയേൽപ്പിക്കും, അടവ് തെറ്റുമ്പോഴാണ് വിഷം പുരട്ടിയ സ്നേഹം തിരിച്ചു കടിക്കുന്നത്.

കൂട്ട ആത്മഹത്യയുടെ തലേ രാത്രിയിൽ ഒരു വലിയ സംഘം അശോകന്റെ വീട്ടിലെത്തി ശാരീരിക ഉപദ്രവങ്ങൾ അല്ലാത്തതെല്ലാം ചെയ്തു, സമയത്തിന് പണം എത്തിച്ചില്ലെങ്കിൽ ഏകമകളെ നശിപ്പിക്കുമെന്ന് വരെ പറഞ്ഞു.

ഏറെ നേരെത്തെ ചിന്തകൾക്കും മൗനത്തിനും ഒടുവിൽ അവർ മൂവരും കൂടി ഒരു തീരുമാനം എടുത്തു ഒരു ഉറച്ച തീരുമാനം.

മറ്റുള്ളവർക്ക് അതൊരു പക്ഷെ ഒരുകടുംകൈ. കുറ്റപ്പെടുത്താൻ വലിയ അവസരം, ആരെന്തു പറഞ്ഞാലും ഇനി വയ്യ രാത്രിയിലെ വൈകിയ വേളയിലെ നാലു ചുവരുകൾക്കുള്ളിലെ മൂന്നു പേരുടെ സംഭാഷണങ്ങൾ ആരും കേൾക്കാതെ ആരോടും പറയാതെ...

അവർക്കു പലിശ മാത്രം മതിയത്രേ മുതല് പിന്നീട് സമയത്തിന് പലിശ അതൊരു വലിയ വരുമാനം.. അതാണവർക്ക് വേണ്ടതും ഒടുവിൽ മണിക്കൂറുകളുടെ ആലോചനക്ക് ഒടുവിൽ എടുത്ത തീരുമാനം ശെരിയോ തെറ്റോ ?

അവർക്കത് ശരിയായിരുന്നു..

മറ്റുള്ളവർക്കോ ???

അപ്രതീക്ഷിതം

അസ്തമയ സൂര്യന്റെ മങ്ങിയ വെളിച്ചം, പുറത്തെ മരങ്ങളിലെ പക്ഷികൾ വലിയ കൂട്ടമായി വേവലാതിപ്പെട്ടുകൊണ്ട് അങ്ങോട്ടും ഇങ്ങോട്ടും.

ചേക്കേറാനുള്ള വെപ്രാളത്തിൽ അവ പരക്കം പായുകയും ബഹളം വെച്ചുകൊണ്ടുമിരുന്നു. ഒപ്പം ഉച്ചത്തിൽ ഉള്ള ശബ്ദത്തിനും ഒരു കുറവും ഉണ്ടായിരുന്നില്ല. ദീർഘദൂര യാത്ര നടത്തുന്ന ഓരോരുത്തർക്കും യാത്രമംഗളം നടത്തും പോലെ !

വീണ്ടും ഒരു ഗൾഫ് യാത്ര, കുറച്ച് നേരത്തെ കാത്തിരിപ്പിനോടുവിൽ നീണ്ടവരിക്കു നേരിയ ചലനം മുൻപിലെ വാ പിളർന്നു നിൽക്കുന്ന വലിയ കണ്ണാടിവാതിലിനു മുൻപിൽ രണ്ട്

പോലീസ്കാർ വലിയ തോക്കും തോളിലിട്ട്, ഓരോരുത്തരുടെയും രേഖകൾ പരിശോധിച്ചു കടത്തി വിടുന്നു.

ഏറെ നേരത്തെ കാത്തിരിപ്പിനൊടുവിൽ തന്റെ ഊഴം എത്തി, അകത്തു കടന്നപാടെ ഒഴിഞ്ഞു കിടന്ന ടിക്കറ്റ് കൗണ്ടറിലേക്ക് അതിവേഗം നടന്നടുത്തു.

ഓട്ടമത്സരത്തിൽ ഒന്നാം സ്ഥാനം നേടിയ കുട്ടിയെ പോലെ... ട്രോളിയിൽ നിന്നും വലിച്ചെടുത്ത വലിയ പെട്ടി ചെക്കിങ് കൌണ്ടറിലെ ഡിജിറ്റൽ മെഷീന്റെ നെഞ്ചത്ത് കയറ്റി വച്ചു.

സീറോയിൽ ഇരുന്ന ന്യൂമറിക്കൽ സിസ്റ്റം ആകെ ഒന്നിളകി ആടി ഉലഞ്ഞു. കൗണ്ടറിൽ ഇരുന്ന കണ്ണാടി വച്ച പെൺകുട്ടിയുടെ നോട്ടം എന്നിലേക്ക്.

Sir, show me your hand bag please ?

ട്രോളിയിൽ ഇരുന്ന കറുത്ത ചെറിയ ബാഗ് കൂളായി ആകുട്ടിയുടെ മുൻപിൽ വച്ചു സഹായി അതെടുത്തു വീണ്ടും ഡിജിറ്റൽ തൂക്കു മെഷീൻന്റെ മുതുകത്തു വച്ചു. പെൺകുട്ടിക്ക് സമാധാനം ആയപോലെ ഒപ്പം എനിക്കും.

ഡസ്ക് ടോപ്പിൽ മിഴിപായിച്ചിരുന്ന കുട്ടി ബോർഡിങ് പാസ്സ് ഇഷ്യൂ ചെയ്യാനുള്ള തത്രപ്പാടിലാണെന്ന് മനസ്സിലായി..

'I need a window seat please' ഞാൻ ഉറക്കെ പറഞ്ഞു.

കേട്ടപാടെ, ok sir, please wait...

ഞാൻ ക്ഷമയോടെ നാലുപാടും നോക്കി നിന്നു. രാത്രിയിലാണ് യാത്ര, രാത്രി ആയാലും പകൽ ആയാലും, വിൻഡോ സീറ്റ് ഇല്ലാത്ത ഒരു യാത്ര ഇല്ലേ ഇല്ല... എത്രയോ കാലമായി യാത്ര ചെയ്യുന്നു വിൻഡോ സീറ്റിൽ മാത്രം !

ഒരിക്കൽ ഒരു യാത്രക്കിടയിൽ ഒരു കൗമാരക്കാരൻ ചോദിച്ചു, 'ചേട്ടാ ഞാനാ വിൻഡോ സീറ്റിൽ ഒന്നിരുന്നോട്ടെ ?' ഞാനൊരു നോട്ടം നോക്കി, ഇതെന്റെ അപ്പനപ്പൂന്മാരായി എനിക്കു തന്ന ഒരവകാശം പോലെ.

സീറ്റ് ബെൽറ്റ് ഊരി ഒന്നും കൂടി മുറുക്കി ഇട്ടു. എന്നിട്ട് അവനെ ഒന്ന് തുറിച്ചു നോക്കി.

യാത്രയുടെ അവസാനം വരെ അവൻ എന്നെയോ ആ വിൻഡോ സീറ്റിൽ കൂടി കാണുന്ന ആകാശ വിസ്മയത്തെയോ ഒരിക്കൽ പോലും ഒളിഞ്ഞു നോക്കാൻ ശ്രമിച്ചില്ല.

ഏതാനും സമയത്തെ നിശ്ശബ്ദതക്കു ശേഷം, ബോർഡിങ് പാസ്സും പാസ്സ്പോർട്ടുമായി സെക്യൂരിറ്റി ചെക്കിങ്ങിന് ചെന്നപ്പോൾ ഡൽഹിക്കാരൻ ഉദ്യോഗസ്ഥൻ ഏതോ ഒരു പരിചയക്കാരിയുമായി ഉറക്കെ സംസാരിക്കുന്നു. സൗഹൃദം പുതുക്കുന്നു ഫോൺ നമ്പർ വാങ്ങുന്നു ചിരിക്കുന്നു ഒപ്പം പഠിച്ചവരായിരിക്കും, പഴയ സുഹൃത്തുക്കൾ ആയിരിക്കാം ആ സമയമത്രയും ഞാൻ വടക്കുനോക്കിയന്ത്രം കണക്കെ കൈകൾ നീട്ടി ചെക്കിങ് സ്റ്റാൻഡിൽ, അല്പം കഴിഞ്ഞപ്പോൾ എന്റെ കൈകൾ ദിശ തെറ്റി താഴേക്ക് പതിച്ചു.

ഉള്ളിൽ അൽപ്പം പരിഭവം തോന്നി, ഒടുവിൽ ഒരു കുഞ്ഞു ടെന്നീസ് ബാറ്റിന്റെ വലുപ്പത്തിലുള്ള സാധനം കൊണ്ട് സ്ഥാനത്തും ആസ്ഥാനത്തും ഒന്നുഴിഞ്ഞു, കുഴപ്പക്കാരൻ അല്ലെന്ന് ഉറപ്പുവരുത്തി, അടുത്ത ലെവലിലേക്ക്.

മറ്റു വിവിധ യാത്രക്കാരോടൊപ്പം നീണ്ട കാത്തിരിപ്പ് ആകാശ യാത്രക്കുള്ള ആവേശം, യാത്രക്കിനിയും സമയമുണ്ട്.

എപ്പോഴും വായിക്കാൻ ഒരു ബുക്ക് ബാഗിൽ കരുതി വെക്കാറുണ്ട്, എങ്കിലും തൊട്ടടുത്തുള്ള ബുക്ക് സ്റ്റാൾ കണ്ടപ്പോൾ ഒന്ന് കയറാൻ തോന്നി.

പലരും ബുക്കുകൾ മറിച്ചു നോക്കുന്നു, ചിലർ വാങ്ങുന്നു, മറ്റുചിലർ വെറും കാഴ്ചക്കാർ, ധൃതിയിൽ കടന്നു വന്ന ഒരച്ഛനും മകനും അവന്റെ പ്രിയപ്പെട്ട ഏതോ ബുക്ക് വാങ്ങി നടന്നകന്നു, ബുക്കിന് കവർ

പോലും വാങ്ങാതെ, സന്തോഷത്തോടെ നടന്നകന്നു.

വിവിധ സ്ഥലങ്ങളിലേക്ക് പോകുന്ന ഫ്ളൈറ്റിന്റെ അറിയിപ്പുകൾ വന്നു കൊണ്ടിരുന്നു. പുതിയ ഓഫറുമായി ബുക്ക് സ്റ്റാളുകാരൻ.. പുതിയ ബുക്കിലൂടെ ഒരു ഓട്ടപ്രദക്ഷിണം നടത്തി പലതും നോക്കികൊണ്ട് നിന്നപ്പോൾ പ്രായം തികഞ്ഞൊരു പെൺകുട്ടി ഒരു ബുക്കുമായി കൗണ്ടറിൽ, മഞ്ഞ ചുരിദാറും അതിനു പറ്റിയ ഷാളുമായി, ഇപ്പോഴാണ് ആ കുട്ടിയെ ശരിക്കും ശ്രദ്ധിച്ചത്, എങ്ങോ മറഞ്ഞു വച്ച ഓർമ്മകൾ ചികഞ്ഞെടുത്ത്.

വർഷങ്ങൾക്കു മുൻപ് തന്റെ ജൂനിയർ ആയി പഠിച്ച നളിനിയെ പോലെ, അതേ അതു നളിനി തന്നെയെന്നു തോന്നുന്നു. നളിനി ഇപ്പോൾ എവിടെയാണോ ആവോ ? മനസ്സിൽ കോളേജ് കാല ജീവിതത്തിന്റെ ഓർമ്മകൾ, ജീവിതത്തിന്റെ നിറപ്പകിട്ടാർന്ന നിമിഷങ്ങൾ, നൈമിഷിക തീരുമാനത്തിന്റെയും, വികലമായ ചിന്തയുടെയും കാലഘട്ടങ്ങൾ.

ഒരിക്കലും മറക്കാൻ കഴിയാത്ത മനോഹരമുഖം, പത്താം ക്ലാസ്സ് കഴിഞ്ഞു വന്ന നിഷ്ക്കളങ്കയായ കുട്ടി, സീനിയർ ചേട്ടൻമാരുടെ ക്രൂരതക്ക് വിട്ടുകൊടുക്കാതെ ഒപ്പം നിന്നു, ഒടുവിൽ ഞങ്ങൾ കുറച്ചു കൂട്ടുകാർ സംരക്ഷണം ഏറ്റെടുത്തു. അതൊരു കാലം, പിന്നീട് എപ്പോഴോ നല്ല സുഹൃത്തുക്കളായി ഡിഗ്രി കഴിഞ്ഞതോടുകൂടി പിന്നെ എല്ലാവരും ഓരോ വഴിക്ക്.

കോളേജിലെ സ്പെഷ്യൽ റിക്രൂട്മെന്റിൽ ചെന്നൈയിൽ ഒരു നല്ല കമ്പനിയിൽ ട്രെയിനി ആയി ജോലി കിട്ടിയതോട് കൂടി ജീവിതം മാറി മറിഞ്ഞു.

വെയ്റ്റിംഗ് ലോഞ്ചിൽ ഇരിക്കാൻ നേരം ബുക്ക് സ്റ്റാളിൽ കണ്ട കുട്ടി, തന്റെ അമ്മയോട് എന്തെല്ലാമോ കുശലം പറയുന്നു.... ഒന്നുകൂടി സൂക്ഷിച്ചു നോക്കി അതെ അതു നളിനി തന്നെ യെന്നു തോന്നുന്നു, നീണ്ട വർഷത്തെ ഒരുപാട് മാറ്റങ്ങൾ ഓർമകളുടെ ഒരു വേലിയേറ്റം.ഒന്ന് കൂടി സൂക്ഷിച്ചു നോക്കി ഉറപ്പാക്കി നളിനി തന്നെ വർഷങ്ങൾ എത്ര കഴിഞ്ഞാലും ഓർമകളുടെ തിരതല്ലൽ, മനസ്സിൽ പതിഞ്ഞത് മാറുകയില്ലല്ലോ.

ആരും ശ്രദ്ധിക്കാതെ വീണ്ടും ഒന്നുകൂടി നോക്കി, ഉറപ്പു വരുത്തി അവസാനം വിധി എഴുതി.

അവൾ തന്നെ.

അല്പസമയം കഴിഞ്ഞ് എന്തിനോ വേണ്ടി നളിനി ഒറ്റക്ക് തന്റെ മുന്നിലൂടെ...

എസ്ക്യൂസ് മി.

'നളിനി അല്ലേ ?'

അതേ, ഉത്തരം പെട്ടെന്നായിരുന്നു.

ഏതാനും നിമിഷം കൊണ്ട് നളിനിക്ക് ആളെ പിടികിട്ടി... താളും പുറങ്ങളും അധികം മറിക്കേണ്ടി വന്നില്ല.

നീണ്ട വർഷങ്ങൾ ഒന്നും ഒരു തടസ്സമേ അല്ലായിരുന്നു.

ഓർമ്മകൾ അതിവേഗം പറന്നടുത്തു.

ധനിൽ...., അതെ, ചോദ്യവും മറുപടിയും പെട്ടെന്നായിരുന്നു...

നളിനിയുടെ പഴയ രീതിയിലുള്ള അതേ ചോദ്യം, തല ചെരിച്ചുള്ള അതേ നോട്ടവും ചോദ്യവും, എല്ലാം ഓർത്തെടുത്തു,

പലരും നളിനിയെ സ്നേഹിക്കാൻ ഒരു ശ്രമം നടത്തിക്കൊണ്ടിരുന്നു...

എന്നാൽ നളിനിയിൽ യാതൊരു ഭാവ വ്യത്യാസവും കണ്ടില്ല, എല്ലാവരോടും ഒരേ രീതിയിൽ, ഒരേ രൂപത്തിൽ ഒരേ ഭാവത്തിൽ...

നീണ്ട കാലങ്ങൾക്ക് ശേഷമുള്ള കണ്ടുമുട്ടൽ...

നളിനി ആദ്യമായി കോളേജിൽ വന്ന ദിവസം, മറ്റ് വില്ലന്മാരോടൊത്തു റാഗിംഗ് നടത്തി...

ചെറിയ പണിഷ്മെന്റ് എല്ലാം ചെയ്തു കൊണ്ടിരുന്നു, ഒടുവിൽ എപ്പോഴോ കഠിന പണിഷ്മെന്റ് വന്നപ്പോൾ. എന്തെല്ലാമോ സംഭവിച്ചു.

ഒടുവിൽ എല്ലാവരും ആ ശ്രമം ഉപേക്ഷിച്ചു. പിന്നെ ഇണങ്ങിയും പിണങ്ങിയും കുറെ കാലം, ഒടുവിൽ നല്ല ഫ്രണ്ട്സ് ആയി.

ഒരുപാട് സംസാരിക്കാൻ തോന്നി ധനിലിന്, വാക്കുകൾ കിട്ടാതെ, മൗനം കൊണ്ട് പലതും പറയാതെ പറഞ്ഞു.

ചെറുതും വലുതുമായ പല വിശേഷങ്ങളും പങ്കുവെച്ചു.

ഒരേ ഫ്ളൈറ്റ് ആണല്ലോ ഇറങ്ങിയ ശേഷം കൂടുതൽ സംസാരിക്കാം. എങ്ങനെയാ എയർപോർട്ടിൽ നിന്നും പോകുന്നത് ?

അച്ഛൻ വരും കാറുമായി. മകൾ ഗ്രീഷ്മയാണ് മറുപടി പറഞ്ഞത്.

നളിനിയുടെ ആശ്ചര്യവും അങ്കലാപ്പും ഇതുവരെയും മാറിയിട്ടില്ല.. നീണ്ട ഇരുപത്തി അഞ്ചു വർഷങ്ങൾ ഒരിക്കലും പ്രതീക്ഷിക്കാതെ. കോളേജ് വിട്ടതിനുശേഷമുള്ള ആദ്യ കൂടിക്കാഴ്ച്ച.

നമ്പർ വാങ്ങി ഇനി പിന്നീട് ഫോണിലൂടെയും സംസാരിക്കാമല്ലോ.

ബോർഡിങ് സമയമായി ഓരോരുത്തരും ഇരിപ്പിടത്തിൽ നിന്നും എഴുന്നേൽക്കുന്നു... വീണ്ടുമൊരു ആകാശയാത്ര.. അതും നളിനിയോടൊപ്പം ഒരേ ഫ്ളൈറ്റിൽ.

സമയത്തിന് തന്നെ ഫ്ളൈറ്റ് ലാൻഡ് ചെയ്തു.

ലഗേജ് എല്ലാം എടുത്തു പുറത്തുകടക്കാൻ സമയം നളിനി മുഴുവൻ സമയവും ഫോണിൽ, വിളിച്ചിട്ട് എടുക്കുന്നില്ല. വണ്ടിയിൽ ആയിരിക്കും.

ഞാൻ കൊണ്ടാക്കാം, എനിക്ക് കമ്പനിയിൽ നിന്നും വണ്ടി വരും.

അവളത് കേട്ടഭാവമേ കാണിച്ചില്ല, നളിനി ഫോൺ വിളിച്ചുകൊണ്ടിരുന്നു.. വിഷാദത്തിന്റെ നീലിച്ച മുഖം.. ചോര വാർന്നൊഴുകിയ പോലെ.

എന്തുപറ്റി ? ഞാൻ വളരെ വിനയത്തോടെ വീണ്ടും ചോദിച്ചു.

റിങ് ചെയ്യുന്നുണ്ട് എടുക്കുന്നില്ല, സമയം പോയി കൊണ്ടിരുന്നു.

വിഷമിക്കാതിരിക്കൂ.

ഡ്രൈവിങ്ങിലായിരിക്കും ..

ഞാൻ അവൾക്ക് ആത്മധൈര്യം നൽകി കൊണ്ടിരുന്നു, ഒപ്പം മകളെയും ആശ്വസിപ്പിച്ചു..

സാരമില്ല ഞാൻ വെയിറ്റ് ചെയ്തോളാം, നളിനിയുടെ ഭർത്താവിനെ കണ്ട് പരിചയപ്പെടാമല്ലോ...

സമയം ഒച്ചിനെ പോലെ, പലരും വലിയ ലഗേജ്കളുമായി പുറത്തേക്ക് വരുന്നു.. വരുന്ന അതിഥികളെ സ്വീകരിക്കാൻ പൂക്കളുമായ് പലരും.

ഹോട്ടൽ ജോലിക്കാർ നെയിം ബോർഡുമായി ഒരു വശത്തുനിൽക്കുന്നു.

പ്രായമായ മാതാപിതാക്കൾ പതുക്കെ നടന്നടുക്കുന്നു, അവരെ ഓടി വന്ന് കെട്ടി പിടിക്കുന്ന കൊച്ചു മക്കൾ.. എന്ന് വേണ്ട സന്തോഷത്തിന്റെ നിമിഷങ്ങൾ...

തൊട്ടപ്പുറത്തു തന്റെ ഭർത്താവിനെ കാണാത്തതിലുള്ള വിഷമത്തിൽ നളിനിയും അച്ഛനെ കാണാത്ത ദുഃഖത്തിൽ മകൾ ഗ്രീഷ്മയും.

ഒരേ ഫ്ളൈറ്റിൽ വന്നവർ മുഴുവനും എയർപോർട്ടിൽ നിന്നും യാത്രയായി.

നളിനി വിളിച്ചറിയിച്ചതനുസരിച്ചു ഏതാനും ചില അടുത്ത ബന്ധുക്കൾ മാറി മാറി വിളിച്ചുകൊണ്ടിരുന്നു, പഴയതു പോലെ റിങ്ങ് ചെയ്യുന്നുണ്ട്, ആരും എടുക്കുന്നില്ല.

നളിനിയുടെ മുഖം വീണ്ടും മ്ലാനമായി, ഏറെ വെളുത്തു വിളറിയിരിക്കുന്നു.

സാരമില്ല, ഞാൻ കൊണ്ടാക്കാം, ഒരാശ്വാസവാക്കും ഈ സമയത്ത് അവൾക്ക് ആശ്വാസം കൊടുക്കില്ല.

തന്റെ ഭർത്താവിനെ കണ്ടെത്തും വരെ ആ മനുഷ്യനെന്തു പറ്റി ?

അപകടം എന്തെങ്കിലും ? സാവധാനം അവരിലെ ഭയം കാട്ടുതീ പോലെ എന്നിലേക്കും പടർന്നു.

നിമിഷനേരം കൊണ്ട് അവരുടെ റിലേറ്റീവ്കളും സുഹൃത്തുക്കളും വിവരങ്ങൾ അറിഞ്ഞു.

ചിലർ പോലീസിൽ പരാതി കൊടുക്കാമെന്നുവരെ പറഞ്ഞു..

ഒടുവിൽ എപ്പോഴോ അവർ എന്നോടൊപ്പം യാത്ര ചെയ്യാൻ തയ്യാറായി. അവരെ സുരക്ഷിതമായി ബിൽഡിംഗ്ന്റെ പാർക്കിങ്ങിൽ എത്തിച്ചു.

പുതിയ ഫ്ളാറ്റിലാണ് താമസം, ഇങ്ങോട്ട് മാറിയിട്ട് അധികാലമായില്ല. അടുത്തുള്ളവരെ അധികം പരിചയമില്ല, കൂടാതെ വാച്ചുമാനേയും

ഭാഗ്യത്തിന് ഒരു താക്കോൽ ബാഗിലുണ്ടായിരുന്നു. വളരെ കരുതലോടെ പ്രധാനവാതിൽ തുറന്നു.

അസ്വഭാവികമായി ഒന്നും തന്നെ ഇല്ല നളിനിയുടെ ഭർത്താവ് ജയൻ റൂമിലില്ല.

അടുത്ത ബന്ധുക്കൾ ഒരോരുത്തരായി വന്നു കൊണ്ടിരുന്നു മറ്റുപലരും നളിനിയുടെ ഫ്ളാറ്റിലേക്ക് ഉള്ള യാത്രയിൽ... അവർ വന്നതിന് ശേഷം ഒരു തീരുമാനം എടുക്കാം എന്ന ധാരണയിൽ നളിനിയും...

എത്രയോ വർഷങ്ങൾക്ക് ശേഷമാണ് ഞാൻ അപ്രതീക്ഷിതമായി നളിനിയെ കാണുന്നത്, അത് ഇങ്ങനത്തെ ഒരു സന്നിഗ്ധഘട്ടത്തിൽ ആകുമെന്ന് ഒരിക്കലും പ്രതീക്ഷിച്ചില്ല. കണ്ട മാത്രയിൽ പഴയ പലതും സംസാരിക്കണമെന്നുണ്ടായിരുന്നു. ഒന്നിനും സാവകാശം കിട്ടിയില്ല, ഇപ്പോൾ ഒന്നും സംസാരിക്കാൻ പറ്റിയ സമയമല്ലല്ലോ.

നളിനിക്ക് വേണ്ടപ്പെട്ട പലരും ഫ്ളാറ്റിലേക്ക് വന്നു കൊണ്ടിരുന്നു, ആരെങ്കിലും അൽപ്പം ആശ്വാസം കൊടുത്താൽ..

നളിനിയുടെ നിർദ്ദേശപ്രകാരം, വാച്ചുമാനെ തിരഞ്ഞൊരു യാത്ര നടത്തി.

വാച്ചുമാന്റെ കുഞ്ഞു മുറിയിൽ ലൈറ്റ് ഉണ്ട്, ബെല്ലടിച്ചു, അകത്തു ആരൊക്കെയോ ഉണ്ട് എന്നാൽ വാതിൽ തുറക്കുന്നില്ല, എന്നിൽ സംശയത്തിന്റെ വിത്തുകൾ മുളപൊട്ടി.

എന്താണ് വാതിൽ തുറക്കാത്തത് ഏറെ നേരം കാത്തു നിന്നിട്ടും വാതിൽ തുറന്നില്ല, പാർക്കിങ്ങിൽ കണ്ട ഒരാളോട് വാച്ചുമാനെ കുറിച്ച് ചോദിച്ചു, അയാൾ ആ വലിയ കെട്ടിടത്തിന്റെ ഏറ്റവും മുകളിലുണ്ടെന്നറിഞ്ഞു.

ഉടനെ അങ്ങോട്ട് തിരിച്ചു, ഏറ്റവും റൂഫ്ടോപ്പിൽ അയാൾ എന്തെല്ലാമോ ചെയ്യുന്നു. ഒഴിഞ്ഞ മദ്യ കുപ്പികൾ എടുത്തു സഞ്ചിയിൽ ആ

ക്കുന്നു ഒപ്പം മറ്റ് പലതും പിന്നീടവിടെ വെള്ളം ഒഴിച്ച് കഴുകി വൃത്തിയാക്കുന്നു...

എനിക്കൊന്നും മനസ്സിലായില്ല.

'താഴെ 14B യിൽ താമസിക്കുന്ന ജയനെ കണ്ടുവോ ?'

മറുപടി ചില ചോദ്യങ്ങളായിരുന്നു..

നിങ്ങളാരാണ് ?

എന്തിനിവിടെ വന്നു ?

ചോദ്യങ്ങൾക്ക് ഒരു വാച്ചു മാന്റെ അധികാരമോ ?

അതോ ഒരു പോലീസ് കാരന്റെ ചോദ്യം ചെയ്യല് പോലെയോ ?

ഞാൻ എല്ലാ വിവരവും പറഞ്ഞു, അയാൾ മുഖത്തു നോക്കുകയോ മറുപടി പറയുകയോ ചെയ്തില്ല.

അയാൾ അയാളുടെ ജോലിയിൽ മാത്രം ശ്രദ്ധിച്ചു കൊണ്ടിരുന്നു.

ഒഴിഞ്ഞ മദ്യക്കുപ്പികൾ, പൊട്ടിയ ഗ്ലാസുകൾ, പകുതി കുടിച്ച സോഡാ കുപ്പികൾ, സിഗരറ്റ് കുറ്റികൾ, ഭക്ഷണത്തിന്റെ അവശിഷ്ടങ്ങൾ അങ്ങനെ പലതും അയാൾ മറ്റൊരു സഞ്ചിയിൽ നിറച്ചു കൊണ്ടിരുന്നു.

ഒളികണ്ണിട്ടു എപ്പോഴോ എന്നെ നോക്കാനും മറന്നില്ല അയാളുടെ നോട്ടത്തിലും ഭാവത്തിലും എന്തെല്ലാമോ പൊരുത്തക്കേടുകൾ.

സത്യം, നീതി ആത്മാർത്ഥത ഇതുണ്ടെങ്കിൽ ആരും ആരെയും സംശയിക്കില്ല

ട്രാഫിക്കിൽ കിടന്ന കാറിൽ അനങ്ങാതെ ഇരുന്ന ജയനെ, തൊട്ടടുത്തുള്ള യാത്രക്കാരാണ് കണ്ടത്, ആരോ പോലീസിൽ അറിയിച്ചതനുസരിച്ചു പോലീസ് വന്ന് എടുത്തുകൊണ്ടു പോയി, കാർഡിയാക് അറസ്റ്റ്, സിഗ്നലിൽ വണ്ടിയിൽ ഇരുന്നു തന്നെ മരിച്ചു.

പോസ്റ്റ്മോർട്ടം റിപ്പോർട്ടിൽ മണിക്കൂറുകൾക്ക് മുൻപ് ദേഹത്തേറ്റ നിരവധി മർദ്ദനങ്ങളാണ്, ഈ അത്യാഹിതത്തിന് കാരണമെന്ന് പറയുന്നു.

പുറത്തേക്ക് നോക്കിയപ്പോൾ പോലീസ് വണ്ടി താഴെ പാർക്കിങ്ങിൽ, ഏതാനും പോലീസ്കാരുടെ അകമ്പടിയോടു കൂടി വാച്ച്മാൻ തലകുനിച്ചു വാഹനത്തിലേക്ക് കയറുന്നു, റോയൽ ഒമാൻ പോലീസിന്റെ വാഹനം പാർക്കിംഗ് വിട്ട് പ്രധാന പാതയിലേക്ക് പ്രവേശിച്ചു.

അപ്പോഴും പലരും നളിനിയുടെ ഫ്ളാറ്റിലേക്ക് വന്നുകൊണ്ടിരുന്നു. നളിനി കട്ടിലിൽ തളർന്നു കിടക്കുന്നു, മകൾ തൊട്ടരികെ, മരണ വീട് പോലെ.

അല്ല മരണവീട് തന്നെ, മോർച്ചറിയിൽനിന്നും ജയന്റെ ആത്മാവ് അവിടെയും ഇവിടെയുമായി...

അയാളും അവളും

രാത്രി വൈകിയും പോലീസ് സ്റ്റേഷന്റെ മുൻപിലെ ഒഴിഞ്ഞ ബെഞ്ചിൽ ഉറക്കം തൂങ്ങി ഇരുന്ന അയാളെ ഏറെ നേരത്തിനുശേഷം ആരോ തട്ടി ഉണർത്തി

'വാ നമുക്ക് പോകാം' പകലിന്റെ ആരവങ്ങൾ എപ്പോഴോ നിലച്ചു പോയി, വിജനമായ വീഥികൾ, അപൂർവ്വം വാഹനങ്ങൾ മാത്രം! അലഞ്ഞു നടക്കുന്ന ഏതോ നായ്ക്കൾ ലക്ഷ്യമില്ലാതെ നടന്നകലുന്നു.. അവർക്കും പ്രിയപ്പെട്ടവരെ നഷ്ടപ്പെട്ടോ ആവോ ?

ഏതാനും ദിവസത്തെ അന്വേഷണത്തിനൊടുവിലാണ്, ഇങ്ങനെ ഒരു തീരുമാനം എടുത്തത് കേസും പോലീസും ഒന്നും വേണ്ടാന്ന് തുടക്കത്തിലേ മനസ്സിൽ കരുതിയതാണ് ഒടുവിൽ അത് തന്നെ വേണ്ടി വന്നു, ജീവിതത്തിലാദ്യമായാണ് ഒരു പോലീസ് സ്റ്റേഷന്റെ പടികൾ കയറുന്നതും ഒരു നിയമ പാലകന്റെ തിരിച്ചും മറിച്ചുമുള്ള ചോദ്യങ്ങൾക്ക് മുൻപിൽ ചൂളാതെ ഉത്തരം പറയുന്നതും.

ഇതിനു മുൻപും ഇങ്ങനെ സംഭവിച്ചിട്ടുണ്ട്, പക്ഷെ അന്നൊന്നും ഇത്ര വലിയവിഷമം തോന്നിയിട്ടില്ല

ഒരു തരം തമാശ എന്നോണം അധികം വൈകാതെ തിരിച്ചെത്താറുണ്ടായിരുന്നു എന്നാൽ ഇക്കുറി അങ്ങനെ അല്ല..

നാൽപത്തിയെട്ടു മണിക്കൂർ കഴിഞ്ഞിരിക്കുന്നു, ഇതുവരെയും ഒരു വിവരവുംഇല്ല, വിളിച്ചില്ല തന്നെയുമല്ല ഒരു മെസേജ് പോലും ഇല്ല..

എന്തിനോടുള്ള പകയായിരുന്നുവോ ആവോ ? ഇത്ര വലിയ കലിപ്പിന് മാത്രം.

അയാൾ ഒന്നും തന്നെ ചെയ്തില്ല, ചില ഉപദേശങ്ങൾ, ചെറിയ കുറ്റപ്പെടുത്തലുകൾ അത്രമാത്രം അത് അവരുടെ ഇപ്പോഴത്തെ സാഹചര്യത്തിന് അനിവാര്യമാണെന്ന് അയാൾക്കറിയാം, അതെങ്കിലും അയാൾ ചെയ്തില്ലെങ്കിൽ അയാളൊരു പിണമാണെന്നും , പുരുഷൻ എന്ന ഗണത്തിൽ നിന്നും പുറത്താകുക മാത്രമല്ല, അതിൽ പെടുത്താനെ കൊള്ളത്തില്ല. സ്വയം വിലയിരുത്തി.

തന്നെയുമല്ല അയാൾക്ക് അയാളുടേതായ അഭിമാനപ്രശ്നങ്ങൾ ഉ

ണ്ടല്ലോ. ഒരിക്കലും പുരുഷ മേധാവിത്വം എന്ന സാമ്പ്രദായിക തത്വ സമ്പ്രദായത്തോടും സംഹിതയോടും യോജിപ്പില്ലെങ്കിലും ഒരു വിധം അണ്ടർ സ്റ്റാൻഡിങ്ങിൽ പോവാതെ...

ജൻഡർ ഇക്വാളിറ്റി, അതിന് അയാൾ വില കല്പിച്ചിരുന്നു. എല്ലാം ഒരുപോലെ, മേധാവിത്വം ആർക്കും വേണ്ട.

ആദ്യ കാലങ്ങളിലെ സൗന്ദര്യ പിണക്കങ്ങളിൽ നിന്നും പരസ്പരം ഉള്ള പല ഒത്തു തീർപ്പുകളിൽ നിന്നും എടുത്ത ശക്തമായ തീരുമാനങ്ങൾ എല്ലാം കാറ്റിൽ പറത്തി, അവളെങ്ങനെ ഇങ്ങനെ മാറിപ്പോയി ഒരെത്തും പിടിയും കിട്ടുന്നില്ല.

രാത്രി ഏറെ വൈകിയിരിക്കുന്നു, പോലീസ് സ്റ്റേഷന്റെ പടികൾ ഇറങ്ങി പുറത്ത് കാറിന്റെ അടുത്തേക്ക്നീങ്ങിയപ്പോൾ ഒരു പോലീസ് ജീപ്പ് ഇരമ്പി പാഞ്ഞു വന്നുനിന്നു, ആ വരവിൽ ജീപ്പിന്റ ശബ്ദത്തിന് കലിമൂത്ത ഒരു ഇൻസ്പെക്ടരുടെ ശബ്ദഗാംഭീര്യം ഉണ്ടെന്നു തോന്നുന്നു. അയാൾ ഒരു നിമിഷം സ്തബ്ദനായി അവിടെ നിന്നു.

രണ്ടു ചെറുപ്പക്കാരെ വിലങ്ങു വച്ച് സ്റ്റേഷനിലേക്ക് നടത്തുന്നു, ഒപ്പം നാലു പോലീസ്കാരും, വലിയ ഒരു മൽപ്പിടുത്തതിന്റെ എല്ലാലക്ഷണങ്ങളും എല്ലാവരിലും. എന്തായാലും ആ രണ്ടു ചെറുപ്പക്കാർക്കും ഈ രാത്രി കുശാൽ, ബാക്കിയെല്ലാം അകത്തെ മുറിക്കുള്ളിലായിരിക്കും.

എന്നും എപ്പോഴും കൂടെഉള്ള ആളാണ് കണ്ണൻ, കുറേ കാലമായി അയാളോടൊപ്പമാണ്, അയാളുടെ എല്ലാ കാര്യങ്ങളും അറിയുന്ന ഒരാൾ. ജോലി എന്ന് പറയാൻ കാര്യമായി ഒന്നും ഇല്ല, വസ്തു ബ്രോക്കർ, അതും എപ്പോഴും ഇല്ല. വല്ലപ്പോഴും ഒന്നു തടഞ്ഞാലായി അത്ര മാത്രം, കൂടാതെ വണ്ടി കച്ചവടം.

കാറിന്റെ ചില്ലുകൾ താഴ്ത്തി സീറ്റിൽ ചാരി ഇരുന്നു, മഴക്കുള്ള പുറപ്പാടാണ്, മുന്നോടിയായി തണുത്ത ശക്തമായ കാറ്റ്, നിശ്ശബ്ദമായ രാത്രിയെ ശബ്ദമുഖരിതമാക്കി.

വാഹനത്തിൽ ഇരുന്ന് ഉറങ്ങിപ്പോയി. എപ്പോഴോ ഫ്ളാറ്റിന്റെ താഴെ എത്തി ചേർന്നു, ലിഫ്റ്റ് കയറി മുറിയിൽ എത്തിയതും മേശപ്പുറത്തു സ്പടിക ഗ്ലാസിൽ സ്വാതന്ത്ര്യത്തിനുവേണ്ടി അങ്ങോട്ടും ഇങ്ങോട്ടും ഓടിക്കളിക്കുന്ന പലവർണ ത്തിലുള്ള ചെറിയ മത്സ്യങ്ങൾ.

എന്തിനാണാവോ ഇതിനെ ഇങ്ങനെ വലിയ ജാറിൽ തടഞ്ഞു വച്ചിരിക്കുന്നത് ?

അമിത സ്വാതന്ത്ര്യം കിട്ടിയ അയാളുടെ ഭാര്യ കാണിച്ചുകൂട്ടുന്ന ക്രൂരത.

എന്നിട്ടും അവൾ തന്നിഷ്ടം കാണിച്ചു നടക്കുന്നു, അവൾ പലതി

നെയും വരുതിയിൽ നിർത്തികൊണ്ട് തന്നിഷ്ടം കാണിച്ചു, സ്വയം ഞെളിഞ്ഞു നടക്കുന്നു.

ആരോടൊപ്പമോ കൂത്താടാൻ പോയിരിക്കുന്നു, ചേട്ടൻ മാർക്ക് അറിയുമായിരിക്കും, ഇത് ആദ്യമൊന്നുമല്ലല്ലോ.

ഡിസ്ട്രിക് ജഡ്ജ് രാമചന്ദ്രന്റെയും, കോളേജ് പ്രൊഫസർ കൃഷ്ണകുമാറിന്റെയും ഏറ്റവും ഇളയസഹോദരി. അയാളുടെയും അവളുടേതും രണ്ടാം വിവാഹം.

ആദ്യ വിവാഹത്തിനു അല്പം ആയുസ്സേ ഉണ്ടായിരുന്നുള്ളു. എല്ലാം താളംതെറ്റി ഒടുവിൽ ഏറെ കാലത്തെ കൂട്ടലിനും കിഴിക്കലിനും ശേഷം കണ്ടെത്തിയതാണീ ബന്ധം അതിങ്ങനെ ആകുമെന്ന് ആരും കരുതിയില്ല.

സുഹൃത്ത് പ്രൊഫസർ മൻമോഹനാണീ ബന്ധത്തിന് തുടക്കം കുറിച്ചത്. കുറേ കാലമായുള്ള ഏകാന്തത അതിനൊരു മോചനം. തന്നെയുമല്ല പ്രായം ഏറുകയല്ലേ ഒരു കൂട്ടുവേണ്ടേ ?

ന്യായമായ ചോദ്യം സ്വയം വിലയിരുത്തി.

രണ്ടു പേരെയും നന്നായി അറിയുന്ന ആളാണ് പ്രൊഫസർ.

സുന്ദരിയായ അവളെ കണ്ടപ്പോൾതന്നെ താൽപ്പര്യം തോന്നി എല്ലാറ്റിനും സമ്മതം മൂളി, ആദ്യഭാര്യ ഈ ലോകത്തോട് വിട പറഞ്ഞിട്ട് വർഷങ്ങൾ ഏറെയായി.

മൻമോഹൻ പറഞ്ഞത് പൂർണമായും വിശ്വസിച്ചില്ല എന്നല്ല, അയാൾ സ്വന്തമായിതന്നെ ഒരന്വേഷണവും നടത്തി, അയാൾ പറഞ്ഞത് പൂർണമായും വിശ്വസിച്ചില്ലെന്നു സാരം.

സത്യം എപ്പോഴും സുതാര്യവും വ്യക്തവും ഒരുനേർരേഖ പോലെയും.

അയാൾ പലതും മറന്ന് തന്റെ ഭാര്യയെ ഏറെ സ്നേഹിച്ചു. ആദ്യമെല്ലാം കുഴപ്പമില്ലായിരുന്നു, പിന്നെപ്പിന്നെ കൂടുതൽ സമയവും പുറത്ത് മറ്റുള്ളവരോടൊപ്പം. ഫോണിലും മറ്റു സോഷ്യൽ മീഡിയയിലും ഏകദേശം മുഴുവൻ സമയവും.

അതൊരു തമാശ ആയി കണ്ടിരുന്നു ആദ്യമെല്ലാം...പിന്നെപ്പിന്നെ...

ചില ദിവസങ്ങളിൽ അവർക്കിടയിൽ സംഭാഷണങ്ങൾ കുറവായിരുന്നു, ചില മെസ്സേജുകളിൽ മാത്രം ഒതുങ്ങി നിന്നു. ഇടക്കുള്ള നോട്ടങ്ങളിൽ മാത്രം ഒതുങ്ങി. അപൂർവ്വമായി മാത്രം സംസാരിക്കും അതും ഒരു ചടങ്ങിനു വേണ്ടി മാത്രം.

തനിക്കു പറ്റിയ ലോലഹൃദയമുള്ള ഒരിണ അല്ല എന്നതിരിച്ചറിവിന് അൽപ്പം വൈകി.

ഒറ്റക്കുള്ള കറക്കം പഴയകൂട്ടുകാരുമൊത്ത് രാത്രി വൈകിയുള്ള മടക്കം, എല്ലാറ്റിനും രണ്ടു സഹോദരന്മാരുടെ മൗനാനുമതികൾ വേറെയും.

ഒരിക്കൽ രാത്രിയിൽ എപ്പോഴോ സ്വന്തം സഹോദരൻ തന്നെ നേരിട്ട് ഫ്ളാറ്റിൽ എത്തിച്ചു, ഏതോ വലിയ പാർട്ടി ഉണ്ടായിരുന്നു പോലും.

വൈകിക്കഴിഞ്ഞാൽ പിന്നെ ന്യായവാദങ്ങളുടെ ഒരു കൂമ്പാരം തന്നെ.

പഠിച്ചു കൊണ്ടിരിക്കുമ്പോൾ തന്നെ വല്ലാത്ത ഒരു പ്രകൃതം ആയിരുന്നു, ആരെയും വകവെക്കില്ല പ്രബലരായ രണ്ടു സഹോദരന്മാരായിരുന്നു എല്ലാറ്റിനും കാരണം.

ഇതെല്ലാം പിന്നീടാണ് അയാൾ അറിയുന്നത്.

പല കേസുകളിലും പെട്ടിട്ടുണ്ട്, മാതാപിതാക്കളുടെ മരണശേഷം അത് കൂടുതലായിരുന്നു, ഒന്നു കഴിഞ്ഞാൽ മറ്റൊന്ന്, ഇരു ചെവികളും അറിയാതെ എല്ലാം അവർ ഒതുക്കി.

പട്ടണത്തിലെ പഠിപ്പും ഒറ്റക്കുള്ള ജീവിതവും അവരിൽ ഒരുപാട് മാറ്റങ്ങൾ കൊണ്ടു വന്നു, പെൺകുട്ടികളെക്കാൾ കൂടുതൽ അടുപ്പം ആൺകുട്ടികളോടായിരുന്നു, അന്നും ഇന്നും. മറ്റുപലരും അവളോടൊപ്പം കൂട്ടു കൂടാൻ കാത്തിരുന്നു.

ഇടവേളകളിൽ നെറ്റിലൂടെ പലതും സെർച്ച് ചെയ്തു കൊണ്ടിരുന്നു...

സ്വന്തമായിട്ടോ അതോ ഒരു ക്രേസി ഐഡിയ പ്രകാരമോ ?

ഒരു ബോംബ് എങ്ങനെ ഉണ്ടാക്കാം?

ഒരു മനുഷ്യനെ എങ്ങനെ എളുപ്പത്തിൽ കൊല്ലാം ?

മറ്റുള്ളവരുടെ ബാങ്ക് അക്കൗണ്ട് ഡീറ്റെയിൽസ് എങ്ങനെ കണ്ടു പിടിക്കാം ?

പ്രതിരോധ വകുപ്പിലെ രഹസ്യങ്ങൾ എങ്ങനെ ചോർത്താം ?

പോലീസിന്റ രഹസ്യവിവരങ്ങളിൽ എങ്ങനെ കൈകടത്താം ?

മോഷണത്തിന്റ സാങ്കേതിക വശങ്ങൾ എന്തെല്ലാം...?

എന്നിങ്ങനെ അനുവദനീയമല്ലാത്ത പലതിന്റെയും പുറകെ...

നോ എൻട്രിയിൽ കൂടി മാത്രം വാഹനം ഓടിക്കാനുള്ള ഒരു തരം വ്യഗ്രത...

നാളിതുവരെ അവൾ ചെയ്തുകൊണ്ടിരുന്നത് അതായിരുന്നു.

ചെറുപ്പം മുതലേ എല്ലാം കാര്യത്തിലും എല്ലാവരും അവളെ പ്രോത്സാഹിപ്പിക്കുമായിരുന്നു, അച്ഛനും അമ്മയും രണ്ടു സഹോദരൻമാരും..

കല്യാണി പരമേശ്വരൻ എന്നാണ് യഥാർത്ഥ പേര്.

പക്ഷെ എല്ലാവരും ‘കല്ലു’ എന്ന ഓമന പേരിട്ടാണ് അവളെ വിളി

ച്ചിരുന്നത്.

അവൾക്കതിനു സന്തോഷമേ ഉണ്ടായിരുന്നുള്ളു. അവളത് ആസ്വദിച്ചിരുന്നു.

മാതാപിതാക്കളുടെ നാലു ആൺമക്കളുടെ ഏറ്റവും ഇളയ സഹോദരി. രണ്ടാൺമക്കൾ മരിച്ചതിന് ശേഷം ഏറെ കാത്തിരുന്നു കിട്ടിയ പെൺകുട്ടി.

ആറ്റുനോറ്റ് ഉണ്ടായ ഇളയ പെൺകുഞ്ഞിനോട് എല്ലാവർക്കും ഒരു പ്രത്യേക മമത തന്നെയായിരുന്നു.

ഇളയവളോടുള്ള സ്നേഹത്തിനു അതിരുകളില്ലായിരുന്നു.

അത് അവൾ വലുതാകും തോറും ആരും അറിയാതെ ദുരുപയോഗം ചെയ്ത് കൊണ്ടിരുന്നു.

പഠിച്ചു കൊണ്ടിരുന്നപ്പോൾ തന്നെ ആണുങ്ങൾക്കിടയിലെ ഒരു സംഭവമായും, പെൺകുട്ടികൾക്കിടയിലെ വലിയ ഒരുവില്ലത്തിയായും വിലസി.

നിനക്കുവേണ്ടി എപ്പോൾ വേണമെങ്കിലും ഞാൻ യെസ്പറയാം അനുരഞ്ജനത്തിന്റെ യെസ്. നിന്റെ അസ്ഥിയിൽ പിടിച്ച പ്രേമം ആരോടെല്ലാം ?

അതോ നീ ആരെയും പ്രേമിക്കാതെ എല്ലാവരെയും സ്നേഹിച്ചു നടക്കുകയാണോ ?

നിന്റെ മനസ്സറിഞ്ഞവർ ആരെല്ലാം ?

നീ സ്നേഹം നടിക്കുക യായിരുന്നോ?

നീ ആരെയെങ്കിലും ആത്മാർത്ഥമായി സ്നേഹിച്ചിട്ടുണ്ടോ ?

സ്നേഹത്തിന്റെ വില നിനക്കറിയുമോ ?

അയാൾ പലതും സ്വയം ചോദിച്ചു കൊണ്ടിരുന്നു.

ദിവസങ്ങൾ പലതും കഴിഞ്ഞു, ഇതുവരെയും ഒരു വിവരവും കിട്ടിയില്ല.

ഒരു പക്ഷെ അവളുടെ സഹോദരന്മാരുമായി അവൾ രഹസ്യ സംഭാഷണങ്ങൾ നടത്തുന്നുണ്ടാവം അവരാരും അയാളുമായി ബന്ധപ്പെടുന്നില്ല.

ഇങ്ങനെ ഒരുവിവാഹം എന്തിനായിരുന്നു?

ആർക്കു വേണ്ടി ?

ഉത്തരം കിട്ടാത്ത ചോദ്യങ്ങൾ..

ഒടുവിൽ അയാൾ ഒരു തീരുമാനം എടുത്തു. ഇവളെ കണ്ടു പിടിക്കണം, ഇവളുടെ റൂട്ടുകൾ എങ്ങിനെയും തടയണം.

അല്ലെങ്കിൽ വേണ്ട, ഉള്ള സമാധാനം കളയണ്ട, വിവാഹം കഴിഞ്ഞിട്ട്

ഒരു വർഷം പോലുമായിട്ടില്ല, ഇത്രയും കാലം എങ്ങിനെ കഴിച്ചുകൂട്ടി ?

ആദ്യ പകുതി മനോഹരം, എന്നും ഓർക്കാൻ ഓമനിക്കാൻ ഒരുപാട് നല്ല നിമിഷങ്ങൾ... പിന്നീട് എപ്പോഴാണ് താളം തെറ്റിയത് ?

വിവരം അവളുടെ രണ്ടു സഹോദരന്മാരെയും അറിയിച്ചു. അവരിൽ യാതൊരു ഭാവമാറ്റവും കണ്ടില്ല..

സ്വന്തം ഇളയ സഹോദരിയെ കാണാതായതിന്റെ ഒരു വിഷമവും ഒരു വാക്കിലും നിഴലിച്ചിരുന്നില്ല.

അവർക്ക് രണ്ടു പേർക്കും അതൊരു സാധാരണ സംഭവം പോലെ.

രണ്ടു പേരും ഒരേ ഉത്തരം തന്നെ പറഞ്ഞു.

'ഞങ്ങൾ അന്വേഷിക്കുന്നുണ്ട്.'

എല്ലാം അവിശ്വസനീയമായി തോന്നി.

സമാധാനപരമായി ജീവിച്ചു പോന്നതാണ്.

'എന്നും ഇങ്ങനെ ? ഒരു കൂട്ടു വേണ്ടേ വയസ്സാകുമ്പോൾ ഒരു തുണയാകുമല്ലോ...'

പ്രിയ സുഹൃത്ത് മൻമോഹൻ പറഞ്ഞ വാക്കുകൾ.. വിവരങ്ങൾ അയാളെയും അറിയിച്ചു. അയാളും അവളുടെ സഹോദരന്മാരും വളരെ അടുപ്പമാണ്.

ചിന്തയുടെ നീണ്ട നിമിഷങ്ങൾ.... കുറച്ചു ദിവസങ്ങൾ അങ്ങനെ പോയി, പോലീസ് സ്റ്റേഷനിൽ പോയി ഒന്ന് കൂടി അന്വേഷിച്ചാലോ.. അതോ നാലാളെ കൂട്ടി അവളുടെ ചേട്ടൻ പ്രൊഫസറെ ഒന്ന് കുടഞ്ഞാലോ ?

മനസ്സു പറയുന്നു വേണ്ട, അവൾക്ക് താൽപ്പര്യം ഉള്ള മാറ്റാരോടൊപ്പമോ ജീവിക്കുന്നു, ഒത്തുകൂടുന്നു.

ഇടക്ക് പ്രൊഫസരുടെ വീട്ടിലോ, ജഡ്ജിയുടെ വീട്ടിലോ അവൾ സന്ദർശിക്കുന്നുണ്ടാവും, അവിടെ ചിലപ്പോൾ താമസിക്കുന്നുമുണ്ടാവും

ആരും ഒന്നും പറയുന്നില്ല.

എന്തിനാണ് അവർ അയാളോട് എല്ലാം മറച്ചു വക്കുന്നത് ?

പൂർണ സമ്മതത്തോടെയല്ലേ അവൾ വിവാഹത്തിന് തയ്യാറായത്?

അതോ അയാളുടെ മറപറ്റി അവർ അറിഞ്ഞുകൊണ്ട്, മറ്റൊരാളോടൊപ്പം.

അയാൾക്കു പറയാം പാടില്ലെന്ന്, പക്ഷെ അവൾക്കു അതിനുള്ള അവകാശമുണ്ട്. നിയമപ്രകാരം ഭർത്താവുള്ള ഒരുത്തി ഇങ്ങനെ?

ഇത്തരം കറക്കം എല്ലാം ബന്ധം വേർപെടുത്തിയിട്ടു പോരെ, അയാളുടെ പേരും വെച്ച്.

സ്വയം മനസ്സിൽ പറഞ്ഞു.

ഒരു തീരുമാനം ഉടനെ എടുത്തേ പറ്റൂ, കുറച്ചു ദിവസങ്ങളായി അവളിങ്ങനെ മുൾമുനയിൽ നിർത്തുന്നു.

നീണ്ട ചിന്തകൾക്കു ശേഷം ഉറച്ച ഒരു തീരുമാനത്തിലെത്തി, അവൾക്കിഷ്ടമുള്ളപ്പോൾ വരട്ടെ, ഇല്ലെങ്കിലും...

കുറച്ചു ദിവസങ്ങളായിട്ട് പഴയ കൂട്ടുകാരിയെ കണ്ടെത്താനുള്ള ശ്രമത്തിലായിരുന്നു, ഒടുവിൽ കിട്ടി. അവളിന്നും ഏകയാണ്, അയാളുടെ എല്ലാ വിവരങ്ങളും അറിയുന്ന ഒരാൾ, മരിച്ചുപോയ ഭാര്യയുടെ അടുത്ത സുഹൃത്ത്.

ഭാര്യ മരിച്ചശേഷം കുറച്ചു കാലങ്ങൾ കഴിഞ്ഞപ്പോൾ അവളോടുള്ള താൽപ്പര്യം അറിയിച്ചതാണ്..

പണ്ട് അവൾ എഴുതിയ പ്രണയ ലേഖനങ്ങൾ പുസ്തകത്താളുകളിൽ ഇരുന്ന് മഞ്ഞ പിടിച്ചിരുന്നു.

എഴുതാത്തവ ഉള്ളിൽകിടന്ന് എരിഞ്ഞുകൊണ്ടിരുന്നു അന്നും ഇന്നും പറയാതെ പറഞ്ഞ ഒരുപാട് കാര്യങ്ങൾ.

'ഇഷ്ടം' എന്ന ഒരു വാക്ക് അവർക്കിടയിൽ ഒരധികപറ്റല്ലായിരുന്നു.

അവർ എന്നും ഇഷ്ടത്തിലായിരുന്നു. അകലങ്ങളിൽ നിന്നുള്ള ഇഷ്ടം.

അവൾക്ക് കല്യാണം വേണ്ടത്രെ, സുഹൃത്തായി കണ്ടാൽ മതി എന്നും നല്ല ഒരു സുഹൃത്ത്, പലകുറി പറഞ്ഞിരുന്നു.

പഴയ കൂട്ടുകാരിയെ നേരിൽ കണ്ടു ഒരു പാട് കാലങ്ങൾക്ക് ശേഷം രണ്ടു പേരുംകൂടി ദീർഘനേരം സംസാരിച്ചുകൊണ്ടിരുന്നു.

ഒടുവിൽ ദൂരേക്കൊരു യാത്രക്ക് തയ്യാറായി അവൾ നേരത്തെ തന്നെ പറഞ്ഞ സ്ഥലത്തെത്തി. ദിനരാത്രങ്ങൾ മറന്നുകൊണ്ടുള്ള ഒരു യാത്ര.

പതിവ് സന്തത സഹചാരി കണ്ണനെയും കൂട്ടി ഒരു വലിയ യാത്ര.

വലിയ സിഗ്നലിൽ കാർ നിർത്തിയപ്പോൾ തൊട്ടടുത്ത് പാഞ്ഞു വന്ന കാറിലേക്ക് നോക്കി, പെട്ടെന്ന് മനസ്സിലായില്ല ഒന്നും കൂടി നോക്കി കല്ലുവിനെ പോലെ ഒരു സ്ത്രീ, അല്ല കല്ലുതന്നെ, ഏതോ ഒരാളോടൊപ്പം.

സാറിന്റെ മൂഡ് കളയാൻ കണ്ണന് താൽപ്പര്യം ഇല്ലായിരുന്നു പിന്നീട് പറയാം, കല്ലു ശ്രദ്ധിച്ചിരുന്നു എന്ന് തോന്നുന്നു കാർ കണ്ടപ്പോൾ മനസ്സിലായിക്കാണും. ചിലപ്പോൾ പുറകിൽ ഇരിക്കുന്നവരെ കണ്ടിട്ടുണ്ടാവും.

നേരെ പോയ രണ്ടു വാഹനങ്ങളും അടുത്ത ജംഗ്ഷനിൽ നിന്നും രണ്ടു വശത്തേക്ക് തിരിഞ്ഞു പോയി...

കള്ളിമുള്ളുകൾ

പങ്കജവല്ലിയുടെ പുള്ളിപ്പാവാട വളരെ മനോഹരമാണ്. കടും കറുപ്പ്നിറം, ഇടക്കിടക്ക്, ചുവപ്പ് നിറമുള്ള ഒരോ മുള്ളുകൾ. അടുത്ത് ചെല്ലുമ്പോൾ മുള്ളുകൾ മറ്റുള്ളവരെ കുത്തി നോവിക്കുമോ എന്നൊരു തോന്നൽ.

വളരെ മനോഹരമായി നെയ്തു എടുത്തിരിക്കുന്ന, പുത്തൻ പാവാട ആത്മ മിത്രങ്ങളായ ശാരിക്കും, ശരണ്യക്കും നന്നേ ബോധിച്ചു. കൂട്ടുകാരിയുടെ മനോഹരമായ പുത്തൻ പാവാടയോട് തെല്ലൊരു അസൂയ ഇല്ലാതില്ലഎന്നിരുന്നാലും ഒന്നും പുറത്തു കാട്ടുകയോ, പ്രതികരിക്കുകയോ ചെയ്തില്ല. അവർക്കിടയിൽ അങ്ങനെ ഒന്നില്ല. എല്ലാം ഒരുതുറന്ന പുസ്തകം പോലെ !

ഇന്ന് പുതുതായി വന്ന സാറിന്റെ ക്ലാസ്സ് ആണ്, സാറിനെ എല്ലാവർക്കും ആദ്യ കാഴ്ചയിൽ തന്നെ നന്നേ ബോധിച്ചു. സുമുഖൻ നന്നേ ചെറുപ്പം സുന്ദരൻ.

ക്ലാസ്സിലെ മൂന്നാമത്തെ വരിയിലാണ് ത്രിമൂർത്തികളുടെ സ്ഥാനം. ശാരിയാണ് മറ്റു രണ്ടുപേരെയും നിയന്ത്രിക്കുന്നത്. എന്തിനും ഏതിനും മൂവർ സംഘവും മുന്നിൽ. ശാരിയുടെ കയ്യിലാണ് പലതിന്റെയും കടിഞ്ഞാൺ. എന്തിനും ഏതിനും മൂവർ സംഘം ഒരുമിച്ചേ കാണൂ. ക്ലാസ്സ് എപ്പോൾ കഴിഞ്ഞെന്ന് യാതൊരു രൂപവും ഇല്ല.

ശാരി തന്റെപുത്തൻ ഫോണിൽ മിന്നിമറയുന്ന ദൃശ്യങ്ങളിൽ ലയിച്ചിരിക്കുന്നു മറ്റു രണ്ടു പേരും തൊട്ടടുത്തു മറ്റൊരു ലോകത്ത്, മിന്നിമാറുന്ന ഏതോ മായിക ലോകത്ത് ചിലപ്പോൾ ചിരിയുടെ, ചിലപ്പോൾ ചിന്തകളുടെ ചിലപ്പോൾ പൊട്ടിച്ചിരിയുടെ.. സങ്കട പെരുമഴയുടെ ചിഹ്നങ്ങൾ തപ്പി ചികഞ്ഞു അയക്കുന്നു ഒന്നിന് പുറകെ ഒന്നായി, ഒടുവിൽ ഹാപ്പി എൻഡിങ് മെസ്സേജുകൾ...

സാർ എന്ത് പഠിപ്പിച്ചു, ക്ലാസ് എവിടെ വരെയായി ഒരു രൂപവുമില്ല. ഏതോ ഒരുലോകത്ത് ജില്ലകൾക്കപ്പുറം, സംസ്ഥാന അതിർത്തിയിൽ, റെയിൽവേ ഗേറ്റും തമിഴ് ബോർഡും കാണാം.. പിന്നീട് റൂട്ട് മാപ്പുകൾ, എല്ലാം എത്തിക്കൊണ്ടിരിക്കുന്നു.

കണക്കിന്റെ ട്യൂഷൻ കഴിഞ്ഞെന്ന് ആരോ പറഞ്ഞപ്പോഴാണറിഞ്ഞ

ത് ഓരോരുത്തരും ക്ലാസ്സ് വിട്ട് ഇറങ്ങാനുള്ള തിരക്കിലാണ്. ചിലർ സംശയങ്ങൾ ചോദിച്ചുകൊണ്ട് സാറിനോടൊപ്പം കൂടി, മറ്റു ചിലരാകട്ടെ, അടുത്ത വിഷയത്തിന്റെ ക്ലാസ്സിനായി അടുത്ത മുറിയിലേക്ക്.

മൂവർസംഘം ഒരുമിച്ചു കൂടി എന്തെല്ലാമോ സംസാരിക്കുന്നു, അടക്കം പറയുന്നു, പുതിയ ഫോട്ടോകൾ കാണിക്കുന്നു, തെന്നി മാറുന്ന മിഴികൾ.

ശാരിയുടെയും, ശരണ്യയുടെയും ഏറെക്കാലത്തെ ഫേസ്ബുക് സുഹൃത്തുക്കൾ. വിവിധ തരം ഫോട്ടോകൾ, പാന്റ്സ് ഇട്ടത്, ജീൻസും ടീഷർട്ടും ഇട്ടത്, മുണ്ടുടുത്തത്, കൂളിംഗ്ഗ്ലാസ് വച്ചത് എന്നുവേണ്ട വിവിധ രൂപത്തിലും ഭാവത്തിലും ഉള്ളത്.

സ്ക്രീനിൽ നിന്നും മിഴികൾ മാറ്റാതെ ഏതോ ആൾ ദൈവത്തിന്റെ കാൽക്കൽ വീണത് പോലെ ! ആരാധനയോടെ, മിന്നി മാറുന്ന ടച്ച് സ്ക്രീനിൽ സ്പർശിച്ചു കൊണ്ടിരുന്നു, അവാച്യമായ ഏതോ ഒരു സുഖസുഷുപ്തിയിൽ എന്ന പോലെ.

ശാരി പലതും തീരുമാനിച്ചുറപ്പിച്ചു. രണ്ടു പേരോടുമായി രഹസ്യമായി പറഞ്ഞു, അടുത്ത ആഴ്ച നമുക്ക് പോയാലോ ? ട്രെയിനിനു പോകണം അല്പം ദൂരമുണ്ട്, അവിടെ കാത്തു നിൽക്കാമെന്നാണ് പറഞ്ഞിരിക്കുന്നത് ശാരിക്കും ശരണ്യക്കും ഫേസ്ബുക്കിലൂടെ കിട്ടിയ രണ്ടു കൂട്ടുകാർ.

ഫേക്ക് അല്ലെന്നും, സ്വയം ഇഷ്ടങ്ങൾ പകുത്തെടുത്തവരാണെന്നും ഉറപ്പാക്കി. വീഡിയോ ചാറ്റിങ്ങിലൂടെയും ഫോണിൽ വിളിച്ചും നിത്യേന സൗഹൃദം ഊട്ടി ഉറപ്പിച്ചിച്ചു കൊണ്ടിരുന്നു. എന്തായാലും രണ്ടു പേർക്കും സമാനതകളുള്ള രണ്ടു കാമുകൻമാരെ തന്നെ കിട്ടി.

'ഒന്നുകൂടി ആലോചിച്ചിട്ട് മതി, സമയമുണ്ടല്ലോ.'

പങ്കജവല്ലിയുടെ ഉപദേശം രണ്ടു പേരും തലകുലുക്കി അനുസരിച്ചു.

മൂന്നു പേരുടെയും വീടുകൾ അടുത്തടുത്തല്ല, എങ്കിലും അവർ തമ്മിൽ ഒരോ നിമിഷവും ബന്ധപ്പെട്ടു കൊണ്ടിരുന്നു. മൂന്നു പേരുംഉള്ള ഒരു ഗ്രൂപ്പും, കൂടാതെ ഒറ്റക്കും, നിരന്തരം ആശയ വിനിമയം നടത്തി കൊണ്ടിരുന്നു.

ഒരു പരിധിവരെ ശാരിയാണ് എല്ലാം നിയന്ത്രിക്കുന്നത്. മറ്റുള്ളവർ അതനുസരിക്കും. പങ്കജവല്ലിയുടെ കാമുകൻ നാട്ടിൽ തന്നെയുണ്ട്, പോകുമ്പോഴും വരുമ്പോഴും കാണാറുണ്ട്.

അവസരം കിട്ടിയാൽ സംസാരിക്കും. പിന്നെ എല്ലാം മൊബൈലിൽ തന്നെ.

തുടക്കം എല്ലാം ആരുംഅറിയാതെ കൊണ്ടു നടന്നു, പിന്നീട് കൂട്ടുകാരികളോട് പറഞ്ഞു. ബിനു എന്ന കാമുകൻ. യാത്രയുടെ കാര്യം എ

പ്പോഴും പറയാറുണ്ട്, ബിനു പണ്ടേ യാത്രക്കുള്ള കുപ്പായവും തുന്നി ഇരിപ്പാണ്.

ഒരോ ദിവസം കഴിയുംതോറും അവർ നിരന്തരം അടുത്തിഴപഴകി കൊണ്ടിരുന്നു. ആരും അറിയാതെ രാത്രിയിലെ നീണ്ട ചാറ്റിങ്...

പങ്കജത്തിന്റെ അച്ഛൻ വിദേശത്താണ്, അമ്മാവനും അമ്മയുമാണ് കാര്യങ്ങൾ നടത്തുന്നത്.

ശാരിക്ക് അച്ഛനില്ല, അമ്മാവനാണ് എല്ലാറ്റിന്റെയും കാര്യങ്ങൾ നോക്കുന്നത് അമ്മക്ക് ട്യൂഷൻ എന്ന ചിന്ത മാത്രം.. പണം നേടണം അത്ര തന്നെ, വീട്ടിൽ എന്തു സംഭവിച്ചാലും... ശരണ്യ എന്തു പറയുന്നോ അത് എല്ലാവരും വിശ്വസിക്കും, എല്ലാവർക്കും അവളിൽ അമിത വിശ്വാസമാണ് അച്ഛനും അമ്മയ്ക്കും....

ഓരോരുത്തരും ഓരോ രീതിയിൽ... ഒപ്പം വീട്ടിലെ സാഹചര്യങ്ങളും. ശാരിയുടെ കവിളിലെ നുണക്കുഴികൾ വലിയൊരു രുഗർത്തംപോലെ ശരണ്യക്കും, പങ്കജത്തിനും തോന്നി, ആ ഗർത്തത്തിലേക്ക് രണ്ടു പേരെയും ആവാഹിക്കും പോലെ.

ശാരിയുടെ ശരീരത്തിലെ കോശങ്ങളിൽ കാഹളങ്ങൾ മുഴങ്ങി, വലയിൽ കുടുങ്ങിയ മത്സ്യം പോലെ, പിടഞ്ഞു പിടഞ്ഞു മൂന്നു കുരുന്നുകൾ.

മധുര പതിനേഴു പൂർത്തിയായിട്ട് ഏതാനും നാളുകൾമാത്രം. പഴുതുകൾ ഉണ്ടായിട്ടും, മനഃപ്പൂർവമോ, അല്ലാതയോ ഏതോ ഒരദൃശ്യ ശക്തിയുടെ പ്രേരണ പോൽ ഓരോന്നും ചെയ്തു കൊണ്ടിരുന്നു.

ആശയ വിനിമയം മുറക്ക് നടക്കുന്നു മൂന്നുപേർക്കും പോകാനുള്ള മനസ്സുണ്ട് എപ്പോൾ എങ്ങിനെ? ഒടുവിൽ എന്താവും? പിടിക്കപ്പെട്ടാൽ?

ഉത്തരം കിട്ടാത്ത ഒരുപാട് ചോദ്യച്ചുഴികൾ ചുറ്റിനും. പിന്നീടുള്ള ഒരോ ദിവസങ്ങളിലും യാത്രയുടെ കാര്യങ്ങളെ കുറിച്ചായി ചർച്ചകൾ. ഗ്രൂപ്പിലും ഒറ്റക്കും വളരെ സജീവം, രണ്ടുപേർ പുറത്ത് ഒരാൾ നാട്ടിൽ. എല്ലാറ്റിന്റെയും മാസ്റ്റർ മൈൻഡ് ശാരിയുടേതാണ്. ആരും ശ്രദ്ധിക്കാതെ ഒരോ സാധനങ്ങൾ കൊണ്ട് വന്ന് ഒരിടത്തു സൂക്ഷിക്കുക, ആരോടും പറയാതെ പോകേണ്ട ദിവസം എല്ലാംഎടുത്ത് ഒരു യാത്ര !

ശാരിക്കും കൂട്ടുകാരിക്കും ടിക്കറ്റ് എടുത്തു അവർ അയച്ചു തരും, പങ്കജവല്ലിക്ക്, ബിനു ടിക്കറ്റ് എടുത്ത് കൊടുക്കും. എല്ലാവരും ഒറ്റക്ക് ഒറ്റയ്ക്ക് എത്തിച്ചേരുക. ഒരുമിച്ചു വന്നാൽ ആരെങ്കിലുമൊക്കെ ശ്രദ്ധിക്കും, ബിനു മറ്റൊരു കമ്പാർട്മെന്റിൽ അടുത്ത സ്റ്റേഷനിൽ നിന്നും കയറിക്കോളും. ഒരുപാടുകാലത്തെ മോഹത്തിന്റെ പൂർത്തീകരണം., ഇത് തന്നെ അവസരം ബാക്കിയെല്ലാം വരും പോലെ..

കണ്മണി നീ എൻ കരം പിടിച്ച് എന്ന പഴയ ഗാനത്തിന്റ പല്ലവിയും

അനു പല്ലവിയും എവിടെനിന്നോ ഒഴുകി വരുന്നു...

ഒന്നു രണ്ട് ദിവസങ്ങളായി, ശാരിക്ക് നല്ല ഉറക്കം പോലുമില്ല, വീട്ടിൽ എല്ലാവരുടെ മുൻപിലും കളിച്ചു ചിരിച്ച്, അഭിനയിച്ച് ആർക്കും ഒരു സംശയവും തോന്നാതെ... എങ്കിലും ഉള്ളിൽ മുഴുവനും തീയാണ്, അവസാനം എന്താകും ഒരു രൂപവുമില്ല... ഒടുവിൽ യാത്രയുടെ ദിവസമായി, ഇന്നത്തെ പ്രഭാതത്തിന് എന്തൊക്കെയോ പ്രത്യേകതകൾ...

കള്ളത്തരങ്ങൾ കണ്ടു പിടിച്ച ഒരു കുറ്റാന്വേഷണവിദഗ്ധന്റെ നോട്ടം പോലെ പ്രകാശകിരണങ്ങൾ ഒളിഞ്ഞും തെളിഞ്ഞും പുറകെ തന്നെ.

തലേന്ന് രാത്രിയിൽ എന്തെല്ലാമോ സ്വപ്നം കണ്ടപോലെ , പുതിയ സ്ഥലം, പുതിയ ജോലി, പ്രണയ പരവശനായ പ്രിയപ്പെട്ടവൻ, ഓർക്കും തോറും എവിടുന്നെല്ലാമോ രോമാഞ്ചം ഒഴുകി വരുന്നു...

ഓരോരുത്തരും ഒറ്റക്ക് തന്നെ സ്റ്റേഷനിൽ എത്തി, ധൃതിയിൽ കമ്പാർട്മെന്റിൽ കയറിപ്പറ്റി, സീറ്റ് എല്ലാം അടുത്തടുത്തു തന്നെ, ആരും ഒന്നും സംസാരിക്കുന്നില്ല, ശാരി പുതിയ സിം ഇടുന്ന തിരക്കിൽ, എല്ലാ ഫോണും ഓഫാക്കി. ബിനു അടുത്ത കമ്പാർട്ട്മെന്റിൽ ഉണ്ട്. സാവധാനം ഒപ്പം കൂടിക്കോളും.

അല്പം നീണ്ട യാത്രയാണ്, ജില്ലകൾ വിട്ട് സംസ്ഥാനത്തിന്റ അതിർത്തിയും കടക്കണം, സ്ഥലം അഡ്രസ് എല്ലാം കൃത്യം, പുതിയ നമ്പറിൽ മെസ്സേജുകൾ വന്ന് കൊണ്ടിരുന്നു.

ലോഡ്ജിൽ പറഞ്ഞു വച്ചിട്ടുണ്ട്, കൂടാതെ വീടും നോക്കി വച്ചിട്ടുണ്ട്, രണ്ടിന്റെയും പുതിയ ഫോട്ടോകൾ, നീണ്ട കാലത്തെ പ്രണയത്തിന്റെ പരിസമാപ്തി, നേരിട്ട് കാണുന്ന നിമിഷം പുഷ്പ വൃഷ്ടി തന്നെ കാണും കാണാമറയത്ത്, ശരണ്യക്കും അങ്ങനെ തന്നെ.

കുറച്ചു ദിവസം കഴിഞ്ഞു ജോലിയിൽ പ്രവേശിക്കണം, ടെക്സ്റ്റൈൽ ഷോപ്പ്... ഷോപ്പിന്റെ വലിയ പിക്ചർ.

സമയം പോയതറിഞ്ഞില്ല, ട്രെയിനിൽ ഇരുന്നു മടുത്തു, വീട്ടിൽ എത്തേണ്ട സമയം കഴിഞ്ഞിരിക്കുന്നു, അമ്മാവൻ ഉറഞ്ഞു തുള്ളും അമ്മയുടെ വക വേറെ, തലതെറിച്ച പ്രായത്തിന്റെ ഇളക്കങ്ങൾ....

ഒരു പക്ഷെ രക്ഷപെട്ടാലോ, വികലമായ ചിന്തകളുടെ വേലിയേറ്റങ്ങൾ...

പങ്കജവല്ലി പുതിയ പുള്ളി പാവാട തന്നെയാണ് ഇട്ടിരിക്കുന്നത്, ചുവന്ന മുള്ളുകൾ, വീണ്ടും തലപൊക്കി വരുന്നെന്നു തോന്നുന്നു...

ട്രെയിൻ ഓരോ സ്റ്റേഷനും ഓടി അകന്നു കൊണ്ടിരുന്നു. ബാഗിൽ കരുതിയ ബിസ്കറ്റും, ജൂസും വെള്ളവും തീരാറായി, ഒപ്പം പഴയ ആവേശവും ഉന്മേഷവും എവിടെയോ പോയി ഒളിച്ചപോലെ...

എങ്കിലും ആരും പുറത്തു കാണിച്ചില്ല, പരിചയക്കാരെ കാണരുതെന്ന

പ്രാർത്ഥന ദൈവം കേട്ടു.

ഇതുവരെയും അങ്ങനെ ഒന്ന് സംഭവിച്ചില്ല. എങ്കിലും ഏതു നിമിഷവും പിടിക്കപ്പെടാവുന്ന ജയിൽ ചാടിയവരെ പോലെ, തല താഴ്ത്തിയാണ് മൂവർ സംഘത്തിന്റെ ഇരുപ്പ്.

ഉള്ളിലെ തീയും പുറത്തെ ചൂടും, ഏതോ ചൂളയിൽ എരിയുന്ന കനൽ പോലെ. വീട്ടിൽ എത്തേണ്ട സമയം കഴിഞ്ഞു, ശാരിയുടെ നുണക്കുഴികൾ ഇളക്കി സംസാരിക്കാൻ തുടങ്ങി, കമ്പാർട്ട്മെന്റിലെ പലരും വായനയിൽ മുഴുകി.

പല സ്റ്റേഷനുകളിൽ പലരും ഇറങ്ങുകയും കയറുകയും ചെയ്തു കൊണ്ടിരുന്നു. മൂവർ സംഘത്തിന് മാത്രം ഒരു കുലുക്കവുമില്ല.

പങ്കജവല്ലിയുടെ പുള്ളി പാവാടയിലെ ചുവന്ന മുള്ളുകൾ ഹൃദയത്തിന് നേരെ പാഞ്ഞടുക്കും പോലെ !

അടുത്ത സ്റ്റേഷനിൽ വണ്ടി നിർത്തിയപ്പോൾ ഒന്നും രണ്ട് പോലീസ്കാർ ഏതോ കമ്പാർട്ട്മെന്റിൽ കയറി കൂടി, മൂവർ സംഘം തല താഴ്ത്തി ഉറക്കം നടിച്ചിരുന്നു.

പോലീസുകാർ മറ്റേതോ പിടികിട്ടാപുള്ളികളെ അന്വേഷിച്ചുള്ള യാത്രയിൽ ആണെന്നു തോന്നുന്നു. വീണ്ടും യാത്ര, വണ്ടി നീങ്ങിയതോടെ അല്പം ആശ്വാസം.

പുറത്തേക്കു നോക്കിയപ്പോൾ പഴയ സ്കൂൾ, മൈതാനം പിന്നെ അനാഥാലയം, പഞ്ചായത്ത് ആപ്പീസ്, അതിനും അപ്പുറം കള്ള് ഷാപ്പ്, ഇറച്ചിക്കോഴികൾ വിൽക്കപ്പെടും എന്ന വലിയ ബോർഡ്, പിന്നെ വലിയ പാടശേഖരങ്ങൾ മുടി അഴിച്ചിട്ടു നിൽക്കുന്ന വലിയ പനകൾ.. ട്രെയിനിന്റെ നിറം മങ്ങിയ തുറന്നിട്ട ചെറിയ ജാലകത്തിലൂടെ സുഗന്ധവും, ദുർഗന്ധവും ഒരുപോലെ...

കേരളത്തിന്റെ അതിർത്തി വിടും മുൻപേ ഒരു പോലീസ് സംഘം ധൃതിയിൽ ട്രെയിനിലേക്ക് ഇരച്ചു കയറി, സമയത്തിന് വീട്ടിൽ എത്താതിരുന്ന മൂവർ സംഘത്തെ കുറിച്ച് നാട്ടിൽ പാട്ടായി, ശാരിയുടെ അമ്മാവൻ പോലീസിൽ പരാതിയുമായി ചെന്നു.

പോലീസിന്റെ സാധാരണ പതിവ് പ്രതികരണം.

'വായിൽ കിടന്ന മുറുക്കാൻ ഇടത്തെ കവിളിൽ നിന്നും നാക്കുകൊണ്ട് വലത്തേ കവിളിലേക്ക് മാറ്റിക്കൊണ്ട്, വെളുക്കെ ചിരിച്ചുകൊണ്ട് പറഞ്ഞു... അവരിങ്ങ് എത്തിക്കോളും, ഞങ്ങൾ അന്വേഷിക്കാം.'

അമ്മാവന്റെയും അമ്മയുടെയും സമനില തെറ്റി, സർവീസിൽ നിന്നും വിരമിച്ച അകന്ന ബന്ധു വിന്റെയും പഞ്ചായത്ത് മെമ്പർ സരളയുടെയും ശക്തമായ ഇടപെടൽ മൂലം, CCTV ദൃശ്യങ്ങൾ മുഴുവനും പരിശോധിച്ചു.

തുടക്കം മുതലുള്ള എല്ലാം അവർക്കു കിട്ടിയിരുന്നു. മൂന്നുപേരും പോലീസിന്റെ മുൻപിൽ വിളറി വെളുത്തു വിറങ്ങലിച്ചു നിന്നു.

വിവരം മണത്തറിഞ്ഞ ബിനു ആൾതിരക്കിലെവിടെയോ മറഞ്ഞു...

പോലീസിന്റെ അകമ്പടിയോടു കൂടി മടക്കയാത്ര ! വീട്ടിൽ എങ്ങനെ കയറി ചെല്ലും? അമ്മ എങ്ങിനെ പ്രതികരിക്കും, അമ്മാവൻ ?

നാട്ടുകാർ അയല്പക്കത്തെ കുശുമ്പി ആന്റി...

അടക്കിവച്ച മോഹങ്ങൾ എല്ലാം ജല രേഖകൾ, വിഫലമായ വാഗ്ദാനങ്ങൾ..

മരവിച്ച മനസ്സും തളർന്ന ശരീരവുമായി പോലീസ്ടീമിന്റെ പുറകെ നടന്നു. എല്ലാവരുടെയും ചോദ്യ ശരങ്ങൾക്ക് മുൻപിൽ മൗനം എന്ന മതിൽ തീർത്തു.

നാണക്കേടിന്റെ ബാക്കി പിന്നെയും...

സ്റ്റേഷനിൽ നിന്നും പുറത്തേക്കിറങ്ങിയപ്പോൾ ഒരു കൈ കുഞ്ഞിനേയും എളിയിൽ തിരുകി ചെറുപ്പം വിട്ടു മാറാത്ത ഒരു തമിഴ് സ്ത്രീ , പോലീസ്കാരനെ തടഞ്ഞു നിർത്തി തന്റെ പഴയ ബാഗിൽ നിന്നും നിറം മങ്ങിയ ഒരു പഴയ ഫോട്ടോ എടുത്തു പേരും വിലാസവും പറഞ്ഞു കൊടുക്കുന്നു.

സ്റ്റേഷനിലെ വലിയ അനൗൺസ് മെന്റിനിടയിലും ചെവി ചായിച്ചു ഓരോന്നും കേൾക്കാൻ ശ്രമിച്ചു കൊണ്ടിരുന്നു, കുറച്ചു കാലം ഒരുമിച്ച് ജീവിതം പങ്കു വച്ചതിന്റ സമ്മാനവുമായി, തന്റെ ആൺ തുണയെ അന്വേഷിച്ചിറങ്ങിയതാണ് ആ തമിഴ് സ്ത്രീ... കേരളത്തിലേക്ക്...

ഓരോരുത്തർക്കും വ്യക്തമായ ഒരോ യാത്രാ ലക്ഷ്യമുണ്ട്, സ്റ്റേഷനിലെ തിരക്ക് കൂടിയും കുറഞ്ഞുമിരുന്നു, പലതരത്തിലുള്ള യാത്രക്കാർ ഓരോരുത്തർക്കും ഓരോ ലക്ഷ്യമുണ്ട് എന്നാൽ ചോരത്തിളപ്പിന്റെ ബാക്കി പത്രമായ മൂന്നു കുരുന്നുകൾ...

അവരുടെ ദയനീയമായ നോട്ടം.

സ്റ്റേഷനിൽ ട്രെയിനുകൾ വരുകയും പോവുകയും ചെയ്തു കൊണ്ടിരുന്നു പതിവ് പോലെ...

ദൂരേക്ക് നോക്കിയാൽ സമാന്തരമായ നീണ്ട റെയിൽ പാതകൾ ഒരിക്കലും അവസാനിക്കാത്ത പാതകൾ...

സ്റ്റേഷൻ ടീവിയിലും വാർത്തകൾ വന്നുകൊണ്ടിരുന്നു പേരോ ഫോട്ടോയോ ഇല്ല മൂന്നു പെൺകുട്ടികൾ അത്രമാത്രം അതൊരു വലിയ 'കള്ളി മുള്ളുകൾ' ആയിരിക്കാം എവിടെയൊക്കെയോ തറച്ചു കയറുന്ന മുള്ളുകൾ...

നാലുമണിക്കാറ്റ്

പുറത്ത് ശക്തമായ കാറ്റ്, തെളിഞ്ഞ ആകാശം എപ്പോഴോ ഇരുണ്ടു മൂടിയിരുന്നു, ശക്തമായ ഒരു മഴക്കുള്ള എല്ലാ ലക്ഷണങ്ങളും. ഉടനെ ശക്തമായ ഒരു മഴ പ്രതീക്ഷിക്കാം.അതിനു മുന്നോടിയായി മിന്നലും പല അപശബ്ദങ്ങളും...

മൊബൈൽ നിരന്തരമായി ശബ്ദിച്ചു കൊണ്ടിരുന്നു. ബാത്ത് റൂമിൽ നിന്നും ധൃതിയിൽ പുറത്തേക്ക് വന്നു നോക്കിയപ്പോഴേക്കും, ഇത്രയും നേരം ശബ്ദിച്ചു കൊണ്ടിരുന്ന ഫോൺ ഒന്നും അറിയാത്തതു പോലെ മിണ്ടാണ്ടങ്ങനെ. തുറന്നു നോക്കിയപ്പോൾ മൂന്നു മിസ്കാളുകൾ, എല്ലാം ഒരു നമ്പറിൽ നിന്നും. പുതിയ ഇടപാട്കാരനാണ്, പലതും സംസാരിക്കാനുണ്ടെന്നു തോന്നുന്നു, പുതിയ കോളിന്റെ ലക്ഷണം.

വിളിക്കാം എന്ന ഒറ്റ മെസ്സേജിൽ നിർത്തി, കാരണം സംസാരിക്കാൻ തുടങ്ങിയാൽ പിന്നെ നിർത്തില്ല, അൽപ്പം കഴിഞ്ഞു വിളിക്കാം.

നിരവധി സ്ഥാപനങ്ങളുടെ നിയന്ത്രണം രാധയുടെ ചുമലിലാണ്. അതു കൂടാതെ ചില വേണ്ടപ്പെട്ടവരുടെ സ്ഥാപനത്തിന്റെ മേൽനോട്ടവും കൂടിയുണ്ട്. കൂട്ടുകാർ എല്ലാവരും സ്നേഹത്തോടെ വിളിക്കുന്ന പേരാണ് 'രാധ' വളരെ അടുപ്പമുള്ള ചിലരെല്ലാം 'എടീ രാധേ' എന്നുവരെ വിളിക്കാറുണ്ട്. ഇങ്ങനെ ഒക്കെ ആണെങ്കിലും അഹങ്കാരം തീരെ ഇല്ലാത്ത വെളുക്കെ ചിരിക്കുന്ന ഒരാൾ. വാഹനങ്ങൾ വാടകക്ക് കൊടുക്കുക, പഴയ വാഹനങ്ങൾ വാങ്ങി വിൽക്കുക.

കൂടാതെ സ്വന്തമായി കുറച്ചു വാഹനങ്ങൾ കൂടി ഉണ്ട്, തിരക്ക് കൂടുമ്പോൾ പുറമെ നിന്നും സംഘടിപ്പിക്കും കസ്റ്റമേഴ്സിന്റെ അവശ്യമനുസരിച്ച് പല തരം ബിസിനസ് നിലവിലുണ്ട്, എങ്കിലും മെച്ചമെന്ന് തോന്നിയാൽ എന്തു വന്നാലും വിടില്ല... അതാണ് രാധ...

ഇതൊന്നും കൂടാതെ, വസ്തു ഇടപാടുകൾ വേറെ, രാധയെ ഒരു നല്ല ബ്രോക്കർ ആയിട്ടാണ് കൂടുതൽ പേരും അറിയപ്പെടുന്നത്.

കഴിഞ്ഞ ദിവസം ഉസ്മാൻകോയ പറഞ്ഞത് ഓർത്തു 'പുതിയ ഒരു കോള് വന്നിട്ടുണ്ട്' കമ്മീഷൻ അങ്ങ് താഴെ തട്ടുമുതൽ തുടങ്ങണം, സ്ഥലം കാണിച്ചവന്, അവനോട് പറഞ്ഞവന് എന്നു വേണ്ട...

ഒരു പാട് പടികൾ ഒന്നിന് പുറകെ ഒന്നായ്, എന്തായാലും ഇടപാട് നടക്കണം അത്രതന്നെ.

വലിയ തുകകൾ അക്കൗണ്ടിൽ വരണം, പിന്നെ വലിയ തുകകൾ ഒരു മിച്ചു ബാങ്കിൽ വരുമ്പോൾ ബാങ്കിന്റെ വക്ര ദൃഷ്ടിയോട് കൂടിയുള്ള നോട്ടം, നോട്ടിഫിക്കേഷൻ, നിയമ നടപടിയുടെ നൂലാമാലകൾ.. ഒന്നിന് പുറകെ ഒന്നായി വേട്ടയാടും...

കാര്യങ്ങൾ ഇത്രയും ആയ സ്ഥിതിക്ക് നമുക്ക് വൈകുന്നേരം 'നാലുമണിക്കാറ്റിൽ' വച്ചു കാണാം, സ്ഥിരമായി വിളിക്കുന്ന ജോൺസനോട് പറഞ്ഞു.

നോക്കെത്താ ദൂരം നീണ്ടു നിവർന്നു കിടക്കുന്ന, വലിയ പാടശേഖരത്തിന്റ ഒരു കോണിലാണ് സുഗതന്റെ അല്ല രാധയുടെ ഒരു തട്ടുകട.

ചായക്കടയെന്നോ, നാടൻചായപ്പീടികയെന്നോ, തട്ടുകടയെന്നോ എന്തു വേണമെങ്കിലും വിളിക്കാം. പക്ഷെ സുഗതൻ പണ്ടേ കണ്ടു പിടിച്ച ഒരു പേരാണ് 'നാലുമണിക്കാറ്റ്.'

രാധയുടെ വലിയതും ചെറിയതുമായ പല ഇടപാടുകളുടെയും കേന്ദ്ര ബിന്ദു. അവിടെ വെച്ചാണ് ലക്ഷങ്ങളുടെയും കോടികളുടെയും വലിയ ഇടപാടുകളുടെ തീർപ്പ്.

കൂടാതെ അല്ലറ ചില്ലറ കേസുകളുടെ ഒത്തു തീർപ്പ്, ഒറ്റ മരച്ചുവട്ടിലെ കോൺക്രീറ്റ് അടരാറായ, തുരുമ്പിച്ച കമ്പികൾ പല്ല് കാട്ടി ചിരിക്കുന്ന പഴയ ഒന്നു രണ്ടു ബെഞ്ചുകൾ. മറ്റു നിറംമങ്ങിയ പഴയപൊട്ടിപൊളിഞ്ഞവ വേറെയും, കിലോ മീറ്ററോളം നീണ്ടു കിടക്കുന്ന വഴിയോരത്തെ മനോഹരമായ കാഴ്ച.

സുഗതനാണ് കട നടത്തുന്നതെങ്കിലും സാമ്പത്തികം മുഴുവൻ രാധയുടെ തന്നെ. ഉസ്മാൻ കോയ എപ്പോഴും കൂടെ കാണും, ഒരു ചെറു ഗുണ്ടയെന്നോ, സെക്യൂരിറ്റി എന്നോ അസിസ്റ്റന്റ് എന്നോ എന്തു വേണണെങ്കിലും പറയാം. കോയക്ക് ഇല്ലാത്ത ഇടപാടുകളില്ല, വേണ്ടതിനും വേണ്ടാത്തതിനും കയറി ഇടപെടും.

ചിലതെല്ലാം നല്ലതിനായിരിക്കും, അപൂർവം ചില അലവിലാതി കേസുകളും കാണും. ഒടുവിൽ തോന്ന്യാ ക്ഷരങ്ങളുടെ തിര തള്ളലും. പിന്നെ ഉന്തും തള്ളും എന്നു വേണ്ട ചെറിയ കളികൾ, പിന്നീട് അൽപ്പം കാര്യത്തിലേക്ക് തന്നെ കടക്കാറുണ്ട് വളരെ അപൂർവമായി.

പല ഇടപാടുകൾക്കും ചായ പീടികയും പഴയ ബെഞ്ചും, നാലു മണി കാറ്റും മൂകസാക്ഷി ആവാറുണ്ട്. ചൂട് ചായയുടെയും പരിപ്പ് വടയുടെയും പഴം പൊരിയുടെയും നിറ സാന്നിധ്യത്തിൽ, എടുക്കുന്ന ചർച്ചകളിൽ പലപ്പോഴും അവസാനം വിധി പറയുന്നത് രാധയായിരി

ക്കും. ഒടുവിൽ രാധ വിൽസിന്റെ പാക്കറ്റ് പൊട്ടിച്ചു, രണ്ടെണ്ണം വലിക്കും. രണ്ടാമത്തെ സിഗരറ്റ് വലിച്ചു കഴിയുമ്പോഴേക്കും മർമ പ്രധാനമായ പലതും ചർച്ച ചെയ്തിരിക്കും.

'അല്ല രാധേ, പുതിയ ചങ്ങാതി എപ്പോഴാ വരുക ?'

ഉസ്മാൻ കോയയുടെ ആകാംക്ഷ നിറഞ്ഞ ചോദ്യം.

പറഞ്ഞു കഴിഞ്ഞപ്പോഴേക്കും പുതിയ ആൾ എത്തിക്കഴിഞ്ഞു.

രാധയുടെ നിർദ്ദേശപ്രകാരം ഉസ്മാൻ കോയയുടെ പുറകെ, പുതിയ കസ്റ്റമർ നടന്നകന്നു.

ഇനി ഉസ്മാന്റെ ഊഴമാണ്. സ്ഥലം കാണിക്കണം വിശദമായി സംസാരിക്കണം സംശയങ്ങൾ പറഞ്ഞു മനസ്സിലാക്കി കൊടുക്കണം എന്നിങ്ങനെ പലതും...തടഞ്ഞാൽ മെച്ചമുണ്ട് കമ്മീഷൻ കിട്ടും... രാധയുടെ കൈവശം ഉള്ള ഒന്നു രണ്ടു സ്ഥലങ്ങൾ കാണിച്ചു കൊടുത്തു.

തീരുമാനമായില്ല ഇനിയും കാണണമത്രേ. സ്ഥലത്തിന്റെ വിസ്തൃതിയും മനസ്സും ഒത്തു പോകുന്നില്ലത്രേ... മനസ്സ് മണ്ണിലേക്ക് ആഴ്ന്നിറങ്ങുന്നില്ലത്രേ..

തമാശക്കാരൻ ആയ ഉസ്മാൻ കോയ പറഞ്ഞു, ഒരു ജെ സി ബി കൊണ്ടു വന്ന് കുഴി കുഴിച്ചു മനസ്സ് അവിടെ നിറക്കുക, പിന്നെ കുറച്ചു മണ്ണിട്ടു മൂടുക, തമാശ ആണെങ്കിലും കേൾക്കാൻ ഒരു രസം.

ഗൃഹാതുരത തേടി വരുന്ന ഏതു പുതു പണക്കാരനെയും വാചക കസർത്തിൽ പൊതിഞ്ഞെടുത്ത്, സ്നേഹത്തിന്റെ മേമ്പൊടി ചേർത്ത്, ഉരുട്ടി കൈയിൽ എടുക്കും.

അങ്ങനെ ഒന്നല്ല പല പല ഇടപാടുകളും നടത്തി. 'ബ്രോക്കർ സഹായി' എന്ന തൊഴിലിൽ തന്റേതായ ഒരിടം നേടി എടുത്തു...

ഇവിടെ ചതിയില്ല, വഞ്ചനയില്ല എല്ലാം നേരെ നേരെ...അൽപ്പം ലാഭം മാത്രം. താഴെ തട്ടിലുള്ള ഓരോരുത്തർക്കും കിട്ടുന്നതിൽ ഒരു ഓഹരി, ചെറുതെങ്കിലും കൊടുത്തിരിക്കും.

പുതുതായി വന്ന ഒരു കസ്റ്റമർ, ഇക്കുറി സുഗതൻ ആണ് പോയത്, രണ്ടു പേർക്കും രാധയുടെ വലിയ നിർദ്ദേശങ്ങൾ എപ്പോഴും.

വളവും ചെരിവും ഇല്ലാത്ത ചുറ്റുപാടും ഒരു വളവും ഇല്ലാത്ത അതി വിശാലമായ വഴി വേണമത്രെ, കൂടാതെ നേരെ മുകളിലേക്കു നോക്കിയാൽ തടസ്സമില്ലാത്ത നീലാകാശം കാണണം.

അവന്റെ കൂടെ ഉണ്ടായിരുന്ന ഒരെണ്ണ കറുമ്പൻ ദ്രോഹി അവന്റ ഡിമാൻഡുകൾ....

ഓരോ സ്ഥലത്തിനും കുറ്റങ്ങളും കുറവുകളും വിളമ്പുന്നവൻ. ഇവനൊക്കെ പറ്റിയ സ്ഥലം വല്ല സഹാറ മരുഭൂമിയോ, പെസെഫിക് സ

മുദ്രമോ ...

ചുറ്റും ഒന്നും കാണില്ലല്ലോ സുഗതൻ മനസ്സിൽ പിറുപിറുത്തു കൊണ്ടിരുന്നു.

പല കുറി കൈമാറിയ ഒരു ഇരുപത്തിയഞ്ച് സെന്റ് സ്ഥലമുണ്ട്. തിരക്കില്ല ബഹളമില്ല, നല്ല വീതിയുള്ള വഴി. പറഞ്ഞു വച്ചിട്ടുണ്ട്, താഴെയുള്ള രണ്ടു പേർക്കു കൈ മണി വേറെ. കാശൽപ്പം കൂടുതലാണ്.

എല്ലാം കേട്ട രാധ, 'എന്റെ കൂട്ടുകാരൻ നാളെ വരും. പണ്ട് വീടും പറമ്പും ഒരു നിവൃത്തിയും ഇല്ലാതെ കിട്ടിയ വിലക്ക് വിറ്റിട്ടു പോയതാ. ഇപ്പോൾ ആളാകെ മാറി ഇനി പുതിത് ഒന്ന് സംഘടിപ്പിക്കാനുള്ള ശ്രമത്തിലാണ്. ഇപ്പോൾ കാനഡയിലാണ് തിരിച്ചു വരണം പഠിച്ച നാട്ടിൽ സ്വന്തം മേൽവിലാസം നഷ്ടപ്പെട്ടു. അതു തിരിച്ചുപിടിക്കാനുള്ള ഒരു ശ്രമം, പുതിയ ഒരു ചെറിയ സ്ഥലവും ഒരു വീടും അത്രതന്നെ. കാശ് അവന് ഒരു വിഷയമല്ല. എങ്കിലും പഴയ ചങ്ങാതി അല്ലെ ഒരുപാട ങ്ങു... പിഴിയാനും...'

രാധ അവിടം കൊണ്ട് നിർത്തി വീണ്ടും തലപുകഞ്ഞു ആലോചിച്ചു കൊണ്ടിരുന്നു.

നാൾ തോറും നാലുമണിക്കാറ്റിന്റെ പേരും പെരുമയും വർധിക്കുകയായിരുന്നു.

ചെറിയ നേർത്ത ഇളം കാറ്റ് ഒഴുകി അകലുമ്പോൾ പച്ചപ്പാടം മുഴുവൻ ആരോ തഴുകി തലോടി ഓടിമറയും പോലെ. പാതി വളർച്ച എത്തിയ നെൽച്ചെടികൾ പുഞ്ചിരിച്ചു ഇളകി ആടുന്നു. അങ്ങകലത്തെ നോക്കെത്താ ദൂരത്തെ നെൽപ്പാടം...

തെളിഞ്ഞ നീലാകാശത്തു പാറി പറന്നു നടക്കുന്ന നിരവധി ചിത്രശലഭങ്ങൾ, വിവിധയിനം പക്ഷികൾ, വെളുത്ത വലിയ കൊക്കിന്റെ സാന്നിധ്യം, അവ മറ്റു ചെറിയ പക്ഷികൾക്ക് ആകെ ഭീഷണി ആകാറുണ്ട് ചിലപ്പോഴെല്ലാം.

മനോഹരമായ പ്രാവിൻ കൂട്ടങ്ങൾ മറ്റൊരിടത്ത് അങ്ങനെ നിരവധി കാഴ്ചകൾ ചുറ്റിനും. എത്ര കണ്ടാലും മതി തീരാതെ പച്ചപ്പട്ടു വിരിച്ച വലിയ പാട ശേഖരം.

വിരസമായ മനസ്സുമായി വരുന്നവർക്ക് മനസ്സ് നിറയാൻ മറ്റൊന്നും വേണ്ട. സന്ധ്യ അടുക്കും തോറും വെയിൽ വെട്ടത്തിനു പലവർണ്ണങ്ങൾ... പാടശേഖരത്തിന്റ മനോഹരമായ പച്ചപ്പും കൂടി ആകുമ്പോൾ നാലുമണിക്കാറ്റും പരിസരവും ഏതോ ഒരു മാസ്മരികവലയത്തിലെ ഉന്മാദിനിയെപ്പോലെ.

തട്ടുകടയോട് ചേർന്ന് വലിയ കുറച്ചു മരങ്ങൾ, ബാക്കിയെല്ലാം വള

രെ ചെറുത്.

റോഡിന്റെ വശങ്ങളിൽ പഴയ നിരവധി കോൺക്രീറ്റ് ബെഞ്ചുകൾ, പുതിയവ പണിയുവാനുള്ള പ്രാരംഭനടപടികൾ തുടങ്ങി, രാധ തന്നെ മുൻ കൈയ്യെടുത്തു പഞ്ചായത്ത് മെമ്പറുമായി കൂടി ആലോചിച്ചു എടുത്തതീരുമാനങ്ങൾ. വൈകുന്നേരമാകുന്തോറും ഇരുചക്ര വാഹങ്ങളുടെ നീണ്ട നിര തന്നെ.

ആരൊക്കെ വന്നാലും ആദ്യം തുടങ്ങിയ രാധയുടെ തട്ടുകടയുടെ മുന്നിൽ ഒന്നു വരും കാരണം അവിടെയാണ് മനോഹരം. അവിടുന്നുള്ള കാഴ്ചക്കു ഒരു പ്രത്യേകത തന്നെയുണ്ട്. അടുത്ത കാലത്ത് നിരവധി മറ്റു കടകൾ വന്നെങ്കിലും രാധയുടെ പലഹാരങ്ങൾക്ക് തന്നെയാണ് ഏറെ പ്രിയം.

ഒരു സായാഹ്നത്തിൽ പതിവില്ലാതെ രണ്ടു ചെറുപ്പക്കാർ രാധയുടെ കടയിൽ എത്തി. ആരോഗ്യദൃഢ ഗാത്രക്കാരായ അവരുടെ നോട്ടവും ഭാവവും തികച്ചും വ്യത്യസ്തം. സുഗതനോട് രാധയെക്കുറിച്ച് ചോദിച്ചു. അൽപ്പം കൂടി കഴിയുമ്പോഴേക്കും എത്തുമെന്ന് അറിയിച്ചു. ചൂട്ചായയുമായി അവർ ഒഴിഞ്ഞ ബെഞ്ചിൽ ഇരുപ്പുറപ്പിച്ചു. അവരു ചായയുമായി മാറിയ സമയം നോക്കി സുഗതൻ രാധയെ വിളിച്ചു വിവരം പറഞ്ഞു.

'പോലീസ്കാരാണെന്ന് തോന്നുന്നു വെറും സാധാരണ വേഷം.'

സുഗതൻ അടക്കിപിടിച്ച ശബ്ദത്തിൽ പറഞ്ഞു.

'ഞാനിതാ എത്തി' രാധ തിടുക്കത്തിൽ തന്റെ ബുള്ളറ്റിൽ കടയിലേക്ക് കുതിച്ചു.

ഉസ്മാൻ കോയക്കും, സുഗതനും അറിയാത്ത ചില ഇടപാടുകൾ. അൽപ്പം രഹസ്യസ്വഭാവം ഉള്ളത്. പോലീസിൽ ചെറിയ പിടിയുണ്ട് രാധക്ക്.

അടിപിടി മോഷണം തുടങ്ങിയ കലാപരിപാടികളുടെ സൂത്രധാരകൻ, ഇടക്ക് കടയിൽ വരാറുണ്ടായിരുന്നു.

പോലീസ്കാർകൊടുത്ത ഫോട്ടോയിൽ കണ്ട അതേ ആൾ തന്നെ. വല്ലപ്പോഴും വരും അത്ര തന്നെ, നിയമ പാലകർ പറഞ്ഞ ശേഷം ഇതുവരെയും വന്നിട്ടില്ല.

പിന്നെയും ഉണ്ട് കേസുകൾ.. ബൈക്കിൽ ഒരു പെൺകുട്ടിയുമായി കറങ്ങി കൊണ്ടിരുന്നവൻ. പെൺകുട്ടി മിസ്സിംഗ്.. അതിനു ശേഷം ഇന്ന് വരെ അവനെ കണ്ടിട്ടില്ല. അങ്ങനെ ചില്ലറ CID ജോലികളും, പ്രതി ഫലം ഒന്നും കിട്ടില്ല, എങ്കിലും ഒരു പിടിപാട്, മറ്റ് എന്തെങ്കിലും പ്രശ്നം വന്നാൽ ധൈര്യമായി അവതരിപ്പിക്കാമല്ലോ.

ഒന്ന് രണ്ട് നിയമ പാലകർ കൈയിൽ ഉള്ളത് ഒരു ബലമാണ് രാധ സ്വയം ആശ്വസിച്ചു. ഇടക്കെപ്പോഴോ ചില വഴക്കുകൾ, ലഹരി ഇടപാടുകാരുടെ വിളയാട്ടങ്ങൾ.

രാധ അറിഞ്ഞ പാടെ പോലീസിൽ വിവരം അറിയിച്ചു. അവർ വരുകയും നിരന്തരം റോന്തുചുറ്റുകയും ചെയ്തുകൊണ്ടിരുന്നു. പിന്നീട് അങ്ങനെ ഒരു ശല്ല്യവും ഇതുവരെയും ഉണ്ടായിട്ടില്ല.

അടുത്ത കാലത്ത് കോളേജ് കുട്ടികളുടെ ഒരു ഒഴുക്കായിരുന്നു. ഒരുപാട് ആൺകുട്ടികളും അതോടൊപ്പം നിരവധി പെൺകുട്ടികളും.

തട്ടുകടയിലെ സാധനങ്ങൾ ചൂടപ്പം പോലെ വിറ്റു പോകുന്ന അവസരങ്ങൾ.

ഇറുകിയ ജീൻസും, ലെഗ്ഗിൻസും ധരിച്ച പെൺകുട്ടികൾ, ശരീര വടിവ് എടുത്തു കാണിക്കുന്ന വേഷവിധാനങ്ങൾ. അവർ ആൺവർഗത്തെ പ്രലോഭിപ്പിക്കുന്നു.

തോളത്തു കൈകൾ ഇട്ടും, കൈകൾ കോർത്ത് പിടിച്ചും നടന്നടുക്കുന്ന കോളേജ് കുമാരികളും കുമാരന്മാരും.

കൂട്ടുകാരൻ വലിച്ച സിഗരറ്റിന്റ പകുതി ആഞ്ഞ് വലിക്കുന്ന സുന്ദരി... ആൺകുട്ടികളുടെ തോളത്തോ മടിയിലോ കയറി ഇരിക്കാൻ ഒരു മടിയും ഇല്ലാത്ത ചില ന്യൂജെൻ കുട്ടികൾ...

പൊതുജനങ്ങളുടെ കാഴ്ച വട്ടത്തിനപ്പുറം എത്തിയാൽ എന്തു സാഹസവും ചെയ്യാൻ ഇവർ മടിക്കാറില്ല. കാഴ്ച്ചക്കാരായ മറ്റുകുട്ടികൾ അവരുടെ മൊബൈൽ ക്യാമറകൾ പലകുറി മിന്നിക്കുന്ന കാഴ്ചകൾ...

വൃദ്ധ മാതാപിതാക്കളുടെ കൈകളിൽ പിടിച്ച് നടന്നകലുന്ന പുതിയ തലമുറയും പഴയതലമുറയും.

വിവാഹിതരായ നവ വധൂവരന്മാർ...

എന്നു വേണ്ട എല്ലാത്തരത്തിലുമുള്ള, ജനങ്ങളുടെയും ഒരു ഒഴുക്ക് അതൊന്ന് കാണേണ്ടത് തന്നെ.

റിട്ടയേർഡ് കൃഷി ഓഫീസർ കുറുപ്പ് സാറിന്റെ ഏക മകളാണ് ജലജ, ആഡംബര വിവാഹം കഴിഞ്ഞിട്ട് ഒരു വർഷം പോലുമായിട്ടില്ല ഭർത്താവ് സുമുഖനായ, യുവകോമളനായ ഉല്ലാസ്,. I T കമ്പനിയിലാണ് ജോലി. ജലജക്ക് ചെറിയ ജോലിയുണ്ടായിരുന്നു. വിവാഹത്തോടെ അതും വേണ്ടെന്ന് വച്ചു.

വിവാഹത്തിന് മുൻപേ അച്ഛൻ മകൾക്കൊരുക്കിയ വലിയ സമ്മാനമായിരുന്നു, പട്ടണത്തിലെ ഏറ്റവും വലിയ ഗ്രൂപ്പിന്റെ പുതിയ കെട്ടിട സമുച്ചയത്തിലെ പുതിയ രീതിയിൽ ഉള്ള വലിയ ഫ്ളാറ്റ്.

ജിം, സ്വിമ്മിംഗ് പൂൾ, ചുറ്റിലും ഇരുപത്തിനാലു മണിക്കൂറും സെ

ക്യൂരിറ്റി, കെട്ടിടത്തിന്റെ ആകാശവിതാനത്ത് ഹെലിപാട്. എന്നു വേണ്ട എല്ലാവിധ സൗകര്യങ്ങളോടും കൂടിയ വലിയ കെട്ടിടത്തിലെ ഫ്ളാറ്റ്.

നീണ്ട അവധിയും ഹണിമൂണും കഴിഞ്ഞപാടെ പുതിയ ഫ്ളാറ്റിലേക്ക് താമസം തുടങ്ങി. പുതിയ ജീവിതം. രാവിലെ ജോലിക്ക് പോകുന്ന ഉല്ലാസ്, രാത്രി വൈകിയേ എത്തൂ, കുറച്ചു കാലം അങ്ങനെ പോയി. ഒറ്റക്കുള്ള ജീവിതം പിന്നെപ്പിന്നെ മടുപ്പിന്റ ആവരണത്തിൽ.

TV യും, മൊബൈൽ തമാശകളും ഒരു പരിധിവരെ സമയം കൊല്ലികൾ തന്നെ.

ബാൽക്കണിയിൽ നിന്നുമുള്ള ദൂരക്കാഴ്ചയിലും മറ്റും സമയം ചിലവഴിച്ചു. പുതുമ ഇല്ലാത്ത ജീവിത സാഹചര്യങ്ങൾ, ആധുനിക ജീവിതം ഇങ്ങനയൊക്കെയോ...

ജലജയുടെ വ്യാകുലതയുടെ ആഴങ്ങൾ നിരവധി...

ചെറുപ്പം മുതലേ കൃഷി ഓഫീസർ ആയ അച്ഛൻ പറഞ്ഞതും കേട്ടതുമായ പ്രകൃതി, ഭൂമി, കാലാവസ്ഥ, ചെടികൾ പൂക്കൾ, കൃഷികൾ എല്ലാം മനസ്സിൽ വീർപ്പു മുട്ട് ഉണ്ടാക്കികൊണ്ടിരിക്കുന്നു.

മണ്ണിൽ തൊടാത്ത ജീവിതം, മണ്ണിന്റെ ഗന്ധം, ചെടികളുടെ, ഇടയിൽ, പൂക്കൾക്കിടയിൽ പൂമ്പാറ്റകൾക്കൊപ്പം ഇറങ്ങി നടക്കാനൊരു തോന്നൽ...

സാമൂഹ്യജീവിയായ മനുഷ്യൻ കേവലം കോൺക്രീറ്റ് കെട്ടിടത്തിനുള്ളിൽ അവന്റെ ജീവിതത്തിന്റെ സദാസമയവും ചിലവഴിക്കുന്നു...

മാസങ്ങൾ കഴിയും തോറും പുതിയ ജീവിതം എന്തോ പോലെ, ചെറുപ്പത്തിലേ അമ്മ നഷ്ടപ്പെട്ട ജലജക്ക് അച്ഛനായിരുന്നു എല്ലാം...

ഏതോ ഒരു വലിയ അപകടത്തിൽ അച്ഛനും അധികം വൈകാതെ, അടുത്ത കാലത്ത് യാത്രയായി...

ദുഃഖ സാന്ദ്രമായ നിമിഷങ്ങൾ, എവിടുന്നോ ഓടി വന്ന സന്തോഷങ്ങൾ എവിടെയോ പോയി ഒളിച്ചു. ജീവിതത്തിൽ ആദ്യമായി അനാഥത്വത്തിന്റെ നുകം പേറുവാൻ വിധിക്കപ്പെട്ട നിമിഷങ്ങൾ. എല്ലാവരും ഉണ്ടായിട്ടും, ഓമനിച്ചു വളർത്തിയ അച്ഛൻ നഷ്ടപ്പെട്ടതിലുള്ള വിഷമം, അത് ഒരുപാട് കാലം പിന്തുടർന്നു.

എങ്കിലും ജീവിതമല്ലേ...

സ്വയം ആശ്വസിച്ചു കൊണ്ടിരുന്നു.

പുത്തൻ ഫ്ളാറ്റിന്റെ ഓരോ സൂഷ്മാണുവിലും അച്ഛന്റെ നിറ സാന്നിധ്യം, അച്ഛന്റെ ആത്മാവ് ഒഴുകി നടക്കും പോലെ.

വളരെ വേണ്ടപ്പെട്ടവർ ആരും തന്നെ ജീവിച്ചിരിപ്പില്ല.

ജീവിതത്തിന് ഒരുമാറ്റം അനിവാര്യമാണ്, ഇടവേളകളിൽ പലപ്പോഴും പല നൂതന ആശയങ്ങൾ ഉടലെടുത്തെങ്കിലും, പലതും പരിഗണിക്കാതെ പുനർചിന്തകൾക്കും കൂടിയാലോചകൾക്കുമായി നീട്ടിവച്ചു.

മാസങ്ങൾ കുറച്ചു കഴിഞ്ഞു, നിറം പിടിച്ച ജീവിതം, പിന്നീട് എപ്പോഴോ നിറം മങ്ങിയ പോലെ.

ഉല്ലാസ് ജോലി കഴിഞ്ഞു വരുന്ന നിമിഷത്തിനായി കാത്തിരുന്നു.

ഒരു മനോഹര നിമിഷത്തിൽ ജലജ പറഞ്ഞു, നമുക്ക് പട്ടണത്തിൽ നിന്നും മാറി ഒരു ചെറിയ വീടും കുറച്ചു സ്ഥലവും നോക്കിയാലോ...

ഞാനും അത്ആലോചിക്കാതിരുന്നില്ല.

ഉല്ലാസ് തന്റെ അഭിപ്രായം പങ്കു വച്ചു.

വലിയ വീടൊന്നും വേണ്ട, അടച്ചുറപ്പുള്ള ചെറിയ ഒരു വീട്, പിന്നെ കുറച്ചു സ്ഥലം വേണം. ചെറിയ കൃഷി, ചെടികൾ, പൂന്തോട്ടം അങ്ങനെ പലതും...

ജലജക്ക് തന്റെ അച്ഛന്റെ ജോലിയെക്കുറിച്ചും കൃഷിയെക്കുറിച്ചും നല്ല ധാരണ ഉണ്ടായിരുന്നു. അച്ഛൻ പലപ്പോഴും കൃഷിയെപ്പറ്റി ആധികാരികമായി സംസാരിക്കുമായിരുന്നു.

കുഞ്ഞു പ്രായത്തിൽ അച്ഛന്റെ കൈ പിടിച്ച് അച്ഛന്റെ ഓഫീസിലും കൃഷി സ്ഥലത്തും പോയത് ഇപ്പോഴും ഓർക്കുന്നു...

പിന്നെ അച്ഛൻ എന്തിന് പട്ടണത്തിൽ ഈ വലിയ ഫ്ളാറ്റ് വാങ്ങി?

കൂടുതൽ യാത്ര ചെയ്തു ബുദ്ധി മുട്ടരുത്. അതായിരുന്നു അച്ഛന്റെ തീരുമാനം. ഒരുപാട് ദൂരെ ആയിരുന്നു അച്ഛന്റെ ജോലി, യാത്ര ചെയ്തു മടുത്ത ദിവസങ്ങൾ, അച്ഛനത് ശരിയായിരുന്നു.

എന്നാൽ ഇന്ന് മകൾക്ക് അത് ശ്വാസം മുട്ടിക്കുന്നു. പ്രത്യേകിച്ചും കോൺക്രീറ്റ് കൂടിനുള്ളിലെ ജീവിതം.

ജോലി ചെയ്യുന്ന സ്ഥാപനവും താമസസ്ഥലവും തമ്മിൽ വലിയ ദൂരമില്ല.

അച്ഛൻ ഒരുപാട് യാത്ര ചെയ്താണ് ജോലിക്ക് പോയിരുന്നത്, നിങ്ങൾക്ക് അതിൽ നിന്നും ഒരു മോചനം വേണ്ടേ... അച്ഛന്റെ മറുപടി അതായിരുന്നു.

ദിവസങ്ങൾ പിന്നെയും എങ്ങിനെ യൊക്കെയോ കടന്നു പോയി. ഒരു അവധി ദിവസം അവർ രണ്ടുപേരും കൂടി പട്ടണം വിട്ട് അധികം ദൂരമില്ലാത്ത ഗ്രാമത്തിലേക്കൊരു യാത്ര നടത്തി. പലതും കാണാനും അനുഭവിക്കാനും കഴിഞ്ഞു.

നഷ്ടപ്പെട്ട ഊർജം എവിടുന്നോ തിരികെ എത്തിയ പോലെ..

ഒരു പാട് സമയം പലയിടത്തുമായി ചിലവഴിച്ചു, ഒടുവിൽ വൈകി

ഫ്ളാറ്റിൽ എത്തിച്ചേർന്നു.

പിന്നെയും വിരസമായ ജീവിതം, ചുവരുകൾക്കിടയിലെ അന്തരം ഏറി വരും പോലെ ആകാശത്തെ നിറങ്ങൾക്കും, കാഴ്ച്ചകൾക്കും രൂപ മാറ്റം വന്ന പോലെ. പുതുമ ഇല്ലാത്ത കാഴ്ച്ചകൾ ചുറ്റിനും ചുവരു കൾക്കപ്പുറത്തെ, അപരിചിതമുഖങ്ങളെ കുറിച്ചു ചിന്തിച്ചു.

ഗ്രാമത്തിന്റെ വിശുദ്ധി അറിയാതെ അവ നഷ്ട്ടപ്പെട്ട അനേകം ജീവി തങ്ങൾ. ഒരു പക്ഷെ ജലജയുടെ തോന്നലാവും എങ്കിലും എവിടെയൊ ക്കെയോ യോജിക്കാനാവാത്ത പോലെ.

ഒരു മനോഹരമായ വൈകുന്നേരം അവർ രണ്ടുപേരും കൂടി ഗ്രാമ ത്തിന്റെ മറ്റൊരു ഭാഗത്ത്, കൈത്തോടുകളും, പച്ചപ്പട്ടുവിരിച്ച പാടശേ ഖരങ്ങളും നിറഞ്ഞ പ്രദേശത്തു എത്തിപ്പെട്ടു.

മനോഹരമായ ഒരു ഭൂപ്രദേശം, റോഡിന്റെ ഇരുവശം മുഴുവൻ ഇരു ചക്ര വാഹനങ്ങളും ചെറിയ തട്ടുകടകളും.

പലരും വരുകയും സംസാരിക്കുകയും തട്ടുകടയിൽ നിന്നും ചു ടുചായ വാങ്ങി അടുത്തുള്ള ഇരിപ്പിടങ്ങളിലേക്ക് നടന്നകലുന്നു. നല്ല കാഴ്ചകൾ...

മനോഹരമായ മറ്റൊരു ലോകത്ത് എത്തിപ്പെട്ടപോലെ.

ചെറിയ കാറ്റും നോക്കെത്താ ദൂരത്തെ ദൃശ്യ വിസ്മയങ്ങളും, അ വരിൽ വലിയ ആവേശം ഉളവാക്കി.

പ്രകൃതിയെക്കുറിച്ചും കാലാവസ്ഥയെ കുറിച്ചും കൃഷിയെക്കുറിച്ചും രണ്ടു പേരും വാതോരാതെ സംസാരിച്ചുകൊണ്ടിരുന്നു.

പെട്ടെന്ന് ജലജ, അവർ കുറച്ചു ദിവസം മുൻപ് പറഞ്ഞ കാര്യം ഓർത്തെടുത്തു. കൂടാതെ ഇന്ന് കണ്ട ഒരു പരസ്യത്തെ പറ്റിയും പ റഞ്ഞു.

ഒരേക്കർ സ്ഥലവും താമസിക്കാൻ യോജ്യമായ ഒരു വീടും വിൽപ്പ നക്ക്. ബ്രാക്കറ്റിൽ വഴി സൗകര്യത്തെ കുറിച്ചും, ചുറ്റുമതിലിനെക്കുറി ച്ചും,ചുറ്റുമുള്ള അതിരിനെക്കുറിച്ചും വിശദമായി തന്നെ എഴുതിയിരുന്നു.

അത് കണ്ടപ്പോൾ തന്നെ പരസ്യത്തിൽ കണ്ട നമ്പർ അവർ തന്റെ മൊബൈലിൽ സേവ് ചെയ്തിരുന്നു.

ഉല്ലാസ് ഉടൻ തന്നെ ആ നമ്പറിലേക്ക് വിളിച്ചു.

ഹലോ.... ഞാൻ ഉല്ലാസ്....

ഞാൻ നിങ്ങളുടെ പരസ്യം കണ്ടിട്ടാണ് വിളിക്കുന്നത്. വീടും സ്ഥല വും വിൽക്കാനുണ്ടെന്ന് അറിഞ്ഞു.

ശരിയാണ്, ആരാ വിളിക്കുന്നത് ?

സ്ഥലത്തെക്കുറിച്ചും വീടിനെക്കുറിച്ചും അവർ ചെറിയ രീതിയിൽ

സംസാരിച്ചു.

ഒടുവിൽ പേരു ചോദിച്ചു,

എന്റെ പേര് 'രാധ'

ഇപ്പോൾ എവിടെ വന്നാൽ താങ്കളെ കാണാൻ പറ്റും.

ഇവിടെ 'നാലുമണിക്കാറ്റിൽ ' വന്നാൽ മതി.

തൊട്ടടുത്തിരുന്ന ആളോട് നാലുമണിക്കാറ്റ് എവിടെ എന്ന് തിരക്കി. ഇതു തന്നെയാണ് നാലുമണിക്കാറ്റ്.

സാറെ, ഞാൻ ഇപ്പോൾ സാറു പറഞ്ഞ സ്ഥലത്തുതന്നെ യുണ്ട്.

ഉല്ലാസ്, സന്തോഷത്തോടെ പറഞ്ഞു.

കോൺക്രീറ്റ് ബെഞ്ചിൽ നിന്നും എഴുന്നേറ്റു നിന്ന ഉല്ലാസ് കണ്ടത് ഏതാനും മീറ്റർ അടുത്തു തട്ടുകടയുടെ മുൻപിൽ ഫോൺ ചെവിയോട് ചേർത്തു പിടിച്ചു നിൽക്കുന്ന വലിയ ഒരു മനുഷ്യനെ, ആറടിയിൽപ്പരം ഉയരമുള്ള ഒരാൾ.

ആൾക്കൂട്ടത്തിനിടയിൽ രണ്ടു പേരുടെയും കൈകൾ ആകാശത്തേക്കുയർന്നു.

പിന്നീട് വിശദമായ സംസാരങ്ങൾ സ്ഥലത്തെ കുറിച്ചും അതിന്റ മറ്റു നിയമ വശങ്ങളെക്കുറിച്ചും ആധികാരികമായിത്തന്നെ സംസാരിച്ചു കൊണ്ടിരുന്നു.

കൃത്യമായ ലൊക്കേഷനും മറ്റ് വിശദമാംശങ്ങളും രാധ കൈമാറി.

അധികം ദൂരമല്ലാത്ത ആസ്ഥലവും വീടും കാണുവാനൊരു താല്പര്യം, അവർ ഒരു തീരുമാനമെടുത്തു.

ഇപ്പോൾ തന്നെ പോയി കാണുക, അതിനു ശേഷം മറ്റു തീരുമാനങ്ങളിലേക്ക് കടക്കാം.

എപ്പോഴും പരസ്യത്തിൽ പറയും പോലെ ഒന്നും യഥാർഥത്തിൽ കാണാറില്ല.

ഒന്നുകിൽ കീഴ്ക്കാം തൂക്കായ ഭൂമി, അല്ലെങ്കിൽ വളരെ നേർത്ത ഇടുങ്ങിയ വഴിയോട് ചേർന്ന എത്തിപ്പെടാൻ വളരെ ബുദ്ധിമുട്ടുള്ള ഒരിടം.

എന്തായാലും പോയി നോക്കാം ഇവിടെ അടുത്താണല്ലോ, നാളെ മുതൽ ഹെഡ് ഓഫീസിൽ തിരക്കായിരിക്കും.

രാധ പറഞ്ഞ അടയാളങ്ങൾ വച്ചു, അധികം ബുദ്ധിമുട്ടില്ലാതെ വീട് കണ്ടുപിടിച്ചു.

പരസ്യത്തിൽ പറഞ്ഞ പോലെ വീതി യുള്ള നല്ല വഴി. പ്രധാന പാതയിൽ നിന്നും അൽപ്പം ഉള്ളിൽ...

മുറ്റം നിറയെ ചെടികൾ, പലതും പൂവിട്ടു നിൽക്കുന്നു, അല്ലാത്ത

തും ധാരാളം.

പഴയ ഐശ്വര്യമുള്ള മനോഹരമായ ഓടിട്ട ഒരു ചെറിയ വീട്. അടുത്തു നിന്നും കണ്ടപ്പോഴേ ഒരിഷ്ടം തോന്നി.

പുറത്തു ആരെയും കണ്ടില്ല, ബെല്ലടിച്ചു അൽപ്പസമയത്തെ കാത്തിരിപ്പിനൊടുവിൽ വെളുത്തു മെലിഞ്ഞ, സാരി ഉടുത്ത, മുടി നരച്ച ഒരു സ്ത്രീ വാതിൽ തുറന്നു.

ഏതോ മുൻജന്മബന്ധത്തിന്റെ ഊഷ്മളതയോടെ ഉള്ള പുഞ്ചിരി, അപരിചിതത്തിന്റെ യാതൊരു ഭാവവും അവരുടെ മുഖത്തു കണ്ടില്ല.

സംഭാഷണത്തിന് ഉല്ലാസ് തന്നെ തുടക്കമിട്ടു. രാധ ചേട്ടൻ പറഞ്ഞിട്ടാണ് ഞങ്ങൾ വരുന്നത്.

രാധയുടെ പേര് കേട്ടപ്പോൾ തന്നെ ആ സ്ത്രീ, അവരെ അകത്തേക്ക് വിളിച്ചു.

പരസ്പരം പേരുകൾ പറഞ്ഞു പരിചയപ്പെട്ടു.

പഴയ വീടാണെങ്കിലും നല്ല വൃത്തിയും വെടിപ്പുമുള്ള അകത്തളങ്ങൾ. ചെറിയ ഒരു ഹാളും, ഇടത്തരം മൂന്നു മുറികളും, അടുക്കളയും പിന്നെ പുറകിൽ ചെറിയ വർക്ക് ഏരിയയും ഉള്ള ഒരു ഇടത്തരം വീട്.

കുശലങ്ങളിലേക്ക് കടന്നു അപരിചിതത്തത്തിന്റെ യാതൊരു ഭാവവും അവർക്കിടയിൽ ഇല്ലായിരുന്നു. വളരെ പരിചിതരായവർ തമ്മിലുള്ള സംഭാഷണം പോലെയായിരുന്നു അവരുടേത്.

എന്താണ് ഈ വീടും സ്ഥലവും വിൽക്കുന്നത് ?

ന്യായമായ ഒരു ചോദ്യം ഉല്ലാസിന്റെ വക.

ഇന്ദിരാമ്മ ഒന്നാലോചിച്ച ശേഷം തുടർന്നു... എല്ലാം പറയാം, പിന്നീട്...

എല്ലാം കേട്ടു കൊണ്ട് ചേച്ചി ലക്ഷ്മി പാതി ചാരിയ വാതിൽ മറയത്ത് പ്രായത്താൽ ചുഴ്ന്നു പോയ കൺതടങ്ങൾ.....പുഞ്ചിരിച്ചുകൊണ്ട് ഒരേ ഒരു നിൽപ്. വീടും പരിസരവും തൊടിയും കണ്ടോളു...

വീടും സ്ഥലവും വിൽക്കുന്ന കാരണം ഒഴികെ ബാക്കി എല്ലാം കാര്യങ്ങളും സംസാരിച്ചു കൊണ്ടിരുന്നു.

അടുത്തടുത്തിരുന്ന ഇന്ദിരാമ്മയും ജലജയും കൈകൾ കോർത്തു പിടിച്ചിരുന്നു. ചെറുപ്രായത്തിൽ നഷ്ടപ്പെട്ട ഇന്ദിരാമ്മയുടെ മകൾ അമ്മുവിനെ ചേർത്തു പിടിക്കും പോലെ.

ജലജക്കും എന്നോ നഷ്ടപ്പെട്ട മാതൃവാത്സല്യത്തിന്റ സ്നേഹം ഒഴുകി വരും പോലെ.

ഇന്ദിരക്ക്, സർക്കാർ ഓഫീസിൽ ജോലിയായിരുന്നു, റിട്ടയർ ആയിട്ട് കുറച്ചു വർഷങ്ങൾ ആയി.

അമ്മുവിന്റെ അച്ഛന്റെ നിരന്തരമായ കഠിനമായ പ്രവൃത്തിയിലൂടെ ആണ് ഈ പറമ്പ് ഈ രീതിയിൽ ആക്കിയത്.

കുടുംബവക കിട്ടിയ ചെറിയ സ്വത്തും ജോലി ചെയ്തു കിട്ടിയതും കൂടെ സ്വരൂപിച്ചുമാണ് ഇതു വാങ്ങിയത്, അതിനു മുൻപ് ഞങ്ങൾ വാടകക്കാണ് താമസിച്ചിരുന്നത്.

കൂടാതെ എന്റെ ചേച്ചി ലക്ഷ്മിയും ഞങ്ങളോടൊപ്പം ആയിരുന്നു. അവർ വിവാഹം കഴിച്ചിട്ടില്ല. ഇന്ദിരയുടെ ഭർത്താവ് കുറച്ചു കാലം മുൻപേ മരിച്ചു.

ഇന്ദിരാമ്മയ്ക്ക് യൗവ്വനത്തിന്റെ അവസാന കാല ഘട്ടത്തിൽ ഒരു കുഞ്ഞു ജനിച്ചു, അധിക കാലം ആ സന്തോഷം നീണ്ടു പോയിട്ടില്ല.

അച്ഛനും, മകളും ഉറങ്ങുന്ന മണ്ണ് വിട്ട് പോകാനൊരു മടി എങ്കിലും... മറ്റുള്ള അകന്ന ബന്ധുക്കൾ വിളിക്കുമ്പോഴും അതായിരുന്നു അവരുടെ മറുപടി.

കൂടാതെ ചേച്ചിയും. ജീവിതത്തിൽ വിവാഹം വേണ്ടെന്ന് പറഞ്ഞു ജീവിച്ച ഒരാൾ. എന്നും എന്നോടൊപ്പമായിരുന്നു.

കൂടെപ്പിറപ്പുകൾ ആരും ഇല്ലാതെ കാലം കഴിച്ചുകൂട്ടുന്ന രണ്ട് ജന്മങ്ങൾ..

ഇന്ദിരാമ്മയുടെ സ്നേഹം, സംസാരം ഉല്ലാസിനെയും ജലജയെയും വളരെ യധികം ആകർഷിച്ചു. ലക്ഷ്മി അമ്മ എല്ലാം കേട്ട് ചിരിച്ചു കൊണ്ടിരുന്നു.

ജലജക്ക് ഇന്ദിരാമ്മയെ ഒരുപാട് ഇഷ്ടമായി, വിനയത്തോടെ , സ്നേഹത്തോടെ ഉള്ള സംസാരം.

പിന്നീട് എപ്പോഴോ അവർ വീട്ടിൽ നിന്നും തൊടിയിലേക്ക് നടന്നു.

പറമ്പിന്റെ ഓരോ ഭാഗത്തും അവർ കൈകൾ കോർത്തു നടന്നു .

അതിരുകളിൽ നിറഞ്ഞു നിൽക്കുന്ന, തെങ്ങും, കമുകും, മാവും, നിറയെ കായിച്ചു കിടക്കുന്ന പ്ലാവും, കൂടാതെ നെല്ലി, സപ്പൊട്ടാ, ഇലഞ്ഞി മരങ്ങൾ.... കൂടാതെ പേരറിയാത്ത നിരവധി മരങ്ങൾ വേറെയും.

എല്ലാറ്റിലും ഉപരി പറമ്പിന്റെ ഒരു മൂലയിൽ ചെറിയ ഒരു കുളവും കൂടി ഉണ്ട്.

ജലജ ഏതോ ലോകത്ത് എത്തി പ്പെട്ടപോലെ, കണ്ണുകളിലെ തിളക്കവും മുഖത്തെ സന്തോഷവും ഒന്ന് വേറെ തന്നെ.

എല്ലാം ചേട്ടന്റ നീണ്ട കാലത്തെ പ്രവൃത്തിയുടെ പരിണിത ഫലം.

വീടിന്റെ പുറകു വശം മുഴുവൻ പച്ചക്കറി തോട്ടം, എല്ലാ വിഭവങ്ങളും, മനോഹരമായി നട്ടു വളർത്തിയിരിക്കുന്നു.

തൊടിയിലൂടെ ഉള്ള നടത്തത്തിൽ എവിടെയോതട്ടി തടഞ്ഞു വീ

ഴാൻ നേരം ഇന്ദിരാമ്മ അവളെ ചേർത്ത് പിടിച്ചു. ഒരു മകളെപ്പോലെ...

ചെറുപ്പത്തിലേ അമ്മയെ നഷ്ടപ്പെട്ട ജലജക്ക് മാതൃസ്നേഹം എവിടെയോ പെയ്തിറങ്ങിയ പോലെ...

ഏറെ നേരത്തെ സന്ദർശനത്തിന് ശേഷം, അവർ യാത്രപറഞ്ഞിറങ്ങി. ഇറങ്ങും മുൻപ് ജലജയുടെ നിറുകയിൽ സ്നേഹ വാത്സല്യത്തോടെ ഒരു ചുംബനം കൂടി.

ജലജ മനസ്സില്ലാമനസ്സോടെ അവരെ വിട്ട് ഉല്ലാസിനോടൊപ്പം ഫ്ളാറ്റിലേക്ക് തിരി ച്ചു.

യാത്രയിലുടനീളം ആവീടിനെക്കുറിച്ചും അതിന്റ അകത്തളത്തെക്കുറിച്ചും, തൊടിയെക്കുറിച്ചും അവിടെ ഉള്ള ഓരോ ജീവജാലങ്ങളെക്കുറിച്ചും മാത്രം ചിന്തിച്ചു കൊണ്ടിരുന്നു.

പ്രത്യേകിച്ചും ഇന്ദിരാമ്മയെക്കുറിച്ച് വലിയ കെട്ടിടത്തിന്റെ പാർക്കിങ്ങിൽ എപ്പോഴോ എത്തി ചേർന്നു. രാത്രിയിൽ കിടക്കുമ്പോഴും അന്നത്തെ അപ്രതീക്ഷിത യാത്രയെക്കുറിച്ച് മാത്രം ചിന്തിച്ചു കിടന്നു..

അടുത്ത പുതിയ പ്രഭാതം, ഉല്ലാസ് യാത്ര പറഞ്ഞിറങ്ങി... പിന്നെയും വിരസമായ മണിക്കൂറുകൾ ദിവസങ്ങൾ.. ഒരുപാട് ദിവസങ്ങൾ..

ഒരു മുഷിഞ്ഞ പകൽ, മടുപ്പിന്റെ പാരമ്യത്തിൽ ഏറെ ആലോചനകൾക്കൊടുവിൽ ഉല്ലാസിനെ വിളിച്ചു.. തിരക്കിലായിരുന്ന ഉല്ലാസ് ഫോൺ എടുത്തില്ല, വളരെ തിരക്കിലായിരുന്നു. പിന്നീട് തിരക്ക് കഴിഞ്ഞപ്പോൾ വിശദമായി സംസാരിച്ചു.

ഇന്ദിരാമ്മയെ കുറിച്ചും, ആ മനോഹരമായ ചുറ്റുപാടിനെ കുറിച്ചും പറഞ്ഞു.

എല്ലാറ്റിനും പൂർണ്ണ അനുവാദം കൊടുക്കുകയും ചെയ്തു.

ടൗണിൽ നിന്നും അധികം ദൂരമില്ലാത്ത ആ വീട്ടു മുറ്റത്തേക്ക് ജലജ ഒറ്റക്ക് കാർ ഓടിച്ചു കയറി.

ഡോർ തുറന്നതും പുറത്ത് നിന്നിരുന്ന ജലജയെ കണ്ടപാടെ ഓടി വന്ന് കെട്ടിപിടിച്ചു ഉമ്മകൾ കൊടുത്തും, കൈകൾ കോർത്തു പിടിച്ചും അങ്ങനെ തന്നെ നിന്നു.

ഏതാനും ദിവസത്തെ നഷ്ടപ്പെട്ട ഉന്മേഷം എല്ലാം തിരിച്ചു കിട്ടിയ പോലെ.

പഴയ മടുപ്പിൽ നിന്നും മോചനം, എവിടെയോ ഒളിച്ചിരുന്ന തണുത്ത കാറ്റ് ചുറ്റിലും വട്ടമിട്ടു നിൽക്കുന്നു.

പലതും സംസാരിച്ചു കൊണ്ടിരുന്നു ഏതാനും ദിവസം മുൻപ് കണ്ട പോലെ തന്നെ ഒരു കൈ ഇപ്പോഴും ഇന്ദിരാ അമ്മയുടെ മടിയിൽ തന്നെ...

എന്തിനാ അമ്മേ ഈ വീടും സ്ഥലവും വിൽക്കുന്നത് ?

കഴിഞ്ഞ ദിവസം പിന്നീട് പറയാമെന്നു പറഞ്ഞ കാര്യം.

ഒന്നാലോചിച്ച ശേഷം ഇന്ദിരാമ്മ തുടർന്നു.

അതായത്, എനിക്കും ചേച്ചിക്കും മാത്രമറിയുന്ന കാര്യം, ഞങ്ങളുടെ മോൾ മരിച്ചശേഷം അവൾക്ക് വേണ്ടി അവളുടെ അച്ഛനും ഞാനും കൂടി ഒരു അനാഥാലയം നടത്തുന്നുണ്ടായിരുന്നു, വളരെ ഭംഗിയായി.. വളരെ രഹസ്യമായി തന്നെ...അച്ഛന്റെ വലിയ തീരുമാനം...

മോളുടെ അച്ഛന്റെ ഒരു കൂട്ടുകാരന്റെ വലിയ ഒരു കെട്ടിടത്തിലായിരുന്നു അത് പ്രവർത്തിച്ചിരുന്നത്.

അവിടെ സ്ത്രീകളും, പുരുഷന്മാരും, കുറച്ചു കുട്ടികളും..

വളരെ അപൂർവം ചിലർക്ക് മാത്രമറിയുന്ന ഒന്നാണ് അത്, ഞാൻ അവിടെ പോകാറില്ല.

അവിടുത്തെ കാര്യങ്ങൾ നോക്കാൻ ഒരു ടീം തന്നെ യുണ്ട്. അവരിപ്പോഴും ഭംഗിയായി തന്നെ അത് നടത്തി പോരുന്നു.

രാധയായിരുന്നു അതിന്റെ തുടക്കത്തിലെ നോട്ടക്കാരൻ, കൂടാതെ രാധ എന്റെ ഒരു അകന്ന ബന്ധു കൂടിയാണ്.

പിന്നീട് മറ്റു പലരുമായി ശമ്പളത്തിലും, യാതൊരു പ്രതിഫലവും ഇല്ലാത്ത സേവനത്തിലും..

ചിലവ് എല്ലാം ഞങ്ങളായിരുന്നു വഹിച്ചിരുന്നത്, ആദ്യമെല്ലാം കുഴപ്പമില്ലായിരുന്നു

പിന്നെപ്പിന്നെ ചിലവുകൾ ഞങ്ങൾക്ക് വളരെ ബുദ്ധിമുട്ടായി..

സഹിക്കാവുന്നതിലും വളരെ കൂടുതലായി.

എനിക്കു കിട്ടുന്ന പെൻഷൻ തുകയുടെ നല്ലൊരു ശതമാനവും ഇതിനുവേണ്ടി തന്നെ ചിലവഴിച്ചു.

സഹായത്തിനു പലരും മുന്നോട്ട് വന്നു ആവശ്യപ്പെടാതെ തന്നെ.

കൂടാതെ കെട്ടിടത്തിന്റെ വാടക വളരെ ചെറിയ ഒരു തുക.. ഉടമസ്ഥന്റെ ഏക വരുമാനം അതായിരുന്നു.

കെട്ടിട ഉടമയുടെ ഏകമകൾ ഓസ്ട്രേലിയൽ ജോലി ചെയ്യുന്നു .

അടുത്ത കാലത്ത് ആ കുട്ടിയും കുടുംബവും അവിടെ സ്ഥിരമായി താമസിക്കാൻ തീരുമാനിച്ചു.

പ്രായമായ മാതാപിതാക്കളെ അവിടേക്കു വരുവാൻ മകൾ നിർ ബന്ധിച്ചു കൊണ്ടിരുന്നു.

ആദ്യമൊന്നും അവർ സമ്മതിച്ചില്ല. ഒടുവിൽ മകൾ പറഞ്ഞു.

ആരോരും ഇല്ലാത്തവരാണ് അനാഥാലയത്തിൽ പോകുന്നത്, ഞാനിവിടെ ഉണ്ടല്ലോ, ഞാൻ ജീവിച്ചിരിക്കുമ്പോൾ അച്ഛനും അമ്മക്കും അ

ങ്ങനെ സംഭവിക്കരുത്.

അതൊരു വെല്ലുവിളി ആയിരുന്നു ഒടുവിൽ ആ വെല്ലുവിളി അവർ ഏറ്റെടുത്തു. പ്രശ്നം, അതല്ല ആ കെട്ടിടം വിൽക്കണം, ആരിത് വാങ്ങും? ഈ അനാഥരെ എന്തു ചെയ്യും ?

അതുവിറ്റു കിട്ടുന്ന പണവും കൂടി കിട്ടിയിട്ട് വേണം മകൾക്ക് വിദേശത്തു സ്വന്തമായി വലിയവീട് വാങ്ങുവാൻ...

ഒടുവിൽ ഞങ്ങൾ ഒരു തീരുമാനം എടുത്തു, ഈ വീടും സ്ഥലവും വിൽക്കുക ആ തുക അനാഥാലയത്തിന്റെ കെട്ടിടത്തിനു കൊടുക്കുക. അത് വിലക്ക് വാങ്ങുക, അവിടെ താമസിക്കുക. അത് നിലനിർത്തേണ്ടത് എന്റെയും ഒരാവശ്യമായിരുന്നു, കാരണം എന്റെ സ്വന്തം വല്യേട്ടൻ, പരമേശ്വരനും ഭാര്യയും അവിടെ ഉണ്ട്.

ഏട്ടന് ഒരേ ഒരു മകൾ. അവൾ ചെറുപ്പത്തിൽ ഏറിയ സമയവും ഇവിടെ ആയിരുന്നു. മക്കളില്ലാത്ത ഞങ്ങൾക്ക് അവൾ മകളായിരുന്നു. സ്വന്തം മകളെ പോലെ അവളെ സ്നേഹിച്ചു. പരിപാലിച്ചു.

ഒടുവിൽ വിവാഹം കഴിഞ്ഞതോടു കൂടി അവൾ ഭർത്താവിനോടൊപ്പം പൂനെയിലേക്ക് താമസമാക്കി. പിന്നെപ്പിന്നെ നാട്ടിലേക്കുള്ള വരവിന്റെ എണ്ണം കുറഞ്ഞു. പ്രായമായ അച്ഛനെയോ അമ്മയെയോ അന്വേഷിക്കാതായി. ആരോഗ്യം നഷ്ടപ്പെട്ട അവരെയും അവിടെ ആക്കി. കൂടാതെ എന്റെ ഓഫീസ് സൂപ്രണ്ട് അലക്സാണ്ടർ സാറിന്റെ രണ്ട് ആൺമക്കൾ അമേരിക്കയിൽ ജോലി ചെയ്യുന്നു.

ഒരിക്കൽ അവർ മാതാപിതാക്കളെ അങ്ങോട്ട് കൊണ്ടുപോകാനൊരു ശ്രമം നടത്തി, ഭാര്യമാരുടെ എതിർപ്പോ എന്തോ ഒടുവിൽ ആ ശ്രമം ഉപേക്ഷിച്ചു.

ആരോഗ്യം നഷ്ടപ്പെട്ട അവരും ഇപ്പോൾ അവിടെയാണ് താമസിക്കുന്നത്. ഇതുകൊണ്ടെല്ലാം എനിക്കതു നിലനിർത്തിയെ പറ്റൂ. അവരുടെ ജീവിതം, അവരുടെ നിലനില്പ്...

ഞങ്ങൾ അനാഥാലയത്തിലേക്കു താമസം മാറ്റുവാനുള്ള തീരുമാനത്തിലാണ്. ഇതു വിറ്റാൽ ഉടൻ. ഒരു വലിയ സിനിമാ കഥ പോലെ എല്ലാം കേട്ടുകൊണ്ടിരുന്നു.

പതിവില്ലാതെ തിരക്കുകൾ കഴിഞ്ഞു, ഉല്ലാസ് വിളിച്ചു, വിവരങ്ങൾ എല്ലാം പറഞ്ഞു.

കേട്ട പാടെ ഉല്ലാസ് അവിടെ നിന്നും തിരിച്ചു. അധികം വൈകാതെ ഇന്ദിരാ മ്മയുടെ വീട്ടിൽ എത്തി.

എല്ലാം കേട്ട ശേഷം, ജലജയും ഉല്ലാസും കൂടി ഒരു തീരുമാനം എടുത്തു.അവർ ഒരുമിച്ചെടുത്തു തീരുമാനം ഇന്ദിരാ മ്മയെ അറിയിച്ചു.

ജലജ അമ്മയോട് പറഞ്ഞു

'എങ്ങും പോകണ്ട, വീടും സ്ഥലവും ഞങ്ങൾ വാങ്ങിക്കോളാം, അതിന്റ പേപ്പർ വർക്സ് നടത്തിക്കോളാൻ രാധ യോട് പറഞ്ഞോളൂ...'

പിന്നെ അമ്മ എവിടെയും പോകണ്ട, ഞങ്ങൾ നോക്കിക്കോളാം.....

ഞങ്ങളോടൊപ്പം താമസിച്ചാൽ മതി. ഞങ്ങളുടെ ടൗണിലെ ഫ്ളാറ്റിൽ ഇടക്ക് പോയി നോക്കിക്കൊള്ളാം, എങ്കിലും കൂടുതൽ സമയവും ഇവിടെ അമ്മയോടൊപ്പം ആയിരിക്കും.

ഞങ്ങളുടെ അമ്മയായി ഇവിടെ ഇരുന്നാൽ മതി, ഇവിടെ താമസിച്ചാൽ മതി.

രണ്ട് അമ്മമാരുടെയും കണ്ണുകൾ നിറഞ്ഞു തുളുമ്പി, ഇത് സത്യമോ, അതോ സ്വപ്നമോ ?

പകൽ മാറി വരുന്നു ഈ സന്ധ്യാ വെളിച്ചം, മനോഹരമായിരിക്കുന്നു. എന്തെന്നില്ലാത്ത ഒരു തിളക്കം.

പതിവിലും നേരത്തെ നക്ഷത്രങ്ങൾ ആകാശത്ത്, അതും ഇന്ദിരാമ്മയുടെ വീടിനു മുകളിൽ... തിളങ്ങി നിൽക്കും പോലെ..

അമ്മയും, ചേച്ചിയും എവിടേക്കും പോകണ്ട, ഞങ്ങൾ ഇതു വാങ്ങിച്ചോളാം...

ജലജ വീണ്ടും പറഞ്ഞു.

ഞങ്ങളുടെ അമ്മയായി ഇവിടെ തുടർന്നാൽ മതി, ഞങ്ങൾ നോക്കിക്കോളാം. പ്രായമാകുമ്പോൾ മക്കളില്ലാത്ത അവസ്ഥ., ആശ്രയത്തിന് സ്വന്തം അനുജത്തി മാത്രം. ലക്ഷ്മിയുടെ ആകുലത കൾക്ക് വിരാമമായി.

നാലുമണി കാറ്റിന്റ തീരത്തും പട്ടണത്തിൽ പുതുതായി വരാൻ പോകുന്ന വലിയ കെട്ടിട സമുച്ചയത്തിന്റെ കൂറ്റൻ പരസ്യം.

ആധുനിക രീതിയിലുള്ള വലിയ ഫ്ളാറ്റുകളുടെ മനോഹരമായ ചിത്രങ്ങളും, പേരും ഫോൺ നമ്പറുകളും, വെബ്സൈറ്റ് വിശദാംശങ്ങളും മറ്റും...

അവർ കോൺക്രീറ്റ് കാടുകൾ പണിയുന്നവർ, ഗ്രാമ വാസികളെ അവിടെ നിറക്കാനുള്ള ഗൂഢശ്രമത്തിന്റ ഭാഗം.... ബിസിനസ് മാത്രം ലക്ഷ്യം.

അവർ രണ്ടുപേരും കൂടി ആ അമ്മമാരുടെ കോർത്തു പിടിച്ച കൈകളുമായി നാലുമണി ക്കാറ്റിന്റെ നിറവിൽ പഴയ നിറം മങ്ങിയ സിമന്റ് ബെഞ്ചിൽ ഇരിപ്പുറപ്പിച്ചു. നിമിഷങ്ങൾക്കകം രാധ ആവി പറക്കുന്ന ചായയുമായി അവരുടെ മുന്നിലേക്ക് പുതുക്കെ നടന്നടുത്തു.

ഏലീസ

ക്രിസ്തുവിന്റെ ചൈതന്യം ഉള്ള മുഖം, ദിവ്യ ചൈതന്യമുള്ള മുഖം നോക്കും തോറും സകല വിഷമങ്ങളും അപ്രത്യക്ഷമാകും.

മേശപ്പുറത്തിരിക്കുന്ന ഫോട്ടോയിൽ തന്നെ നോക്കി ഏലീസ പലതും ഓർത്തു കൊണ്ടിരുന്നു. വേണ്ട, നഷ്ടങ്ങളുടെ കണക്കെടുപ്പ് വേണ്ട, ജീവിതം എന്ന സമസ്യ സമരസപ്പെട്ടു പോയാൽ മതി. കരയാത്ത മുഖങ്ങളെ കാണുവാൻ മാത്രം ആഗ്രഹിച്ച ഒരു സ്ത്രീ. മറിച്ചു ചിന്തിക്കുകയേ വേണ്ട.

അസ്വസ്ഥപ്പെടുത്തുന്ന ഓർമ്മകൾ.

വിളക്കിന്റെ നേരിയ വെട്ടത്തെ കാറ്റ് വിരട്ടും പോലെ, കൊള്ളിയാൻ വെട്ടത്തിലെ മിന്നാമിനുങ്ങുപോലെ കോള് കൊണ്ട കടലുപോലെ, കൂസലില്ലാതെ ഒടുവിൽ...

നെടുമോഹങ്ങൾ എല്ലാം വെള്ളത്തിൽ വരച്ച വരപോലെ, ഒന്നിനും സംതൃപ്തി കിട്ടാതെ. എവിടെയൊക്കെയോ പോയി മറയുന്നു.

സരളമായ മധുര ചിന്തകൾ തന്റെ ഭർത്താവിനെപ്പറ്റിയുള്ള ചിന്തകൾ, ഏകാന്തതയിൽ ഓടിവരാറുണ്ട്, ആ മനുഷ്യൻ കൂടെ ഉണ്ടായിരുന്നെങ്കിൽ എന്ന് പലപ്പോഴും ചിന്തിക്കാറുണ്ട് ഇടക്ക് എപ്പോഴോ അലക്കി വെളുപ്പിച്ചപോലെ, എന്തെല്ലാമോ തെളിഞ്ഞു തെളിഞ്ഞു ദിവ്യ പ്രഭതൂകി എവിടെയോ...

കാലത്തിന്റെ വേഗസഞ്ചാര ഗതിയിൽ ആടി തീർത്ത എത്രയോ ഊഞ്ഞാലുകൾ, ഒച്ചയും ബഹളവും വച്ചു നടന്ന നാളുകൾ എല്ലാവർക്കും കാണുമല്ലോ, എങ്കിലും എലീസ എന്ന പുലിക്കുട്ടി, പെൺപുലി ഇന്നീ ഒറ്റമുറിയിൽ പുറം ലോകവുമായി ഒരു ബന്ധവും ഇല്ലാതെ ഒരുതരത്തിൽ കഴിയുന്നു.

വളരെ വലിയ ഭൂതകാലം സന്തോഷത്തിന്റേതാകാം, ദുഃഖത്തിന്റേതാകാം, എപ്പോഴൊക്കെയോ ഹൃദയത്തിൽ ചില പെരുമ്പറമേളം. തലകുടഞ്ഞു ചിരിക്കേണ്ടപ്പോൾ അങ്ങനെ, പൊട്ടിച്ചിരിക്കേണ്ടപ്പോൾ അങ്ങനെ... അനുഭവങ്ങളുടെ ഊഷ്മളതയിൽ എപ്പോഴെല്ലാമോ മറ്റൊരു ലോകത്ത്.

ദൈവസ്തുതി വാചകങ്ങൾ ഉരുവിട്ട്, ഘനമുള്ള വലിയ മെത്തയിൽ, ഉരുണ്ടും, ഭിത്തിയോട് ചേർന്ന് കൈകുത്തിയിരുന്നും സമയം കളഞ്ഞു കൊണ്ടിരുന്നു.

പകൽ സമയം വല്ലാത്ത ഒരു മടുപ്പ് തന്നെ, വീട്ടിലെ രാവിലത്തെ ബഹളവും തിരക്കും കഴിഞ്ഞാൽപ്പിന്നെ ശോകമൂകം. ആരും ഇല്ല മിണ്ടാനും പറയാനും, വൈകുന്നേരം എല്ലാവരും കൂടണഞ്ഞാലോ ? അപ്പോഴും ആരും അടുത്തോട്ട് വരുക പോലുമില്ല.

എങ്കിലും അടഞ്ഞ മുറികളിൽ നിന്നും, പുറത്തുള്ള സംസാരവും ഒച്ചയും ബഹളവും ഏലീസക്ക് വലിയ ഒരാശ്വാസം തന്നെയാണ്, ആരൊക്കെയോ അടുത്തുള്ളതു പോലെ.

പുറത്തൊരു കാൽപ്പെരുമാറ്റം, പാതി തുറന്ന ജാലകത്തിലൂടെ നോക്കിയെങ്കിലും ആളെ കണ്ടില്ലെങ്കിലും ആളുടെനിഴൽ രൂപം കണ്ടു. പ്രധാന വാതിൽ എപ്പോഴേ അടച്ചു.

പുറത്തുനിന്നും പൂട്ടിയിട്ടാണ് അനോന യുടെ പോക്ക്, ഇനി ഉച്ചക്ക് നോക്കിയാൽ മതി. പ്രമോഷൻ കിട്ടി വീടിനടുത്തേക്ക് വന്നതുകൊണ്ട്, ഉച്ചഭക്ഷണത്തിന് കൃത്യമായി തന്നെ വീട്ടിലെത്തും. ഭക്ഷണം കൃത്യ സമയത്തു തന്നെ തരും. ഏക മകളും അമ്മയും കൂടിയാണ് പോക്കും വരവും.

'ആരാ, എന്താ'?

ഏലിസ ഉറക്കെ ചോദിച്ചു ?

കുറച്ച് നേരത്തേക്ക് അനക്കമൊന്നും ഇല്ല.

എങ്കിലും നോട്ടം തുറന്ന ജാലകത്തിനു നേരെ.

ആരോ വന്നു പോയിരിക്കുന്നു, വിളിച്ചിട്ട് മറുപടി ഒന്നും ഇല്ല.

ആരായിരിക്കും അത് ? എന്തിനായിരിക്കും വന്നത് ? സ്വയം ചോദിച്ചു കൊണ്ടിരുന്നു.

പിരുവുകാരായിരിക്കും, അല്ലെങ്കിൽ വഴി തെറ്റി വന്നവർ ആരെങ്കിലും, അതുമല്ലെങ്കിൽ...

എലീസായുടെ വെറും തോന്നലോ ?

ഏറെ നേരം ചെവി കൂർപ്പിച്ചു കൊണ്ടിരുന്നു. അടഞ്ഞ സംഭാഷണ ശകലങ്ങൾ പൂമുഖത്തു നിറഞ്ഞു നിന്നു. ഒന്നും വ്യക്തമല്ല രണ്ടു പേരുണ്ട്, ഒരു പെൺകുട്ടിയുടെ പതിഞ്ഞ ശബ്ദങ്ങൾ, ഒപ്പം ഒരാൺകുട്ടിയും. പതിഞ്ഞ സ്വരത്തിൽ എന്തെല്ലാമോ പറയുന്നു. ചിരിക്കുന്നു.

വീട്ടിലെ കാര്യങ്ങൾ അറിയുന്ന ആരോ ആണെന്നു തോന്നുന്നു, ആരും ഇല്ലാത്ത സമയം നോക്കി, ഒഴിഞ്ഞ ഒരിടം നോക്കി മനസ്സ് തുറ

ക്കാൻ ഇറങ്ങിയവരായിരിക്കും. പലതും ചിന്തിച്ചു കൊണ്ടിരുന്നു.

കട്ടിലിനോട് ചേർന്നുള്ള ജാലകത്തിലൂടെ പുറത്തേക്ക് നോക്കി, മരങ്ങൾ, സമൃദ്ധമായ ഇലകൾ, മരത്തിന്റെ വേരുകൾ മണ്ണിലേക്ക് ആഴ്ന്നിറങ്ങിയിരിക്കുന്നു. ദൂരെ നിന്നും ജലകണങ്ങളെ തന്നിലേക്ക് വലിച്ചടുപ്പിക്കുന്നു, ജീവൻ നിലനിർത്താൻ വേരുകൾ എത്രയോ ദൂരം സഞ്ചരിക്കുന്നു ഒടുവിൽ വേണ്ടതെല്ലാം സ്വീകരിച്ചു ജീവൻ നിലനിർത്തുന്നു.

നഷ്ടപ്പെട്ട ശിഷ്ടജീവിതം കിടക്കയിൽ കഴിച്ചുതീർക്കുന്നു.

വളരെ അത്യാവശ്യകാര്യങ്ങൾക്കു വേണ്ടി മാത്രമേ പ്രധാന വാതിലിനടുത്തേക്ക് പോകാറുള്ളു, പണ്ട് മുതലേ ഉള്ള ആരോഗ്യ പ്രശ്നങ്ങൾ.

ഇടതുവശം ഭാഗികമായി തളർന്നിരിക്കുന്നു, എങ്കിലും കൈയും കാലും ചലിപ്പിക്കാൻ കഴിയും പഴയശക്തി എവിടെയോ നഷ്ടപ്പെട്ടിരിക്കുന്നു.

മറ്റുള്ളവരുടെ സഹായത്തോടെ മാത്രമേ ശരിയായ ഒരു സഞ്ചാരം നടക്കു.

ഒരിക്കൽ ഒറ്റക്കൊരു ശ്രമം നടത്തിയതാ, അതിന്റ പ്രതിഫലനമാണീ കിടപ്പ്. കൂടാതെ ഏകമകളുടെ വക കവല ചട്ടമ്പിമാര് പറയും പോലത്തെ പൊതിഞ്ഞെടുത്ത കട്ടി വാക്കുകളാലൊരു സമ്മാനവും...

കയ്യിലിരുന്ന കാശ് പോരാഞ്ഞിട്ട് ATM മെഷീന്റെ മുന്നിലും പോയി നോക്കി അത് സ്വയം പണിമുടക്കി എനിക്കിപ്പം പണം തരാൻ സൗകര്യം ഇല്ലെന്ന മട്ടിലൊരു നോട്ടവും നിൽപ്പും. ഒടുവിൽ ബാങ്കിൽ പോയി ഏറെ നേരം നിന്നിട്ടാണ് ആശുപത്രിയിൽ കൊടുക്കാനുള്ള മുഴുവൻ തുകയും കിട്ടിയത്.

അതിന്റ കലിപ്പ് ഇത് വരെയും തീർന്നിട്ടില്ല അവൾക്ക്.

അനോന സ്വന്തം മകൾ, എടുത്തു വളർത്തിയവളല്ല, എങ്കിലും ഒരു വീഴ്ചയോട് കൂടി അടക്കി വച്ച പലതും പുറത്ത് വന്നു... എടുത്തു വളർത്തിയവളെ പോലെയായി...

ചെറിയ പ്രായത്തിൽ വിവാഹം കഴിച്ചവളാ എലീസ, നാട്ടു നടപ്പനുസരിച്ച് സമയത്ത് പ്രസവം നടക്കണം, അത് നടന്നില്ല. ഒരുപാട് വൈകി.

പലരും ഒളിഞ്ഞും തെളിഞ്ഞും പലതും പറഞ്ഞു. ഒടുവിൽ എല്ലാവരെയും ഞെട്ടിച്ചു കൊണ്ട് അധികം വൈകാതെ ഒരുപാട് വർഷം കാത്തിരിക്കാതെ രണ്ടു കുട്ടികൾക്ക് ജന്മം നൽകി. എല്ലാം ഒരു പഴയ കഥ.

ഒറ്റപ്രസവത്തിൽ രണ്ടു കുട്ടികൾ അനോനയും, ജിൻസും.

ഉദരത്തിൽ കിടന്നുകൊണ്ട് തന്നെ അവൾ അവനെ ചവിട്ടി താഴ്

ത്തി അവൾ ആദ്യം പുറത്തേക്ക്, അധികം വൈകാതെ അവനും...

അതോടെ എല്ലാവരുടെയും നാവടപ്പിച്ചു.

നീണ്ട കാലത്തെ കാത്തിരിപ്പിനൊടുവിൽ, ഒറ്റ പ്രസവത്തിൽ രണ്ടു കുഞ്ഞുങ്ങൾ സമപ്രായത്തിലുള്ള ആർക്കും കിട്ടാത്ത ഒരു സൗഭാഗ്യം.

പിന്നീട് വളർന്നു വലുതായപ്പോൾ സ്വന്തം കൂടപ്പിറപ്പിനെ ചവിട്ടി താഴ്ത്തിയ പോലെ തന്നെ ഭർത്താവിനെയും. മധുവിധു കഴിഞ്ഞപാടെ തന്നെ, ഒഴിവാക്കി, ഒരുപാട് വഴക്കിനും ബഹളത്തിനും ഒടുവിൽ വലിയ ഒരു യുദ്ധത്തിന് തയ്യാറായി, അതും ഒറ്റക്ക്.

എല്ലാ കാര്യത്തിനും രണ്ടുപേർക്കും ഒരുപോലെയാണ് പ്രാധാന്യം എങ്കിലും കുറച്ച് ആധിപത്യം കൂടി വേണമെന്നൊരു വാശി, ഒടുവിൽ വഴക്കായി ബഹളമായി.

ചെറിയ മുറിയിലെ മുറുമുറുപ്പുകൾ അധികം വൈകാതെ പുറത്തേക്ക് മറ്റുമുറികളിലേക്ക്, പിന്നെപ്പിന്നെ വീടിനുവെളിയിലേക്ക്, ലോകം മുഴുവൻ അറിയാൻ അധിക സമയം വേണ്ടി വന്നില്ല.

താൻ ഗർഭിണി ആണെന്ന വിവരം മറച്ചു വക്കാതെ തന്നെ വിവാഹ മോചനത്തിന് തയ്യാറായി. ജനിക്കാൻ പോകുന്ന കുട്ടി ആണായാലും പെണ്ണായാലും ഭർത്താവിന് ഉത്തരവാദിത്തം ഉണ്ട്. കോടതി ഉത്തരവ്.

ചിലവുകൾ സമയത്തിന് തന്നെ കൊടുക്കണം. കോടതി ഉത്തരവാണ് പാലിച്ചേ പറ്റൂ...

തല്ക്കാലം ഇനിയൊരു വിവാഹം വേണ്ട, അനോനയുടെ ഉറച്ച തീരുമാനം, ഒരു കുട്ടിയുണ്ട് അതുമതി, പകുതി പണം മുൻഭർത്താവ് സമയത്തിന് ബാങ്ക് അക്കൗണ്ടിൽ നിക്ഷേപിച്ചോളും, വീഴ്ച വരുത്തിയാൽ പരാതിപ്പെടാം.

മകൻ ജിൻസ്, ആരോഗ്യം പ്രശ്നങ്ങൾ എപ്പോഴും അവനെ അലട്ടിക്കൊണ്ടിരുന്നു.

ചെറുപ്പത്തിലേ ആരോഗ്യ പ്രശ്നങ്ങൾ ഉള്ളകുട്ടി, പഠിത്തത്തിൽ കേമൻ, ഒരു തരത്തിൽ എങ്ങനെയോ ഉന്നതപഠനം പൂർത്തിയാക്കി, ജോലിയും സമ്പാദിച്ചു. വർഷങ്ങൾക്ക് മുൻപേ തലസ്ഥാനത്തേക്ക് ചേക്കേറി. അൽപ്പം താമസിച്ചെങ്കിലും കുടുംബ ജീവിതത്തിലേക്കും കാലെടുത്തു വച്ചു.

അലീന, അതായിരുന്നു അവളുടെ പേര്, മകന്റെ ഭാര്യ, ഒരു മിടുക്കി എന്നോ അധിക പ്രസംഗി എന്നോ അധികപ്പറ്റുകാരി എന്നോ ഒന്നും പറയാൻ പറ്റില്ല...

മിടുക്കിയായ ഒരു പെൺകുട്ടി, സ്വന്തം കാര്യങ്ങളിൽ ആരെയും ആശ്രയിക്കാതെ തന്നെ പല കാര്യങ്ങളും മനോഹരമായി ചെയ്യുന്ന ഒരു കുട്ടി. ഒരുപാട് കാലമൊന്നും ഒരുമിച്ച് ജീവിക്കാൻ കഴിഞ്ഞില്ല.

ജിൻസിന് ചെറുപ്പത്തിലേ ചില ആരോഗ്യ പ്രശ്നങ്ങൾ ഉണ്ടായിരുന്നു, പിന്നീട് എല്ലാം മാറി എങ്കിലും ചില പ്രശ്നങ്ങൾ എപ്പോഴൊക്കെയോ തല പൊക്കിക്കൊണ്ടിരുന്നു.

പ്രൊഫഷണൽ കോഴ്സിന് പഠിക്കുമ്പോഴും ഇടക്കെല്ലാം അസുഖം, അനുവാദം കൂടാതെ കടന്ന് വരുമായിരുന്നു, മാനസികവും ശരീരികവുമായ ചില പ്രശ്നങ്ങൾ.

എല്ലാം മറച്ചു വച്ചിട്ട് എന്തിന് ഇതിനു മുതിർന്നു, ഭാര്യ വീട്ടുകാരുടെ കുറിക്കുകൊള്ളുന്ന ചോദ്യം ?

'ഇതു തുടരണോ' എന്ന് പലവട്ടം ചോദിച്ചു. 'ഇതു മതി' എന്ന ഒറ്റ ഉത്തരം മാത്രം. അലീനയിൽ നിന്നും.

ഉത്തരം കിട്ടാത്ത പല ചോദ്യങ്ങളും ഇപ്പോഴും. എങ്കിലും അവൾ പിരിഞ്ഞു പോകാൻ കൂട്ടാക്കിയില്ല, കാരണം പലതാണ്. ഒരാള് ചിന്തിക്കുന്ന പോലെ യല്ല മറ്റൊരാൾ ചിന്തിക്കുന്നത്.

ഓരോരുത്തരുടെയും ചിന്തകൾ വ്യത്യസ്തമാണ്. അലീനയുടെ കാഴ്ച്ച പ്പാടുകൾ അവളുടേത് മാത്രം.

ഇനി മറ്റൊരാളെ സ്നേഹിക്കണം, അയാളോടൊത്തുള്ള ജീവിതം. വേണ്ട, ഇഷ്ടാനിഷ്ടങ്ങളെ എന്നേ പകുത്തെടുത്തിരുന്നു

ഏറെക്കാലം അവയെ താലോലിച്ചു, അവയെ സ്നേഹിച്ചു പരിപാലിച്ചു, മുന്നോട്ട് പോയി അതു മതി.

നല്ല ഓർമ്മകൾ ഇനിയുള്ള ജീവിതം ധന്യമാകാൻ അതുമതി. ഇനി മറ്റൊരു തുണ, അതുമായി പൊരുത്തപ്പെടണം, എല്ലാറ്റിനും സമയമെടുക്കും, ജീവിതം എന്തെന്ന് അടുത്തറിഞ്ഞു, മതി പിന്നെ കുട്ടികൾ ഒന്നും ഇതുവരെയും....

തന്നിൽ നിന്നും ഒരു തലമുറ അതിനുള്ള ഭാഗ്യം ഇല്ലെങ്കിൽ അങ്ങനെയാവട്ടെ. പലതും ചിന്തിച്ചു സ്വയം ആശ്വസിച്ചു.

ഡൽഹിയിൽ സ്വന്തമായി ഒരു വലിയ ഫ്ളാറ്റ്, രണ്ടു പേർക്കും നല്ല ജോലിയും തരക്കേടില്ലാത്ത ശമ്പളവും. കുട്ടികൾ ഇല്ലെന്നു മാത്രം, തന്റെ അമ്മയും ഏറെ കാലം കാത്തിരുന്ന ശേഷമാണത്രെ കുട്ടികൾക്ക് ജന്മം കൊടുത്തത്. സ്വയം ആശ്വസിച്ചും മറ്റുള്ളവരെ പറഞ്ഞു അശ്വസിപ്പിച്ചും കൊണ്ടിരുന്നു ജിൻസ്.

സ്വന്തം ആരോഗ്യ പ്രശ്നങ്ങൾ അറിഞ്ഞിട്ടും അറിഞ്ഞില്ലെന്നു ത

ന്നെ, മുന്നോട്ട് പോയി, ജീവിതം ഒന്നേ ഉള്ളൂ പരമാവധി പിടിച്ചു നിക്കണം. ജിൻസ്ന്റെ ഉറച്ച തീരുമാനം, അത് ശരിയാണ്.

അവനവന്റെ ശരികൾ.

ഒടുവിൽ അല്പകാലമല്ല ഏറെ ക്കാലത്തെ കാത്തിരിപ്പുതന്നെ നടത്തി, ഡൽഹിയിലെ അറിയപ്പെടുന്ന നല്ല പല ഡോക്ടർമാരെയും കണ്ടു. നിരവധി ടെസ്റ്റുകൾക്ക് വിധേയനായി, എല്ലാവരും പറഞ്ഞത് ഒന്നു തന്നെ.

പിന്നെയും നിരാശ, രണ്ടുപേർക്കും ഓരോ പ്രശ്നങ്ങൾ, ഈ ജന്മം സ്വന്തമായി ഒരു കുഞ്ഞുപോലും ഉണ്ടാവില്ല . പിന്നെയും കാലം അതിന്റ സഞ്ചാര വഴിയേ...

രണ്ടു പേരുടെയും നീണ്ട ആഴ്ചകളും മാസങ്ങളും കഴിഞ്ഞ ആലോചന കൾക്കും ചിന്തകൾക്കും ഒടുവിൽ ഒരു വലിയ തീരുമാനനെടുത്തു.

'ഒരു കുഞ്ഞിനെ അഡോപ്റ്റ് ചെയ്യുക.'

നീണ്ട ദിവസങ്ങളിലെ ആലോചനക്കുശേഷം, രണ്ടു പേരും ഒരു ധാരണയിൽ എത്തി. പിന്നീടുള്ള ഓരോ ദിവസങ്ങളും അന്വേഷണത്തിന്റ വഴിയിൽ.

നിയമത്തിന്റെ ഒരു പാട് നൂലാമാലകൾ ഒടുവിൽ ദൗത്യം വിജയിച്ചു.

ഒരു കൊച്ചു സുന്ദരിയെ കണ്ടെത്തി അവൾക്ക് സ്വന്തം അമ്മയുടെ പേരു തന്നെ നൽകി

'ഏലീസ'

പ്രസവിക്കാതെ തന്നെ അമ്മയായി, എങ്കിലും ഒരു കുഞ്ഞിനെ പരിപാലിക്കാനുള്ള പ്രാപ്തി വന്നിട്ടില്ല.

ഒരു സ്ത്രീ ഗർഭിണി ആകുമ്പോഴേ സന്തോഷത്തിന്റെയും, പ്രതീക്ഷയുടെയും നാളുകൾ തങ്ങളുടെ ജീവിതത്തിലേക്ക് വരുന്ന പുതിയ അതിഥി അത് ആണായാലും പെണ്ണായാലും, അതിനെ സ്വീകരിക്കാൻ മാനസികമായ ചില തയ്യാറെടുപ്പുകൾ, കുഞ്ഞുങ്ങളുടെ ഫോട്ടോകൾ കിട പ്പുമുറിയിൽ തൂക്കി ഇടുക.

മാനസികമായും ശാരീരികമായും എല്ലാവിധ തയ്യാറെടുപ്പുകളും നടത്തുക, ഇങ്ങനെ ഒന്നും ഇവിടെ വേണ്ടിവന്നില്ല.

ഊണിലും ഉറക്കത്തിലും തനിക്കു ജനിക്കാൻ പോകുന്ന ഓമന കുഞ്ഞിന്റെ മുഖം മാത്രം മനസ്സിൽ കാണുക അതിനെ താലോലിക്കുക, എന്നിങ്ങനെ പലതും...

ഒരു കുഞ്ഞു ജനിച്ചിട്ടില്ലെങ്കിലും ഒരു കുഞ്ഞിന്റെ ലോകത്ത് തന്നെ ആയിരിക്കും അമ്മ.

ഒരു ജീവനാണ്, ബയോളജിക്കൽ മാതാവോ പിതാവോ അല്ലെങ്കിൽ എന്താ, ഒരു പക്ഷെ അവർ തരുന്നതിലും, സ്നേഹം സന്തോഷം സമാധാനം സമ്പത്ത്, നല്ല ജീവിത നിലവാരം, നല്ല വിദ്യാഭ്യാസം ഇതെല്ലാം ഉണ്ടെങ്കിൽ ആ കുഞ്ഞു ഒരു ഭാഗ്യവതിയല്ലേ അവളെ സംരക്ഷിക്കുന്നവരോ, പൂർണ തൃപ്തരും..

അഡോപ്ഷൻ എന്ന വാക്ക് എപ്പോഴേ അവർ മറക്കും പിന്നെ എന്നും സ്വന്തം അങ്ങനെയേ കാണൂ, അങ്ങനെയേ ചിന്തിക്കൂ, അങ്ങനെയേ പ്രവർത്തിക്കൂ...

ഇവിടെ അതിന്റെയൊന്നും ആവശ്യം ഉണ്ടായില്ല. നീണ്ട കാത്തിരിപ്പുനോടുവിൽ പ്രസവവേദന അറിയാതെ തന്നെ ഓമനിത്തം തുളുമ്പുന്ന ഒരു സുന്ദരിയായ പെൺകുഞ്ഞു വീട്ടിൽ.

നിയമത്തിന്റെ ഒരുപാട് നൂലാമാലകൾ, ഒടുവിൽ ദൗത്യം വിജയിച്ചു.

കുഞ്ഞിനെ വീട്ടിൽ കൊണ്ടുവരും മുൻപേ ജിൻസിന്റെ അമ്മയെ നാട്ടിൽ നിന്നും തലസ്ഥാനത്തു കൊണ്ടുവരുവാനുള്ള തീരുമാനത്തിൽ രണ്ടുപേരും എത്തിച്ചേർന്നു.

കൂടാതെ അമ്മയുടെ പേരു തന്നെ അവൾക്ക് നൽകിയതിൽ, ഏലിസ അമ്മയുടെ സന്തോഷത്തിനു അതിരുകളില്ലായിരുന്നു.

ജോലി കഴിഞ്ഞുള്ള ഓരോ സമയവും ഉണ്ടും ഉറങ്ങിയും സിനിമകൾ കണ്ടും, സോഷ്യൽ മീഡിയയിൽ മുഴുകിയും ഇടവേളകളിൽ സമയം ചിലവഴിച്ചിരുന്ന ചെറുപ്പക്കാരിക്കും ചെറുപ്പക്കാരനും, ജീവിതത്തിന്റെ ടൈം ടേബിൾ, തന്നെ മാറ്റി മറിക്കേണ്ടി വന്നു.

ബാൽക്കണിയിൽ നിറഞ്ഞു നിന്നിരുന്ന ചെടികളിൽ ചിലതെല്ലാം മനോഹരമായി തളിർക്കുകയും പൂക്കുകയും, പുതിയ പുഷ്പങ്ങൾ വിടരുകയും, കാറ്റത്തു അവ ആടുകയും, പുഞ്ചിരിക്കുകയും ചെയ്തു കൊണ്ടിരുന്നു. ഒപ്പം പതിവില്ലാത്ത ചില കുഞ്ഞു ശലഭങ്ങളും...

ടീവി യുടെയും, ശുദ്ധ സംഗീതത്തിന്റെയും ശബ്ദ തരംഗങ്ങൾ നിറഞ്ഞ ഫ്ളാറ്റിനുള്ളിൽ, നാലു ചുവരുകൾക്കുള്ളിൽ അപരിചിതമായ കുഞ്ഞു ശബ്ദ തരംഗങ്ങളെ ചുവരുകൾ കൈനീട്ടി സ്വീകരിച്ചു.

ആദ്യം കരച്ചിലും പിന്നെപ്പിന്നെ ചെറു ചിരിയുമായി, ഒരു കൊച്ചു കുഞ്ഞിന്റെ ജീവിതം ഉയർന്നുയരുകയായിരുന്നു..

പുതിയ അതിഥി എത്തിയതോടെ ജീവിതം മാറിമറിഞ്ഞു, മനുഷ്യരുടെ ഒച്ചയും അനക്കവും സദാ സമയങ്ങളിലും നിറഞ്ഞു നിന്ന ഫ്ളാറ്റ്

മുറിയുടെ അകത്തളങ്ങൾ. പൊതുവെ മൗനിയായ അവരുടെ മുന്നിൽ സംസാരത്തിന്റെ അളവ് ഒരുപാട് കൂടി.

നിരവധി സുഹൃത്തുക്കൾ പുതിയ അതിഥിയെ കാണുവാനായി എത്തിക്കൊണ്ടിരുന്നു. വേലക്കാരികളും, ഒപ്പം അടുത്ത ഫ്ളാറ്റിലെ നിരവധി പരിചയക്കാരും സുഹൃത്തുക്കളും. പുതിയ ലോകം പുതിയ ആകാശം പുതിയ ഭൂമി. ജീവിതം പലവർണങ്ങളുടെയും സംഗമം.

നിരവധി ക്ലിനിക് കളിലും ആശുപത്രികളിലും ക്യൂ നിന്ന ദിവസങ്ങൾ, ആദ്യഡോക്ടരുടെ നിർദ്ദേശം സ്വീകരിച്ചാൽ മതിയായിരുന്നു. പിന്നീട് കൺസൾട്ട് ചെയ്ത ഓരോരുത്തരും അതു തന്നെ യാണ് പറഞ്ഞതും.

ജിൻസിനു അധികകാലം ജോലിയിൽ തുടരാനായില്ല, ജീവിതത്തിലും, ആരോഗ്യം തന്നെ പ്രശ്നം. ഒരുപാട് പ്രശ്നങ്ങൾ, ചിലതിന് ചികിത്സ ഇല്ലത്രെ... വേദനക്കുള്ള മരുന്ന് മാത്രം.

അസ്ഥികൾ പൊടിയുന്ന ഒരു അവസ്ഥ, അതാണ് അസുഖം, ചിലപ്പോൾ ചെറിയ വേദനകൾ, ചിലപ്പോൾ ശക്തമായ വേദന, പ്രത്യേക ചികിത്സ ഒന്നും തന്നെ ഇല്ല എന്ന് പല ഡോക്ടർ മാരും വിധി എഴുതി.

വേദനക്കുള്ള മരുന്ന് മാത്രം അതും ചെറിയ അളവിൽ അത് കഴിക്കുമ്പോൾ അൽപ്പം ആശ്വാസം, അത്രമാത്രം. ഡോക്ടർ പറഞ്ഞ ആയുസ്സിന്റെ ചുരുങ്ങിയ കാലവും കഴിഞ്ഞു, എങ്ങിനെയൊക്കെയോ അൽപ്പം കൂടി മുന്നോട്ട് പോയി അത്രമാത്രം.

ഒരുദിവസം ഒരുമിച്ചു ഉറങ്ങിയവരിൽ അലീന മാത്രം ഉണർന്നു, ജിൻസ് ഉണരാതെ ഉറങ്ങി കൊണ്ടിരുന്നു. എന്നന്നേക്കുമായി....

വേർപാടിന്റെ, വേദനയുടെ നിമിഷങ്ങൾ ആശ്വസിപ്പിക്കാൻ ചുറ്റിനും പലരും എങ്കിലും 'വിധവ' എന്ന ഓമനപ്പേരു കേട്ടിട്ടേ ഉണ്ടായിരുന്നുള്ളു, ഇപ്പോൾ സ്വന്തം ജീവിതത്തിൽ സ്വയം അനുഭവിച്ചു.

ഈ വേർപാട് പ്രതീക്ഷിച്ചത് പോലെ തന്നെ അപ്രതീക്ഷിതമായ ഒരപകടമോ മറ്റോ ആയിരുന്നെങ്കിൽ സങ്കടം ഇരട്ടിച്ചേനെ...

ഇനിയുള്ള കാലം ഒറ്റയ്ക്ക് മോളെ പരിചരിക്കുക അത്രമാത്രം. അലീനക്ക് ചെറിയ മോളെയും തന്റെ ഭർത്താവിനെയും ഒരു പോലെ പരിചരിക്കേണ്ടി വന്ന ദിവസങ്ങൾ ഓർക്കാറുണ്ട് പലപ്പോഴും. ഒരു വേലക്കാരി ഉണ്ടായിരുന്നു എങ്കിലും, ജീവിതം പ്രതിസന്ധികളുടെ ഒരു നീണ്ട പരമ്പര തന്നെ എന്ന് സ്വയം തിരിച്ചറിഞ്ഞ നാളുകൾ, പോയ ഇന്നലകളെ കുറിച്ചു എപ്പോഴെല്ലാമോ ഓർത്തെടുക്കാറുണ്ട് അലീന, ഇല്ലെങ്കിലും അത് താനേ വന്നുകൊണ്ടിരുന്നു.

മോളെ അഡോപ്റ്റ് ചെയ്തശേഷം കുറച്ചു കാലം ഒരുമിച്ച് കഴിയാൻ കഴിഞ്ഞു, അതൊരു മഹാഭാഗ്യമായി കാണുന്നു, ഒരച്ഛന്റെ സ്നേഹം, തലോടൽ അവൾ അനുഭവിച്ചു.

അച്ഛനും മകളും ഒരുമിച്ച് കിടന്നുറങ്ങുന്ന എത്രയോ സമയങ്ങൾ ഒരുപാട് സമയം നോക്കി നിന്നു. മകളുടെ കുഞ്ഞു മനസ്സിന് സന്തോഷം കിട്ടുന്ന എന്തെല്ലാം ചെയ്യാമോ അതെല്ലാം ചെയ്തുകൊണ്ടിരുന്നു.

പാർക്കുകൾ, ഷോപ്പിംഗ് മാളുകൾ, എന്നുവേണ്ട എല്ലായിടത്തും പരമാവധി കൊണ്ടുപോയി. ആരോഗ്യസ്ഥിതി കൂടുതൽ മോശമാകും മുൻപേ തന്നെ.

ജിൻസിന് തന്റെ വേദനകൾക്കിടയിലും സന്തോഷത്തിന്റെ നിമിഷങ്ങളായിരുന്നു, കുറച്ചു കാലം മാത്രം എങ്കിലും ഒരു കുഞ്ഞിനെ ലാളിക്കാനും പരിചരിക്കാനും കഴിഞ്ഞു. ഒരുപാട് നല്ല ഓർമകളുമായിട്ടാണ് മടങ്ങിയത്...

മറ്റൊരു വിവാഹത്തിന് പല നല്ല കൂട്ടുകാരും പറഞ്ഞു. ഒരിക്കൽ പോലും ജിൻസിന്റ വീട്ടുകാർ അതിനെ ക്കുറിച്ചു ചിന്തിച്ചു പോലുമില്ല, ചിന്തിച്ചാൽ തന്നെ അവരതിന് അവസരം ഒരുക്കിയിട്ടില്ല ആരും അലീനയോട് പറഞ്ഞിട്ടുമില്ല.

ഒപ്പം സ്വന്തം വീട്ടുകാരും. ഒരു പരിധി കഴിഞ്ഞാൽപ്പിന്നെ അവനവനു സ്വന്തമായി തീരുമാനങ്ങൾ എടുക്കാമല്ലോ. സ്വന്തമായി തീരുമാനിക്കാവുന്ന പ്രായം, എന്തു തീരുമാനവും എടുക്കാം, ജീവിത തോണി എവിടേക്കു തുഴയും ഏതു തീരത്ത് എത്തിക്കണമെന്ന് അവനവനു തീരുമാനിക്കാം, നന്നായാലും മോശമായാലും സ്വയം അനുഭവിക്കുക അത്രമാത്രം.

വർഷം കുറച്ചായി ഏലീസ മോളുമായി ഒറ്റക്കുള്ള ജീവിതം തുടങ്ങിയിട്ട്, അഡോപ്ഷൻ സെന്ററിൽ നിന്നുമുള്ള ചുവടുമാറ്റം അവൾക്കറിയില്ലല്ലോ.

അവളുടെ ഇമപൂട്ടിയ നീണ്ട ഉറക്കങ്ങൾ കണ്ടു നിന്ന എത്രയോ നിമിഷങ്ങൾ, രണ്ടു പേരിലും ഒരുപാട്, ആവേശം ഉണർത്തി, നീണ്ട കാലം ജീവിക്കാൻ ഒരു കൊതി. എങ്കിലും ജിൻസിന്റ അവസാനത്തെ മുഴുവൻ സമയങ്ങളിലും മകൾ ഒപ്പമുണ്ടായിരുന്നു. ആദ്യമെല്ലാം പരമാവധി അവധികൾ എടുത്തു കുഞ്ഞിന്റെ കാര്യത്തിൽ മാത്രം ശ്രദ്ധിച്ചു കൊണ്ടിരുന്നു.

ഇപ്പോൾ ഗ്രേഡ് രണ്ടിൽ ആയി, സംസാരത്തിനും കളിക്കും ചിരിക്കും പഠിത്തത്തിനും ഒരു കുറവുമില്ല.

എങ്കിലും അവൾ അലീനയുടെ സ്വന്തം മകൾ അല്ലെന്നും, മുറിയിൽ തൂക്കി യിട്ടിരിക്കുന്ന വലിയ ഫോട്ടോഅവളുടെ പപ്പായുടെ അല്ലെന്നും അവൾ അറിഞ്ഞാൽ... അലീന അവളുടെ സ്വന്തം മമ്മിയല്ലെന്നറിഞ്ഞാൽ...

ഒരിക്കൽ അവൾ അറിയുമായിരിക്കും, വലുതാകുമ്പോൾ ആരെങ്കിലും അവളോട് പറയുമായിരിക്കും. അനാഥ എന്ന ലേബൽ ഇല്ലാതെ തന്നെ ഇവിടെ വരെയെത്തി.

വിവാഹം കഴിഞ്ഞ് ഡൽഹിയിൽ എത്തിയ നാൾ മുതലുള്ള നിരവധി സുഹൃത്തുക്കളുണ്ട്, പല നാട്ടുകാരും ദേശക്കാരും എല്ലാവരെയും അറിയാം. അന്നത്തെ പോലെ തന്നെ ഇന്നും ആ സ്നേഹത്തിനു യാതൊരു കുറവുമില്ല മനസ്സിൽ എവിടെയെല്ലാമോ ഒരു വേവലാതി ആവശ്യമില്ലാത്ത ഒരു വേവലാതി...

മകൾ വളരും തോറും, വേവലാതിയുടെ അളവ് കൂടിക്കൂടി വരുന്നു, ഒരുപാട്...

ഒരു പക്ഷെ തോന്നലായിരിക്കും.

വലുതാകുമ്പോൾ ഒരിക്കൽ അവളിത് അറിഞ്ഞാൽ അവളുടെ റൂട്ട് തേടിയുള്ള നീണ്ട യാത്ര...

തലസ്ഥാനത്തുള്ള മുഴുവൻ അനാഥാലയങ്ങളും, ചെറുതും വലുതുമായ സകല ചൈൽഡ് കെയർ യൂണിറ്റുകളും അഡോപ്ഷൻ സെന്ററുകളും തേടിയുള്ള യാത്ര.

പലയിടത്തും കയറി ഇറങ്ങി പഴയതും പുതിയതുമായ രേഖകൾ സകലതും പരിശോധിക്കാനുള്ള പഴുതുകൾ തേടിയുള്ള യാത്ര.

ഒരിക്കലും കിട്ടില്ല.... ഒരിക്കലും...എങ്കിലും...

എങ്കിലും അവളുടെ മാനസിക പിരിമുറുക്കങ്ങൾ എന്തായിരിക്കും?

സ്വന്തമാണെന്ന് കരുതിയ അമ്മ, അമ്മ അല്ലാതാകുമ്പോൾ. സ്വന്തമെന്നു കരുതിയ അച്ഛൻ അച്ഛനല്ലാതാകുമ്പോൾ...

ഒന്നും ഓർക്കാൻ വയ്യ...

ഒന്നും അത്ര എളുപ്പമായ കാര്യങ്ങൾ അല്ല, എങ്കിലും ചിന്തകൾ അതിർ വേലികൾ ഇല്ലാതെ, കടിഞ്ഞാണില്ലാതെ സഞ്ചരിച്ചു കൊണ്ടിരുന്നു.

ഏലിസ സ്കൂൾ വിട്ടുവരുവാൻ സമയമായി... എന്നും എന്തെങ്കിലുമൊക്കെ ആവലാതികളും പരിഭ്രമങ്ങളും നിരത്തുക പതിവാണ്. ഇന്നിനി എന്താണാവോ കൊണ്ടുവരുന്നത് ?

പലതും ആലോചിക്കുന്നതിനിടയിൽ, താഴെ സ്കൂൾ ബസിന്റെ

ശബ്ദം.

ഡൽഹിയിലെ വലിയ ഫ്ളാറ്റിൽ രാത്രി യിലെ ഏകാന്തതയിൽ പുറത്ത് ചില മാസങ്ങളിൽ ശക്തമായ മഞ്ഞും, പിന്നീട് ചിലപ്പോൾ അതി ഭയങ്കര ചൂടും ഉള്ള രാത്രികളിൽ, ഉറക്കം പാതിയിൽ നഷ്ടപ്പെട്ട സമയങ്ങളിൽ... ഈ ജന്മം അവസാനിക്കാത്ത ജന്മം, ഒരു മോളുള്ളത് കൊണ്ട് ശേഷിച്ച ജീവിതം ധന്യമായി. ആരും തുണ ഇല്ലാതിരുന്നിട്ടു കൂടി.

സമൂഹം അതു വല്ലാത്ത ഒരു പ്രതിഭാസം. ആരെ ഉൾക്കൊള്ളും ആരെ വിശ്വസിക്കും, ആരെയും പിണക്കാതെ ഉള്ള ഒരു ജീവിതയാത്ര.

നീരജ്, ജിൻസിന്റെ ഏറ്റവും വലിയ കൂട്ടുകാരൻ, എന്തിനും ഏതിനും ഒപ്പം. ചെറിയ അസുഖം തുടങ്ങിയ നാൾ മുതൽ ആശുപത്രിയിൽ കൊണ്ടുപോകാനും മറ്റു കാര്യങ്ങൾക്കും ഒരു നിഴൽ പോലെ ഒപ്പം.

'അഡോപ്ഷൻ ' എന്ന ആശയം പറഞ്ഞപ്പോഴേ, അതിന്റ വഴികളെ കുറിച്ചുള്ള ആദ്യ വിവരങ്ങൾ പങ്കു വച്ചതും നീരജ് തന്നെ.

സാമ്പത്തിക ഭദ്രത, ഏറ്റെടുക്കുന്ന കുട്ടിയെ നോക്കുവാനുള്ള സൗകര്യങ്ങൾ, ദമ്പതികളുടെ മെഡിക്കൽ സർട്ടിഫിക്കറ്റ്, ബാങ്ക് സ്റ്റേറ്റ്മെന്റ്, എന്നു വേണ്ട നിരവധി ഡോക്യുമെന്റസ്...

കപ്പിൾസിന് ആൺകുട്ടിയെന്നോ പെൺകുട്ടി എന്നോ ഇല്ല, ആരെ വേണ മെങ്കിലും എടുക്കാം. ഒരു സ്ത്രീ യാണെങ്കിൽ പെൺകുട്ടിയെയോ ആൺകുട്ടിയേയോ എടുക്കാം, എന്നാൽ ഒരു പുരുഷന് ആൺകുട്ടിയെ മാത്രമേ അഡോപ്റ്റ് ചെയ്യാൻ പറ്റുകയുള്ളൂ. പെൺകുട്ടിയെ എടുക്കാൻ നിയമം അനുവദിക്കുന്നില്ല..

ഓരോ വർഷവും ഇന്ത്യയിൽ മുഴുവനായി നാലായിരത്തോളം കുട്ടികളെ അഡൊപ്റ്റ് ചെയ്യുന്നുണ്ട്.

ഒരുമിച്ച് പല അഡോപ്ഷൻ സെന്റർറുകളിലും കയറി ഇറങ്ങി. ഒന്നും അത്ര പിടിച്ചില്ല. ഒടുവിൽ നീരജ് തന്നെ പുതിയ ഒരു സ്ഥലം കണ്ടെത്തി.

ഡൽഹിയിലെ രാമകൃഷ്ണപുരത്തുള്ള (R K Puram) നല്ല ഒരു അഡോപ്ഷൻ സെന്ററിൽ നിന്നുമാണ് സുന്ദരിയായ ഒരു ചെറിയ പെൺകുട്ടിയെ കണ്ടെത്തിയത്.

എല്ലാറ്റിനും നീരജിന്റെ മാസ്റ്റർ മൈൻഡ് തന്നെ, സഹായത്തിന് ഒപ്പം വിരേഷും, നീരജിന്റെ മറ്റൊരു കൂട്ടുകാരൻ.

ഡൽഹിയിൽ നിയമവിരുദ്ധമായി കുട്ടികളെ വാങ്ങുകയും വിൽക്കുകയും ചെയ്യുന്ന വലിയ ഒരു ലോബി തന്നെ പ്രവർത്തിക്കുന്നുണ്ട്. പിടിക്കപ്പെട്ടാൽ ഏഴുവർഷം വരെ തടവു ശിക്ഷയും കൂടാതെ വലിയ തു

ക പിഴയായും അടക്കണം. ഇതെല്ലാം കിട്ടുമെന്ന് അറിയാമെങ്കിലും. ഇത്തരം ലോബികൾ വളരെ ആക്റ്റീവ് ആയി പ്രവർത്തിക്കുന്നു... വളരെ കൂൾ ആയി, എങ്കിലും എല്ലാം രഹസ്യമായി തന്നെ...

അഴുക്ക് ചാലിൽ പെട്ട സ്വപ്നങ്ങൾ പോലെ തെരുവോരങ്ങളിൽ അന്തി ഉറങ്ങുന്ന 'അശരണർ' ഒരു ഭാഗത്ത്, മണി മാളികകളിൽ കഴിയുന്ന പ്രഭുക്കന്മാർ തൊട്ടപ്പുറത്ത്.

കൊടും ചൂടും, കൊടും തണുപ്പും മാറി മാറി കളം നിറയുമ്പോൾ അനുഭവസ്ഥരായി ഓരോ ഡൽഹി നിവാസികളും. കേവലം എട്ടു ദിവസം മുതൽ പ്രായമായ കുഞ്ഞുങ്ങളെ അതിന്റ പാവപ്പെട്ട മാതാപിതാക്കളെ സ്വാധീനിച്ചു പറഞ്ഞുവിശ്വസിപ്പിച്ച് ഈ ലോബികൾ ഒരു ലക്ഷമോ അതിനു താഴെയോ ഉള്ള ഒരു തുക കൊടുത്തു വാക്കാൽ ഉറപ്പിക്കുകയും പിന്നീട് ഫോട്ടോ എടുത്തു ആവശ്യക്കാരന് അയച്ചു കൊടുക്കുകയും ചെയ്യും.

ഒടുവിൽ അവർക്ക് ഇഷ്ടപ്പെട്ടാൽ മൂന്നിരട്ടി വിലക്ക് വിൽക്കുകയും ചെയ്യുന്നു.

കുട്ടി വെളുത്തതും വളരെ സൗന്ദര്യവും ആരോഗ്യവും ഉള്ളതും കൂടി ആകുമ്പോൾ, വിലപേശൽ കൂടും. വിൽക്കുമ്പോൾ തുക അല്പം കൂടി കൂടും.

പട്ടിണി ചൂഷണം ചെയ്തിട്ടുള്ള കുട്ടി കച്ചവടക്കാർ. കുട്ടി കച്ചവടറാക്കെറ്റുകൾ പാവപ്പെട്ടവരെയും ചൂഷണം ചെയ്യുന്നു.

ദാരിദ്രവും കടങ്ങളും മൂലം ദുരിതമനുഭവിക്കുന്നവർ പാവപ്പെട്ട സ്ത്രീകൾ... ഒടുവിൽ ഇതിനു വഴങ്ങുന്നു. പ്രത്യേകിച്ചും പാവപ്പെട്ട ഗർഭിണികൾ...

ചിലർ കുട്ടികളെ വിറ്റ് പണമുണ്ടാക്കി, വിവാഹം ബന്ധം വേർപെടുത്തി വേറെ വിവാഹം കഴിക്കുന്നു, അങ്ങനെയും സമൂഹത്തിലെ ചില ആൾക്കാർ.

നീരജിന് പണ്ടേ ആഗ്രഹമുണ്ടായിരുന്നു, തന്റെ സഹോദരിയുടെ കുഞ്ഞിനെ കണ്ടെത്തണമെന്ന് ഒടുവിൽ എങ്ങനെയോ കണ്ടെത്തി, ഒരുപാട്കുറുക്കുവഴികളിലൂടെ... രാവും പകലും അതിനുവേണ്ടി ഒരുപാട് ശ്രമിച്ചു...

അതിനുവേണ്ടി നിയമവിരുദ്ധമായി പലതും ചെയ്യേണ്ടി വന്നു. പലരുടെയും ഒത്താശയോടെ...

വിവാഹ ബന്ധം വേർപെടുത്തി നിൽക്കുന്ന സഹോദരിയുടെ താല്പര്യം ഒന്നുമാത്രം. ദൂരെനിന്ന്, ഒന്ന് കാണുക അത്രമാത്രം, അത് പിന്നീ

ട് മറ്റൊരു വിവാഹത്തിന് തടസ്സമാവരുതല്ലോ...

വിവാഹ ജീവിതംതന്നെ താറുമാറായ അവിഹിത ബന്ധത്തിലൂടെ ഉണ്ടായ കുട്ടി. ബന്ധം വേർപ്പെടുത്താതെ കുടുംബ ജീവിതത്തിനിടയിൽ തന്നെ പഴയ കൂട്ടുകാരനോടൊപ്പമുള്ള പുതിയ ജീവിതത്തിൽ നിന്നുമുള്ള സമ്മാനം...

ഏതോ പ്രമുഖന്റെ കുട്ടി, ഭാര്യയും മക്കളുമുള്ള അയാൾക്ക് അതൊരു ബാധ്യത, തന്നെയുമല്ല, അതൊഴിവാക്കാൻ ഒരു ശ്രമം നടത്തിയതാണ് അത് പരാജയപ്പെട്ടു...

അത്ര തന്നെ...

ഇതുമൂലമുള്ള നിരവധി കുടുംബ പ്രശ്നങ്ങൾ, ഊണും ഉറക്കവുമില്ലാത്ത ദിനരാത്രങ്ങൾ, നീരജിന്റെ കുടുംബം ഏറ്റവും വലിയ പ്രതിസന്ധിയിലൂടെ കടന്നു പോയ നിമിഷങ്ങൾ...

സരോജിനി അഗർവാൾ അതാണ് നീരജിന്റെ സഹോദരിയുടെ പേര് ചെറുപ്പത്തിന്റെയും, അഹങ്കാരത്തിന്റെയും മുഖ മുദ്ര, തന്നിഷ്ടക്കാരി, ചെറുപ്പം മുതലേ അങ്ങിനെ തന്നെയായിരുന്നു.

ഒരു മനോഹരമായ ദിവസം, നീരജ് ഡ്രസ്സ് ചെയ്തുപുറത്തേക്ക് ഇറങ്ങാൻ തുടങ്ങി, സരോജിനി ഇത് കണ്ട് ചോദിച്ചു: 'നീ ഇപ്പോൾ എവിടെ പോകുന്നു?'

'എന്റെ സുഹൃത്ത് അരവിന്ദിന്റെ മകളുടെ സ്കൂളിൽ പോവുകയാണ്?'

'എന്തിന്?'

'അവിടെ ഒരു ഫങ്ക്ഷൻ ഉണ്ട്.'

'എന്തു ഫങ്ക്ഷൻ ?'

'കുട്ടികളുടെ ചില കലാപരിപാടികൾ.'

അതേ ക്ലാസിയിൽ തന്നെയാണ് ഏലിസയും പഠിക്കുന്നത്, ആർക്കും അറിയാത്ത ആ രഹസ്യം സരോജിനിക്കും സഹോദരനും മാത്രമറിയുന്ന കാര്യം...

'നിൽക്കൂ ഞാനും വരുന്നു.'

'എന്തിന് ?'

സ്വന്തം മകളെ ഒന്നു കൂടി കാണാമല്ലോ, ദിവസങ്ങൾക്കു മുൻപ് വാങ്ങി വച്ച വില കൂടിയ സമ്മാനം കൊടുക്കാനുള്ള സുവർണ്ണാവസരം... മനസ്സിൽ കുറിച്ചു

നിമിഷങ്ങൾക്കകം, തന്റെ ഏറ്റവും നല്ല മനോഹരമായ സാരിയും ഉടുത്തു റെഡിയായി.

യാത്രയിൽ ഉടനീളം മകളെ ഒന്നുകൂടി കാണാമല്ലോ എന്ന ചിന്ത

മാത്രം. യാത്ര ചെയ്യുന്ന വാഹനത്തിന് സ്പീഡ് പോരാ എന്നൊരു തോന്നൽ.

എലീസയെ കൺനിറയെ കണ്ടു, അടുത്തിരുത്തി, അവൾ അറിയാതെ തന്നെ അവളെ കെട്ടിപ്പിടിച്ചു, രക്തം രക്തത്തെ തിരിച്ചറിഞ്ഞ നിമിഷങ്ങൾ, മൗനമായി എന്തെല്ലാമോ പറഞ്ഞു കൊണ്ടിരുന്നു...

ഒടുവിൽ എപ്പോഴോ ആ സമ്മാനം അവൾക്ക് കൈമാറി, മടിച്ചു മടിച്ചു അവളത് വാങ്ങി.

കുട്ടികളുടെ എല്ലാ മാതാപിതാക്കളും പങ്കെടുക്കേണ്ട ഒരു ഫങ്ഷൻ, അലീനക്കു പങ്കെടുക്കാൻ കഴിഞ്ഞില്ല, പല പല ജോലി തിരക്കു കാരണം തിരിച്ചു വീട്ടിൽ എത്തിയ ഉടനെ സരോജിനി ആന്റിയെ കണ്ടതും ഗിഫ്റ്റ് തന്നതും അമ്മയോട് പറഞ്ഞു...

എന്തിനാണ് എന്റെ മോൾക് അവർ സമ്മാനം കൊടുത്തത് ?

അവരെന്തിനു സ്കൂളിൽ പോയി ?

എലീസയുടെ പ്രോഗ്രാമിന് മൂക സാക്ഷിയായി ?...

ഉത്തരം കിട്ടാത്ത ചോദ്യങ്ങൾ പിന്നെയും...

അവരെന്തിനു തന്റെ കുഞ്ഞിനോട് ഇത്രയും അടുപ്പം കാണിക്കുന്നു.

ഉത്തരം കിട്ടാത്ത നിരവധി ചോദ്യങ്ങളുടെ ഒരു ലിസ്റ്റ് തന്റെ മുന്നിൽ വാ പിളർന്ന് നിൽക്കും പോലെ...

റെസിഡൻസ് അസോസിയേഷന്റെ വാട്സ്ആപ്പ് ഗ്രൂപ്പിൽ ആരോ അറിയാതെ എപ്പോഴോ ഒരു മെസ്സേജ് ഇട്ടത്രെ, അത് തന്റെ മോളെ കുറിച്ചായിരുന്നു...

ഇട്ട പാടെ മായ്ച്ചും കളഞ്ഞു... പക്ഷെ ചിലരെല്ലാം കണ്ടിരുന്നു. ആരും അരോടും പറഞ്ഞിട്ടില്ല, പറഞ്ഞാൽ തന്നെയും ആരും തന്നെ അലീനയോട് നേരിട്ട് ചോദിച്ചിട്ടുമില്ല.

അവിഹിതത്തിലൂടെ തന്റെ സഹോദരിക്കുണ്ടായ കുഞ്ഞിനെ ഈ അഡോപ്ഷൻ സെന്ററിൽ ആക്കിയ വിവരം നീരജിനും സഹോദരിക്കും മാത്രമറിയുന്ന രഹസ്യം.

വളരെ ബുദ്ധിമുട്ടി യാണ് അവരത് ചെയ്തത്... സാധാരണക്കാർക്ക് എത്തിപ്പെടുവാൻ കഴിയാത്ത എത്രയോ പേരുടെ സഹായത്താൽ.

ജിൻസിന്റെ കൂട്ടുകാർ, അവർക്കിടയിലെ ഒരു പറ്റം ആൾക്കാർ സ്നേഹിച്ചു കൊല്ലുന്നവർ, സ്നേഹം നടിക്കുന്നവർ, അവരുടെ മക്കളുമായിട്ടും ഏലീസ വളരെ അടുപ്പത്തിലാണ് അവരുമൂലമോ, അതുമല്ലെങ്കിൽ കുട്ടികളുടെ സാന്നിധ്യത്തിൽ അവരറിയാതെ വല്ലതും പറഞ്ഞാൽ, അവരത് ഒളിഞ്ഞു നിന്ന് കേട്ടാൽ ഏറ്റവും വലിയ കൂട്ടുകാർ ഒന്ന് ശ്രദ്ധി

ച്ചാൽ പിന്നെ എന്തൊക്കെയാവും സംഭവിക്കുക...

ഒന്നും പറയാൻ പറ്റില്ല...

പതിവില്ലാതെ പുതിയ ചില ഓഫറുമായി, പഴയ മറ്റൊരു സുഹൃത്ത് പങ്കജ്, പകുതി മലയാളി അച്ഛൻ പാലക്കാട്ടുകാരൻ അമ്മ ഡൽഹിക്കാരി.

പലരും പലതും പറഞ്ഞ് ഒപ്പം കൂടുവാൻ ശ്രമിച്ചു കൊണ്ടിരുന്നു. ഒന്നിനും ചെവി കൊടുക്കുകയോ ശ്രദ്ധിക്കുകയോ ചെയ്തില്ല.

കുഞ്ഞിനെ കിട്ടിയപ്പോൾ എല്ലാവരും കൂടി വരുമായിരുന്നു, കളിയും ചിരിയും തമാശയും എന്നു വേണ്ട, പിന്നെ എപ്പോഴോ മുറിഞ്ഞ ബന്ധം ഇപ്പോൾ വീണ്ടും കൂട്ടി ചേർക്കാൻ വന്നിരിക്കുന്നു.

അവർക്കും അറിയുമോ ഏലീസ മോളുടെ ചരിത്രം, നീരജും പങ്കജും പണ്ടേ വലിയ സുഹൃത്തുക്കൾ,

ആർക്കൊക്കെ ഈ വക കാര്യങ്ങൾ അറിയാം എന്ന് യാതൊരു രൂപവും ഇല്ല, അവരുടെ സർക്കിളിൽ പെട്ട മാറ്റാർക്കെങ്കിലും അറിയുമോ എന്തോ...

ഓർക്കും തോറും ഉയർന്നു വരുന്ന നിരവധി ഉത്തരമില്ലാത്ത ചോദ്യങ്ങൾ.

എന്റെ മോൾ ഏലീസ വളർന്നുവലുതാകുമ്പോൾ അവളുടെ മോഹങ്ങൾ പടർന്നു പന്തലിക്കുമ്പോൾ, അലീന അവളുടെ അമ്മയല്ലെന്ന് അറിയുമ്പോൾ ജിൻസ് അവളുടെ പപ്പാ അല്ലെന്ന് അറിയുമ്പോൾ അവളുടെ ലോകം തന്നെ കീഴ്മേൽ മറിയുമായിരിക്കും.

ഉത്തരം കിട്ടാത്ത ചോദ്യങ്ങൾ പിന്നെയും...

രഹസ്യങ്ങൾ എന്നും രഹസ്യമായി വെക്കുന്ന മനുഷ്യ മനസ്സുകൾ എവിടെ ? താൽക്കാലിക നേട്ടത്തിനു വേണ്ടി പോലും പലരും പലതും മറക്കും, അതാണീ ലോകം, ഇന്നത്തെ ലോകം. ആരെയും എന്തിനെയും വിശ്വസിക്കാൻ പറ്റാത്ത ഒരു വല്ലാത്ത കാലഘട്ടത്തിലാണ് നാം..

അലീന പിന്നെയും ഏതോ വലിയ ചിന്തകളുടെ ലോകത്ത്...

താൻ നാളെ മരിക്കുമ്പോഴും, ചലനമറ്റ ശരീരവും അടഞ്ഞ കണ്ണുകളുമായി ഒരു ശവപ്പെട്ടിയിൽ നീണ്ടു നിവർന്നു കിടക്കുമ്പോഴും ഇത്തരം വലിയ ചിന്തകൾ പലതും തന്നെ പിന്തുടരുമോ ?

ഏക മകൾ ഏലിസയെക്കുറിച്ചു മാത്രം ചിന്തിച്ചു അലീന.

അവളൊരു അനാഥയാണെന്ന് ആരും പറയരുത്...

•